ಸಹನಾ

notionpress.com

ಸಹನಾ

ಆದರ್ಶಗಳೊಂದಿಗೆ ಜೀವನ

ಡಾ. ಶಾಲಿನಿ ವಿ.ಎಲ್.

notionpress.com

Notion Press

Old No. 38, New No. 6
McNichols Road, Chetpet
Chennai - 600 031

First Published by Notion Press 2017

ISBN 978-1-947498-41-9

ಮುನ್ನುಡಿ

ಪ್ರಿಯ ಓದುಗರೇ,

'ಸಹನಾ' ಆದರ್ಶಗಳೊಂದಿಗೆ ಜೀವನ-ನನ್ನ ಮೊಟ್ಟ ಮೊದಲ ಕಾದಂಬರಿ. ಬದುಕೆಂಬುದೇ ಎಣಿಸದೇ ಬರುವ ಹಲವು ತಿರುವುಗಳ ಯಾನ, ಎತ್ತಲಿಂದಲೋ ಎಲ್ಲಿಗೋ ಸಾಗುವ ಪಯಣ. ಒಬ್ಬೊಬ್ಬರಿಗೆ ಒಂದೊಂದು ಆದರ್ಶ, ಒಬ್ಬೊಬ್ಬರದು ಒಂದೊಂದು ವ್ಯಕ್ತಿತ್ವ. ಪರಿಸ್ಥಿತಿಯಾನುಸಾರ ಆದರ್ಶ ನಿಲುವುಗಳ ಮರೆತು ಸಂದರ್ಭಾನುಸಾರ ನಡೆಯುವವರ ಗುಂಪು ಒಂದಾದರೆ, ಏನೇ ಪರಿಸ್ಥಿತಿ ದುಸ್ಥಿತಿ ಬಂದರೂ ಆದರ್ಶ ನಿಲುವುಗಳ ಬಿಡದೇ ಬೆನ್ನಿಗೆ ಕಟ್ಟಿಕೊಂಡು ಸಾಗುವವರ ಗುಂಪು ಮತ್ತೊಂದು.

ಈ ಎರಡು ವ್ಯಕ್ತಿತ್ವಗಳ ಬಗೆಗೆ ಮನಸ್ಸು ಯೋಚಿಸಿದಾಗ ಹುಟ್ಟಿದ್ದೇ 'ಸಹನಾ' ಎಂಬ ಹೆಣ್ಮಗಳ ಕಥೆ. ಆದರ್ಶ ನಿಲುವುಗಳ ಜೊತೆಗೆ ಬದುಕು ಪ್ರಾರಂಭಿಸಿದವಳ ಬದುಕಿನ ಭಯಾನಕ ತಿರುವುಗಳ ಕಥೆ, ಒಳ್ಳೆತನ ಒಳ್ಳೆತನವ ಕಾಯ್ದು ಕೆಟ್ಟತನವ ಬಲಿಹಾಕಿದ ಕಥೆ. ಈ ಎಲ್ಲಾ ಯೋಚನೆಗಳು ಎಳೆ ಎಳೆಯಾಗಿ ಕಥೆಯಾಗಿ ಮನಸ್ಸಲ್ಲಿ ಬಿಚ್ಚಿಕೊಂಡಿತು.

ವೈದ್ಯ ವೃತ್ತಿಯ ಜಂಜಾಟದ ಬದುಕಿನಲ್ಲಿ ಆಲೋಚನೆಗಳನ್ನು ಪುಸ್ತಕ ರೂಪಕ್ಕೆ ಹೊರತರುವ ಸಮಯವಾಗಲಿ ಚಿಂತನೆಯಾಗಲಿ ಮನಸ್ಸಲ್ಲಿರಲಿಲ್ಲ. ಆದರೆ ನನ್ನ ಸ್ನೇಹಿತ ಡಾ. ಶರತ್ ಆರ್. ಯಜಮಾನ್ ಆ ಸಮಯಕ್ಕೆ ನನ್ನೊಳಗಿದ್ದ ಲೇಖಕಿಗೆ ನೀ ನಿನ್ನ ಕಲ್ಪನೆಗಳನ್ನು

ಬರವಣಿಗೆ ರೂಪಕ್ಕೆ ಇಳಿಸೆಂದು ಎಚ್ಚರಿಸಿದ. ಅವರ ಪ್ರೇರೇಪಣೆಯಿಂದ ಬರವಣಿಗೆ ಮೊದಲಾಯ್ತು. ನಂತರ ನನ್ನ ಸ್ನೇಹಿತರಾದ ಡಾ. ಗಾನಶ್ರೀ, ಡಾ. ಅಮಿತ್‌ಕುಮಾರ್ ಅದನ್ನು ಸ್ವಾರಸ್ಯಕರವಾಗಿ, ಉತ್ತಮವಾಗಿ ಬರಹ ರೂಪಕ್ಕೆ ತರಲು ಸಹಕರಿಸಿದರು. ಬರೆದಿಟ್ಟು ಸುಮ್ಮನಾಗಿದ್ದ ನನಗೆ ಅದನ್ನು ಪ್ರಕಟಿಸಿ ನಿಮ್ಮಗಳ ಕೈಸೇರಲು ಸ್ಫೂರ್ತಿ ನೀಡಿದ್ದು, ಕಥೆ ಬರೆಯಲು ಪ್ರಾರಂಭಿಸಿದಾಗಿನಿಂದಲೂ ಪ್ರತಿ ಹಂತದಲ್ಲೂ ನನ್ನ ಜೊತೆಗಿದ್ದು, ನನ್ನ ತಪ್ಪುಗಳನ್ನು ತಿದ್ದಿ, ನನಗೆ ಬೆಂಗಾವಲಾಗಿದ್ದ ನನ್ನ ಮತ್ತೊಬ್ಬ ಸ್ನೇಹಿತ ಡಾ. ಶರತ್‌ಕುಮಾರ್. ಹೀಗೆ ಈ ನಾಲ್ವರ ಸಹಾಯದಿಂದ ಕಾಲ್ಪನಿಕ ಕಥೆಯೊಂದು ಕಾದಂಬರಿಯಾಗಲೊರಟಿತು.

ನಂತರದಲ್ಲಿ ನನ್ನ ತಂದೆ–ತಾಯಿ, ತಮ್ಮ, ಬಂಧು–ಬಳಗ, ಹಿತೈಶಿಗಳ ನೆರವು – ಆಶೀರ್ವಾದದಿಂದ ನನ್ನ ಆಲೋಚನೆ, ಕಲ್ಪನೆ ಕಾದಂಬರಿಯಾಗಿ ನೋಷನ್ ಪ್ರೆಸ್‌ನವರ ಸಹಕಾರದೊಂದಿಗೆ ಹೊರಬಂದು ನಿಮ್ಮೆಲ್ಲರ ಕೈಸೇರಿದೆ. ಲೇಖಕಿಯಾಗಬೇಕೆಂಬ ಕನಸನ್ನು ಮನಸ್ಸಲ್ಲಿ ಹುಟ್ಟಿಸಿ ಅದನ್ನು ನನಸು ಮಾಡಿಕೊಳ್ಳಲು ಸಹಕರಿಸಿದ ಪ್ರತಿಯೊಬ್ಬರಿಗೂ ತುಂಬು ಹೃದಯದ ಧನ್ಯವಾದಗಳನ್ನು ಸಲ್ಲಿಸುತ್ತೇನೆ.

ಪ್ರಿಯ ಓದುಗರೇ, ಪುಸ್ತಕದ ಬಗೆಗೆ ನೀವು ನಿಮ್ಮ ಅಭಿಪ್ರಾಯ–ಅನಿಸಿಕೆಗಳನ್ನು ಹಂಚಿಕೊಂಡು ಮುಂಬರುವ ದಿನಗಳಲ್ಲಿ ಇನ್ನೂ ಉತ್ತಮ ಕಾದಂಬರಿಗಳನ್ನು ಹೊರತರಲು ಸಹಕರಿಸಬೇಕೆಂದು ಬೇಡುತ್ತಾ, ಈ ನವ ಲೇಖಕಿಯನ್ನು ಬೆನ್ನು ತಟ್ಟಿ ಪ್ರೋತ್ಸಾಹಿಸಿ ಬೆಳೆಸುತ್ತೀರಾ ಎಂಬ ಅಪೇಕ್ಷೆಯಲ್ಲಿ,

ಇಂತಿ, ನಿಮ್ಮಯ

ಡಾ. ಶಾಲಿನಿ ವಿ.ಎಲ್

ಅರ್ಪಣೆ

ನನ್ನ ಸ್ಫೂರ್ತಿ ಮತ್ತು ಶಕ್ತಿಯಾದ,

ಪೂಜ್ಯ ತಂದೆ-ತಾಯಿಯವರಾದ

'ಶ್ರೀಮತಿ ಸರಸ್ವತಮ್ಮ ಬಿ. ಮತ್ತು ಶ್ರೀ ಲಕ್ಷ್ಮಪ್ಪ ಸಿ.'

ಅವರಿಗೆ ಈ ಪ್ರೀತಿಯ ಕಾಣಿಕೆ.

ಚೆನ್ನೈನ ಸೆಂಟ್ರಲ್ ರೈಲ್ವೆ ನಿಲ್ದಾಣ, ಬೆಳಿಗ್ಗೆ, ಸುಮಾರು 8 ಘಂಟೆ ಸಮಯ, ಗಲಾಟೆ, ನೂಕುನುಗ್ಗಲು, ಸ್ವಚ್ಛತಾ ಕಾರ್ಯಕ್ರಮ, ತಮ್ಮ ರೈಲಿಗಾಗಿ ಹುಡುಕಾಟ, ದಿನಪತ್ರಿಕೆ ಮಾರಾಟದವನ ಕೂಗು ಒಂದೆಡೆಯಾದರೆ, ಚಾಯ್ ಚಾಯ್ ಸುಡಾ ಸುಡಾ ಚಾಯ್ ಎಂದು ಚಹಾ ಮಾರುವವನ ಕೂಗು ಇನ್ನೊಂದೆಡೆ, ಹೀಗೆ ಬೆಳಗಿನ ರೈಲ್ವೆ ನಿಲ್ದಾಣದ ಚಟುವಟಿಕೆಗಳು ಒಂದೊಂದಾಗಿ ಲವಲವಿಕೆಯಿಂದ ಪ್ರಾರಂಭ ಗೊಂಡಿದ್ದವು. ಚುಕುಬುಕು ಎನ್ನುತ್ತಾ ಕರುನಾಡ ಪ್ರಯಾಣಿಕರನ್ನು ಹೊತ್ತು, ತನ್ನ ಅಂಕಣದಲ್ಲಿ ಬಂದು ನಿಂತಿತು 'ಚೆನ್ನೈ ಎಕ್ಸ್‌ಪ್ರೆಸ್.' ಪ್ರಯಾಣಿಕರೆಲ್ಲಾ ಕಣ್ಣು ಉಜ್ಜುತ್ತಾ, ಮಲಗಿದ್ದ ಬಂಧು-ಬಳಗ-ಸ್ನೇಹಿತರನ್ನು ಎಬ್ಬಿಸುತ್ತಾ ರೈಲಿನಿಂದ ಇಳಿಯಲು ತಯಾರಾದರು.

ಹೀಗೆ ಇಳಿಯಲು ಮುಂದಾದ ಒಬ್ಬ ಅಜ್ಜಿ, ರಾತ್ರಿಯೆಲ್ಲಾ ನಿದ್ರಿಸದೆ ಮೌನವಾಗಿ ಗಾಬರಿಯಿಂದ ಚಿಂತಾಲೋಕದಲ್ಲಿ ಮುಳುಗಿ ತನ್ನ ಎದುರುಗಡೆಯೇ, ಕುಳಿತಿದ್ದ ಹುಡುಗಿ ಈಗ ನಿದ್ರಾಲೋಕಕ್ಕೆ ಜಾರಿರುವುದನ್ನು ಗಮನಿಸಿದರು. ಆಕೆಯ ಬಳಿ ಹೋಗಿ 'ಹೇ ಹುಡುಗಿ, ಸ್ಟೇಷನ್ ಬಂತು, ಏಳಮ್ಮ, ಏಳು' ಎಂದು ಎಬ್ಬಿಸಿದರು. ಆ ಹುಡುಗಿ ಅಜ್ಜಿಯ ಕರೆಗೆ ಎಚ್ಚರಗೊಂಡು, ಗಾಬರಿ, ಹೆದರಿಕೆ, ಅಳುಕಿನಲ್ಲೇ ಎದ್ದಳು, ತನ್ನ ಸಾಮಾಗ್ರಿಗಳೆನ್ನೆಲ್ಲಾ ಒಟ್ಟಾಗಿಸಿಕೊಂಡಳು, ಅದಕ್ಕೆ ಅಜ್ಜಿಯೂ ಸಹಕರಿಸಿದರು. ತನ್ನನ್ನು ಎಬ್ಬಿಸಿ ತನಗೆ ಸಹಕರಿಸಿದ ಅಜ್ಜಿಗೆ ಕೈಮುಗಿದು ಧನ್ಯವಾದ ಸಲ್ಲಿಸಿ ಅಲ್ಲಿಂದ ಹೊರಡಲು ಮುಂದಾದಳು.

ರೈಲಿನ ಬಾಗಿಲಿಗೆ ಬಂದದ್ದೇ ಹೆಜ್ಜೆ ಅಲ್ಲಿಗೆ ನಿಂತಿತು, ಮೆಟ್ಟಿಲಿಳಿದು ನಗರವನ್ನು ಪ್ರವೇಶಿಸುವ ಮುನ್ನ ಮನದಲ್ಲಿ ಪ್ರಶ್ನೆಗಳ ಮಹಾಯುದ್ಧವೇ ನಡೆಯಿತು. 'ತನ್ನ ನಿರ್ಧಾರ ಸರಿಯೇ? ತನ್ನಭವಿಷ್ಯ ಮತ್ತೆ ಇಲ್ಲಿ ಅರಳುವುದೇ, ಒಂಟಿಯಾಗಿ ಇಲ್ಲಿ ಎಲ್ಲಾ ಎದುರಿಸಲು ಸಾಧ್ಯವೇ_ ಹಾಗಾದರೆ ಹೇಗೆ, ಹೀಗಾಗಿ ಬಿಟ್ಟರೆ ಹೇಗೆ' ಹೀಗೆ ಮನದಲ್ಲಿ ಪ್ರಶ್ನೆಗಳ

ಅಲೆಯೇ ಬೀಸಿತ್ತು. ಎರಡು ನಿಮಿಷ ಅಲ್ಲೇ ಕಣ್ಮುಚ್ಚಿ ನಿಂತಳು. ತನ್ನ ಇಷ್ಟದೇವರಾದ ಶಿವನನ್ನು ಮನದಲ್ಲಿ ಪ್ರಾರ್ಥಿಸಿದಳು, ಕಣ್ಣು ಬಿಟ್ಟವಳೇ ಎಲ್ಲಾ ಅಲೆಗಳನ್ನು ದಾಟಿ ಮಹಾಸಾಗರವ ಈಜಲು ಸಿದ್ಧಳಾಗಿ, ಧೈರ್ಯವಾಗಿ ದಿಟ್ಟ ಹೆಜ್ಜೆ ಮುಂದಿಟ್ಟು, ಗೊತ್ತಿರದ ನಗರ ಪ್ರವೇಶ ಮಾಡಿಯೇ ಬಿಟ್ಟಳು, ನಮ್ಮ ಕಥಾನಾಯಕಿ ____ 'ಸಹನಾ'

ಒಂದೆಡೆ ಗೊಂದಲ, ಮತ್ತೊಂದೆಡೆ ದಿಟ್ಟತನ, ಹಾಗೇ ನಡೆಯುತ್ತಾ ಸಿಟಿ ಟ್ಯಾಕ್ಸಿಯೆಡೆ ಬಂದಳು. ಟ್ಯಾಕ್ಸಿ ಚಾಲಕನನ್ನು ಕುರಿತು 'ಸೆಂಥಿಲ್ ನರ್ಸಿಂಗ್ ಹೋಂ' ನತ್ತ ನಡೆಯಲು ಸೂಚಿಸಿದಳು. ಚಿಂತೆಯೆಂಬ ಭೂತ ಬೆಂಬಿಡದೆ ಹಿಂಬಾಲಿಸಿತು. ನರ್ಸಿಂಗ್ ಹೋಂಗೆ ಬಲಗಾಲಿಟ್ಟು ಪ್ರವೇಶಿಸಿದ ಆಕೆ, ನರ್ಸಿಂಗ್ ಹೋಂನ ಮುಖ್ಯಸ್ಥರನ್ನು ಕಾಣಬೇಕೆಂದು ಹೇಳಿದಳು, ಅಲ್ಲಿದ್ದ ಕೆಲಸದವರು ಮುಖ್ಯಸ್ಥರಿರುವ ಕೋಣೆಗೆ ದಾರಿ ತೋರಿದರು, ಕೋಣೆಗೆ ಹೋದ ನಂತರ ಸುಮಾರು ೧೦ ನಿಮಿಷ ಒಳಗೆ ಇಬ್ಬರಿಗೂ ಮಾತುಕಥೆ ನಡೆಯಿತು. ನಂತರ ಮುಖ್ಯಸ್ಥರು ತಮ್ಮ ಕಾಲಿಂಗ್ ಬೆಲ್ ರಿಂಗ್ ಮಾಡಿದರು.

ದೈತ್ಯ ದೇಹ, ಮುಗ್ಧ ಮುಖ, ಹಣೆ ತುಂಬ ಕುಂಕುಮ, ಕೆನ್ನೆ ತುಂಬ ಅರಿಶಿಣ, ತಲೆ ತುಂಬಾ ಮಲ್ಲಿಗೆ, ಬಾರ್ಡರ್ ಸೀರೆ ಉಟ್ಟಿದ್ದ ಆಯಮ್ಮ -- 'ಮುನಿಯಮ್ಮ'ನ ಆಗಮನ, ಗಾಂಭೀರ್ಯವಾಗಿ ಹೇಳಿ ಅಪ್ಪ ಎಂದು ಬಂದು ನಿಂತರು. ಸಂಸ್ಥೆಯ ಮುಖ್ಯಸ್ಥರ ಆದೇಶದಂತೆ ಮುನಿಯಮ್ಮ ಸಹನಾಳನ್ನು ಮೊದಲನೇ ಮಹಡಿಯಲ್ಲಿದ್ದ ಸ್ತ್ರೀ ಮತ್ತು ಪ್ರಸೂತಿ ರೋಗ (OBG) ವಿಭಾಗದ ಮುಖ್ಯಸ್ಥರ ಕೊಠಡಿಗೆ ಕರೆದೊಯ್ದರು. ವಿಭಾಗದ ಮುಖ್ಯಸ್ಥರಿಗೆ ತಮ್ಮ ಸಂಸ್ಥೆ ಮುಖ್ಯಸ್ಥರೇಳಿದ ಮಾತನ್ನು ಹೇಳಿ ಅಲ್ಲಿಂದ ಹೊರನಡೆದರು.

ಸಹನಾಳನ್ನು ಕಂಡ ಮುಖ್ಯಸ್ಥರು ಮುಗುಳು ನಗೆಯಿಂದ ಹಾಯ್ ಡಾ|| ಸಹನಾ, ನಮ್ಮ ಆಸ್ಪತ್ರೆಗೆ ಸ್ವಾಗತ, ನಾನು ಡಾ|| ಪ್ರಿಯ ಪಿಳ್ಳೈ, ಈ ವಿಭಾಗದ ಮುಖ್ಯಸ್ಥೆ ಎಂದು ತಮ್ಮ ಪರಿಚಯ ಮಾಡಿಕೊಂಡರು. ಸಹನಾ ನಕ್ಕು ಹಾಯ್ ಎಂದಳು. ಇಬ್ಬರೂ ಕೂತುಕೊಂಡು ಮಾತು ಮುಂದುವರೆಸಿದರು. ಪ್ರಿಯರವರು ನಿಮ್ಮ ಸ್ನೇಹಿತೆ, ಡಾ|| ಪರಮೇಲು ತನ್ನ ಶಿಷ್ಯೆ, ಆಕೆ ಕರೆಮಾಡಿ ನಿಮ್ಮ ಬಗೆಯೆಲ್ಲಾ ತಿಳಿಸಿ, ನೀವು ನಮ್ಮೊಂದಿಗೆ

ಕೆಲಸ ಮಾಡಲು ಇಂಗಿತ ವ್ಯಕ್ತಪಡಿಸುತ್ತಿರುವ ಬಗೆಗೆ ಹೇಳಿ, ನಿಮಗೆ ಸಹಕರಿಸಬೇಕಾಗಿ ಕೇಳಿಕೊಂಡಳು. ನಿಮ್ಮ, ಪ್ರತಿಭೆ, ನಿಮ್ಮ ಆಸಕ್ತಿ, ನೀವು ಕರ್ನಾಟಕದಲ್ಲಿ ನಿಮ್ಮ ಆಸ್ಪತ್ರೆಯಲ್ಲಿ ಮಾಡಿದ ಕೆಲಸಗಳು, ನಿಮ್ಮ ಕೆಲಸದ ವೈಖರಿ ಎಲ್ಲಾ ಕೇಳಿ ಬಹಳ ಸಂತೋಷವಾಯಿತು. ನಿಮ್ಮ ಕೆಲಸದಲ್ಲಿನ ಶ್ರದ್ಧೆ, ಎಲ್ಲವನ್ನೂ ಎದುರಿಸುವ ಛಲ ನನ್ನನ್ನು ಆಕರ್ಷಿಸಿತು. ಚಿಕ್ಕ ವಯಸ್ಸಾದರೂ ನಿಮ್ಮ ಧೈರ್ಯ ಮೆಚ್ಚುವಂತದ್ದು, ನಿಮ್ಮಂತಹ ಒಬ್ಬ ಯುವ ಗೈನಕಾಲಜಿಸ್ಟ್ ನಮ್ಮೊಂದಿಗೆ ಕೆಲಸ ಮಾಡುತ್ತೀರ ಅಂದರೆ ನಮಗೆ ಹೆಮ್ಮೆಯೆಂದೇ ಭಾವಿಸಿ ನಾನು ಸಂಸ್ಥೆಯ ಮುಖ್ಯಸ್ಥರಲ್ಲಿ ಮಾತನಾಡಿ ನಿಮಗೆ ಇಲ್ಲಿ ಕೆಲಸ ನೀಡುವಂತೆ ಶಿಫಾರಸ್ಸು ಮಾಡಿದೆ. ನೀವು ಅಲ್ಲಿಂದ ಇಲ್ಲಿಗೆ ಬಂದ ಉದ್ದೇಶದ ಬಗೆಗೆ ಕುತೂಹಲವಿರುವುದು ಸಹಜ, ಆದರೆ ಅದನ್ನು ಕೆಣಕುವ ಆಸಕ್ತಿಯಿಲ್ಲ ಎನ್ನುತ್ತಾ, ನೋಡಿ, ಈ ಆಸ್ಪತ್ರೆಯಲ್ಲಿ ಬಹುಪಾಲು ಕನ್ನಡಿಗರೇ ಇದ್ದಾರೆ, ನಮ್ಮಲ್ಲಿ ಬರುವ ಹೆಚ್ಚು ರೋಗಿಗಳು ಕನ್ನಡಿಗರೇ ಇರುತ್ತಾರೆ. ನಿಮಗೆ ತಮಿಳು ಚೆನ್ನಾಗೇ ಬರುತ್ತಿದೆಯೆಂದು ಕೇಳಲ್ಪಟ್ಟೆ, ನಿಮಗೆ ಯಾವ ಕಷ್ಟವೂ ಆಗುವುದಿಲ್ಲ. ಎಲ್ಲರೂ ಹೊಂದಾಣಿಕೆಯಿಂದ ಕೆಲಸ ಮಾಡುತ್ತಾರೆ. ಇಲ್ಲಿ ನಮ್ಮ ಧ್ಯೇಯ ಒಂದೇ, ನಮ್ಮಲ್ಲಿ ಬರುವ ರೋಗಿಗಳಿಗೆ ಒಳ್ಳೆ ಸೇವೆ ನೀಡುವುದು, ಅವರ ನೋವನ್ನು ನಿವಾರಿಸುವುದು, ಅವರು ಇಲ್ಲಿಂದ ಹೊರನಡೆಯುವಾಗ, ಅವರು ನಮ್ಮ ಸೇವೆಯಿಂದ ತೃಪ್ತಿಯಾಗಿ ಹೊರನಡೆಯಬೇಕು, ನಿಮ್ಮಲ್ಲಿರುವ ಸಾಮಾರ್ಥ್ಯಕ್ಕೆ ನೀವು ಅದನ್ನು ಸರಾಗವಾಗಿ ಮಾಡಬಲ್ಲಿರಿ ಎಂಬ ವಿಶ್ವಾಸವುಂಟು, ಯಾವುದೇ ಅಂಜಿಕೆಯಿಲ್ಲದೆ ಇಲ್ಲಿ ನಿಮ್ಮ ವೃತ್ತಿಯನ್ನು ಆರಂಭಿಸಿ, ಏನೇ ಸಹಾಯ ಬೇಕಾದರೂ ಕೇಳಿ ಎಂದು ಆತ್ಮೀಯವಾಗಿ ಆಕೆಯನ್ನು ತಮ್ಮ ವಿಭಾಗಕ್ಕೆ ಮತ್ತೆ ಸ್ವಾಗತಿಸಿದರು.

ನಂತರ ವಿಭಾಗದ ಎಲ್ಲಾ ವೈದ್ಯರು ಹಾಗೂ ಸಿಬ್ಬಂಧಿಯನ್ನು ಕರೆಸಿ – ಈಕೆ ಡಾ॥ ಸಹನಾ MS, OBG, ಕನ್ನಡದವರೇ, ಇಂದಿನಿಂದ ನಮ್ಮೊಂದಿಗೆ ಸಹೋದ್ಯೋಗಿಯಾಗಿ ಸೇರಲಿದ್ದಾರೆ, ಎಲ್ಲರೂ ಅವರೊಂದಿಗೆ ಸಹಕರಿಸಿ, ಎಂದು ಹೇಳಿ, ಉಳಿದ ಎಲ್ಲಾ ಸಿಬ್ಬಂಧಿಯನ್ನು ಸಹನಾಳಿಗೆ ಪರಿಚಯಿಸಿದರು. ಹೀಗೆ ಡಾ॥ ಸಹನಾಳ ವೃತ್ತಿ ಜೀವನದ ಮತ್ತೊಂದು ಮೈಲಿಗಲ್ಲಿಗೆ ಆಕೆ ಪಾದವಿರಿಸಿದಳು.

ಇತ್ತ ಮುನಿಯಮ್ಮ, ಸಹನಾಳನ್ನು ನೋಡಿ, ಇಷ್ಟು ಚಿಕ್ಕ ವಯಸ್ಸಿಗೆ ಈಕೆ ಗೈನಕಾಲಜಿಸ್ಟ್?? ಎಂದು ಬೆರಗಾಗಿ ನಿಂತರು. ಯಾರಿಗಾದರೂ ಹಾಗೆ ಅನಿಸಲೇಬೇಕು, ತೆಳ್ಳಗೆ, ಬೆಳ್ಳಗೆ, ಗೊಂಬೆಯಂತ, ಕೋಲು ಮುಖದ, ಗುಂಗುರು ಕೂದಲು ಚೆಂದುಳ್ಳಿ ಚೆಲುವೆ ನಮ್ಮ ಸಹನಾ, ಯಾವುದೋ ಕಾಲೇಜು ಹುಡುಗಿಯೇನೋ ಎಂಬಂತ್ತಿತ್ತು ಆಕೆಯ ಸೌಂದರ್ಯ. ಚಿಕ್ಕ ವಯಸ್ಸಲ್ಲೇ ಪಿಜಿ ಮುಗಿಸಿ ಎರಡು ವರ್ಷ ತನ್ನ ಊರಲ್ಲೇ ಕೆಲಸ ಮಾಡಿದ್ದ ಆಕೆ, ತನ್ನ ಕೆಲಸ ವೈಖರಿಯಿಂದ, ಅಲ್ಲಿ ಒಳ್ಳೆ ಹೆಸರು ಮಾಡಿದ್ದಳು, ಅನುಭವಿಗಳನ್ನು ಮೀರಿಸುವಂತೆ ತನಗೆ ಬರುವ ರೋಗಿಗಳನ್ನು ಸಂಬಾಲಿಸಿ ಎಲ್ಲರೂ ಮೂಗು ಮೇಲೆ ಬೆರಳಿಡುವಂತೆ ಅಚ್ಚರಿ ಮೂಡಿಸಿದ್ದಳು. ಇದೇ ಕಾರ್ಯಕೌಶಲ್ಯವವೇ ಅವಳು ಚೆನ್ನೈನಲ್ಲಿ ಜೀವಿಸಬೇಕೆಂಬ ಆಸೆಗೆ ಆಸರೆಯಾಗಿ ಡಾ|| ಪ್ರಿಯರವರನ್ನು ಆಕರ್ಷಿಸಿ 'ಸೆಂಥಿಲ್ ನರ್ಸಿಂಗ್ ಹೋಂ'ನ ಭಾಗವಾಗಿ ಅವಳನ್ನು ತಂದು ನಿಲ್ಲಿಸಿತ್ತು.

ತನಗೆ ಸಿಕ್ಕ ಪ್ರೀತಿಯ ಸ್ವಾಗತ ಸಹನಾಳಿಗೆ ತನ್ನ ನಿರ್ಧಾರದ ಬಗ್ಗೆ ಇನ್ನೂ ನಂಬಿಕೆ ಆತ್ಮವಿಶ್ವಾಸ ತಂದಿತು. ಮರುದಿನದಿಂದ ಕೆಲಸಕ್ಕೆ ಬರುವುದಾಗಿ ಹೇಳಿ, ಅಲ್ಲಿಂದ ಹೊರನಡೆದಳು. ತನ್ನ ಮೊಬೈಲ್‌ನಲ್ಲಿ ಹತ್ತಿರವಿರುವ ಹೋಟೆಲ್‌ಗಳ ಬಗ್ಗೆ ಮಾಹಿತಿ ಸಂಗ್ರಹಿಸಿದಳು. ಆ ಮಾಹಿತಿಯ ಬೆನ್ನತ್ತಿ, ಅಲ್ಲೇ ಹತ್ತಿರವಿದ್ದ ಒಂದು ಹೋಟೆಲ್ ಕಡೆ ನಡೆದಳು. ತನ್ನ ಹೆಸರಲ್ಲೊಂದು ಕೋಣೆ ತೆಗೆದುಕೊಂಡಳು, ಅಂದು ಅಲ್ಲಿ ಉಳಿಯಲು ಒಂದು ವ್ಯವಸ್ಥೆ ಮಾಡಿಕೊಂಡಳು. ತನ್ನ ಸಾಮಾಗ್ರಿಗಳನ್ನು ಇರಿಸಿ ಸ್ವಲ್ಪ ಉಪಹಾರ ಸೇವಿಸಿ, ವಿಶ್ರಾಂತಿಸಿದಳು.

ಎದ್ದವಳೇ ಬಾಲ್ಕನಿಯಲ್ಲಿ ಕುಳಿತು, ಚೆನ್ನೈ ನಗರವನ್ನು ಹಾಗೇ ದಿಟ್ಟರಿಸಿ ನೋಡಿದಳು. ಗಜಿಬಿಜಿ, ಇಕ್ಕಟ್ಟಿನ ರಸ್ತೆಗಳು, ರಸ್ತೆ ಬದಿಯಲ್ಲಿ ಅಲ್ಲಲ್ಲಿ ಕಾಣಸಿಗುವ ಗುಡಿಸಲುಗಳು, ಅಲ್ಲೇ ಸೆರಗು ಸೊಂಟಕ್ಕೆ ಸಿಗಿಸಿ ಮಕ್ಕಳಿಗೆ ಒಲೆಯಲ್ಲಿ ಅಡಿಗೆ ತಯಾರುಮಾಡುತ್ತಿರುವ ಹೆಂಗಸರು, ಗುಡಿಸಲಲ್ಲೇ, ಜೀವನ ನಡೆಸಿದರೂ ಸ್ವಾಭಿಮಾನದಿಂದ ಕೆಲಸ ಮಾಡುತ್ತಿರುವ ಶ್ರಮ ಜೀವಿಗಳ ಒಂದು ಗುಂಪು, ಕಾರ್‌ನಲ್ಲಿ ಬೀಗುತ್ತಾ ಅತಿಬುದ್ಧಿವಂತರಂತೆ ನಡೆಯುವ ಬುದ್ಧಿಶಾಲಿಗಳ ಮತ್ತೊಂದು ಗುಂಪು, ಸಾಲು ಸಾಲು ಹೋಟೆಲ್‌ಗಳು, ಟ್ರಾವೆಲ್ ಏಜನ್ಸಿಗಳು.... ಎಲ್ಲಾ

ವಿಧದ ಸಮಾಜದ ಎಲ್ಲಾ ವಿಭಾಗದ ಮಿಶ್ರಣದಂತೆ ನಗರ ಅವಳ ಕಣ್ಣಿಗೆ ಬಿತ್ತು. ಇಂತಹ ಊರಲ್ಲಿ ಒಂಟಿಯಾಗಿ ತನ್ನ ಜೀವನ ಕಟ್ಟಿಕೊಳ್ಳಲು ಬಂದ ಆಕೆಯ ನಿರ್ಧಾರವನ್ನು ಮನಸ್ಸು ಮತ್ತೆ ಪ್ರಶ್ನಿಸಿತು. ಪ್ರಶ್ನೆ ಎಷ್ಟೇ ಬಾರಿ ಪ್ರಶ್ನಿಸಿದರೂ, ಉತ್ತರ ಒಂದೇಯಿತ್ತು, ನಿರ್ಧಾರ ಗಟ್ಟಿಯಿತ್ತು.

ಅಲ್ಲಿಂದ ಹೋಟೆಲ್ ಮ್ಯಾನೇಜರ್ ಬಳಿ ನಡೆದ ಆಕೆ, ಹತ್ತಿರದಲ್ಲಿ ಎಲ್ಲಿಯಾದರೂ ಆಕೆ ತಂಗಲು ಬಾಡಿಗೆಗೆ ಮನೆ ದೊರಕುವುದೇ, ಮಾಹಿತಿಯಿದ್ದರೆ ತಿಳಿಸಿ ಎಂದು ವಿನಂತಿಸಿದಳು. ಮ್ಯಾನೇಜರ್ ವಿಚಾರಿಸಿ ಹೇಳುವುದಾಗಿ ಹೇಳಿದರು. ಮನೆ ಸಿಗುವವರೆಗೂ ಅಲ್ಲೇ ಉಳಿಯುವುದಾಗಿ ನಿರ್ಧರಿಸಿ, ಮತ್ತೆ ತನ್ನ ಕೋಣೆ ಸೇರಿಕೊಂಡು ಮನದಲ್ಲಿ ನಡೆಯುತ್ತಿದ್ದ ಯುದ್ಧದಲ್ಲಿ ತನ್ನ ಉತ್ತರದ ಬಾಣಗಳನ್ನು ಬೀಸತೊಡಗಿದಳು.

ಸಂಜೆ ಮ್ಯಾನೇಜರ್ ಒಂದೆರೆಡು ಮನೆಗಳು ಬಾಡಿಗೆಗೆ ಉಂಟು ಎಂದು ಹೇಳಿ ಕಳುಹಿಸಿದರು. ಆಕೆ ಅವರಿಂದ ವಿಳಾಸ ತಿಳಿದುಕೊಂಡು ಆ ಮನೆಗಳತ್ತ ಹೊರಟಳು. ಆದರೆ ಆಕೆಗೆ ಒಪ್ಪುವಂತೆ ಯಾವ ಮನೆಯೂ ಇರಲಿಲ್ಲ. ನೋಡಿದ ಒಂದೊಂದು ಮನೆಯಲ್ಲೂ ಅವಳ ಒಂಟಿ ಜೀವನಕ್ಕೆ ಅಡ್ಡಲಾಗುವಂತ ಅಂಶಗಳು ಎದ್ದು ಕಾಣತೊಡಗಿದವು. ನಿಧಾನವಾದರೂ ಒಳ್ಳೆಯ ಮನೆಯೇ ಹುಡುಕಬೇಕೆಂದು ನಿರಾಶೆಯಿಂದ ಹೋಟೆಲ್‌ಗೆ ವಾಪಾಸ್ಸಾಗಿ ಮಲಗಿಬಿಟ್ಟಳು.

ಬೆಳಗಾಯಿತು, ಹೋಟೆಲ್‌ನಲ್ಲಿ ಕಾರ್ತಿಕೇಯನ ಸುಪ್ರಭಾತ ಪ್ರಾರಂಭವಾಯಿತು. ಸಹನಾಳಿಗೆ ಎಚ್ಚರವಾಯಿತು, ಸ್ನಾನ ಮುಗಿಸಿ, ತನ್ನೊಂದಿಗೆ ತಂದಿದ್ದ ಶಿವಲಿಂಗವನ್ನು ಮೇಜಿನ ಮೇಲಿರಿಸಿ ಕೈಮುಗಿದು ತನ್ನ ನಿರ್ಧಾರಕ್ಕೆ, ಜೀವನದ ಮುಂದಿನ ಪಯಣಕ್ಕೆ ಬೆಂಗಾವಲಾಗಿ ನಿಂತು ಸಹಕರಿಸುವಂತೆ ಶ್ರೀ ಮಂಜುನಾಥನನ್ನು ಭಕ್ತಿಯಿಂದ ಪ್ರಾರ್ಥಿಸಿದಳು. ತಿಂಡಿ–ಕಾಫಿ ಮುಗಿಸಿ ನರ್ಸಿಂಗ್ ಹೋಂನತ್ತ ನಡೆದಳು.

ಆಸ್ಪತ್ರೆಯ ಗೇಟ್‌ನಲ್ಲೇ ಮುನಿಯಮ್ಮ ಮೊದಲಾದರು, ನಮಸ್ತೇ ಮೇಡಂ ತಿಂಡಿ ಆಯ್ತಾ ಎಂದು ನಗುತ್ತಾ ವಿಚಾರಿಸಿದರು. ತನ್ನ ಅಮ್ಮನ ವಯಸ್ಸಿನ ಮುನಿಯಮ್ಮನನ್ನು ಕಂಡ ಸಹನಾ, ಆಕೆಯನ್ನು ಕುರಿತು ನಿಮ್ಮ ಹೆಸರೇನು? ನಿನ್ನೆ ನೀವೇ ಅಲ್ಲವೇ ನನ್ನನ್ನು ಕರೆದೊಯ್ದದ್ದು ಎಂದಳು. ಹೂಂ ನಾನೇ ನಾನೇ, ನನ್ನ ಹೆಸರಾ ಮುನಿಯಮ್ಮ

ಅಂತಾನಮ್ಮ ಎಂದು ರಾಗ ಎಳೆದರು. ಎಷ್ಟು ವರ್ಷದಿಂದ ಇಲ್ಲಿದ್ದೀರಾ, ಕರ್ನಾಟಕದಿಂದ ಇಲ್ಲಿಗೇಕೆ ಬಂದಿರಿ ಎಂದಳು. ಮುನಿಯಮ್ಮ ದೇಸೀ ಸೊಗಡಿನಲ್ಲಿ ಮುಂದುವರಿಸಿ, ಅವ್ವಾ ನಾವು ಹುಟ್ಟಿದ್ದೇ ಇಲ್ಲಿ, ನಮ್ಮ ಅಮ್ಮ- ಅಪ್ಪನ ಕಾಲದಿಂದಲೂ ಇಲ್ಲೇ ಇರೋದು, ಕೂಲಿ ಕೆಲಸಕ್ಕೆ ಅವರು ಇಲ್ಲಿಗೆ ವಲಸೆ ಬಂದ್ರು, ಹಂಗಾಗಿ ನಾವು ಇಲ್ಲಿ ಬೆಳೆದ್ವಿ, ಇಲ್ಲೇ ನಮ್ಮ ಮಾವನ ಮಗಂಗೆ ಮದುವೆ ಮಾಡಿಕೊಟ್ರು, ಅವ್ನು, ಲಾರಿ ಹೋಡಿಸೋಕೆ ಹೋಗ್ತಾನೆ, ಆ ಕಂಪನಿ ಸಾಹೇಬ್ರು ಮಗ ಇಲ್ಲೇ ಡಾಕುಟ್ರು, ನನ್ ಕಂಡ್ರೆ ಶಾನೆ ಪಿರೂತಿ, ಮನೇಲಿ ಯಾಕೆ ಸುಮ್ನೆ ಕೂರ್ತೀಯಾ ಅಂತ ಇಲ್ಲಿಗೆ ಸೇರಿಸಿದ್ದಾರೆ, 5 ವರ್ಷ ಆಯ್ತುಮ್ಮ ಇಲ್ಲಿಗೆ ಬಂದು, ಇಲ್ಲೇ ಕಸಗಿಸ ಗುಡಿಸಿಕೊಂಡು, ಡಾಕುಟ್ರು ಹೇಳೋ ಕೆಲಸ ಮಾಡ್ಕೊಂಡು ಚೆನ್ನಾಗಿವ್ನಿ ಅಂತ ಪಟಪಟ ಮಾತಾಡಿಕೊಂಡು ಸಹನಾ ಕೊಠಡಿಯವರೆಗೂ ಸಹನಾ ಜೊತೆ ನಡೆದರು. ಚೆನ್ನೈನಲ್ಲಿದ್ದರೂ ದೇಸೀ ಸೊಗಡಲ್ಲಿ ಕನ್ನಡ ಮಾತಾಡುವ ಅಮ್ಮನ ಮಾತಿನ ಮೋಡಿಗೆ ಬೆರಗಾಗಿ ತಲೆಯಾಡಿಸುತ್ತಾ ಸಹನಾ ನಡೆದಳು.

ಕೊಠಡಿ ತೋರಿಸಿದ ಮುನಿಯಮ್ಮ, ಇನ್ನು ನಿಮ್ಮ ಕೆಲಸ ಮುಂದುವರೆಸಿ, ಏನಾದರು ಬೇಕಾದರೆ ಕರೆಯಿರಿ ಎಂದು ಹೇಳಿ ಹೊರಟರು. ಹೊಸ ಜಾಗದಲ್ಲಿ ತನ್ನ ಕೆಲಸ ಪ್ರಾರಂಭಿಸಿದಳು ಸಹನಾ.

ಕೆಲಸ ಮಾಡುವ ಜಾಗ ಹೊಸದಿತ್ತು. ಆದರೆ ಮಾಡುವ ಕೆಲಸ ಅದೇ ಆಗಿತ್ತು. ತನ್ನಲ್ಲಿ ಬರುವ ರೋಗಿಗಳನ್ನು ಚೆನ್ನಾಗಿ ಸಂಬಾಲಿಸಿ, ಅವರ ಪ್ರಶ್ನೆಗಳಿಗೆ ಉತ್ತರಿಸಿ, ಅವರ ನೋವನ್ನು ನಿವಾರಿಸಿ ಕಳುಹಿಸುತ್ತಾ ಅವಳ ಕಾಯಕ ಮಾಡತೊಡಗಿದಳು. ಮೊದಲೊಂದೆರೆಡು ರೋಗಿಗಳನ್ನು ನೋಡುವಾಗ ಸ್ವಲ್ಪ ಹೊಸತನದ ಅಂಜಿಕೆ ಕಾಡಿದರೂ ನಂತರ ಅಂಜಿಕೆ ಮರೆಯಾಗಿ ಮಾಮೂಲಿನಂತೇ ತನ್ನ ಕೆಲಸ ಮುಂದುವರೆಸಿದಳು. ಬೆಳಗಿನ ಕಾಫಿ ವಿರಾಮದ ಸಮಯವಾಯ್ತು, ಮುನಿಯಮ್ಮ ರೋಗಿಗಳಿಗೆಲ್ಲಾ ಸ್ವಲ್ಪ ಕಾಯುವಂತೆ ಹೇಳಿ ಒಂದು ಕೈಲಿ ಚಹಾ ಹಿಡಿದು, ಮತ್ತೊಂದು ಕೈಲಿ ಬಿಸ್ಕತ್ ಹಿಡಿದು ನಸುನಗತ್ತಾ, ಹೊಸ ಜಾಗ ಕಷ್ಟ ಆಯ್ತಾ ಅಮ್ಮ ಅಂತ ಬಂದರು. ಸಹನಾ ನಗುತ್ತಾ ಹಂಗೇನಿಲ್ಲ ಏನು ತೊಂದರೆಯಿಲ್ಲ ಅಮ್ಮ ನಿಮ್ಮದಾಯಿತಾ ಚಹಾ ಅಂದಳು. ಇಲ್ಲಮ್ಮ ನಿಮ್ಮದೆಲ್ಲಾ ಆದ ಮೇಲೆ ನಂದು ಕುಡೀರಿ ಅಂತ

ಚಹಾ, ಬಿಸ್ಕತ್ ಮೇಜಿನ ಮೇಲಿರಿಸಿದಳು. ಆ ವಯಸ್ಸಲ್ಲೂ ನಸುನಗತ್ತಾ, ಆ ಬೃಹತ್ ದೇಹವಿದ್ದರೂ ಆಯಾಸವಿಲ್ಲದೆ ಲವಲವಿಕೆಯಿಂದ ಮುನಿಯಮ್ಮ ಓಡಾಡುವ ಪರಿ ಸಹನಾಳನ್ನು ಆಕರ್ಷಿಸಿತ್ತು. ಬಹಳ ವರ್ಷದಿಂದ ಮುನಿಯಮ್ಮ ಇಲ್ಲಿಯೇ ಇರುವುದರಿಂದ ಈ ಊರಿನ ಬಗ್ಗೆ ಚೆನ್ನಾಗಿ ಗೊತ್ತಿರುತ್ತದೆ, ತಾನು ಮನೆ ಹುಡುಕಲು ಇವರ ಸಹಾಯ ಪಡೆದುಕೊಳ್ಳಬಹುದೆಂದು ಆಲೋಚಿಸಿ, ಅಮ್ಮ ನಿಮ್ಮಿಂದ ನನಗೊಂದು ಸಹಾಯವಾಗಬೇಕು, ಇಲ್ಲಿ ನಿಮಗೆ ತಿಳಿದಿರುವ ಯಾವುದಾದರೂ ಮನೆ ಬಾಡಿಗೆಗೆ ಇದೆಯೇ, ಇದ್ದರೆ ದಯಮಾಡಿ ತಿಳಿಸಿ ಎಂದಳು. ಮುನಿಯಮ್ಮ ಮನೆಯೇ? ಯಾರಿಗೆ ನಿಮಗಾ?? ಈಗ ನೀವು ಎಲ್ಲಿದ್ದೀರಾ?? ನಿಮ್ಮ ಜೊತೆ ಯಾರೂ ಇಲ್ಲವೇ?? ನಾನೇನೋ ನೀವು ಈ ಊರಲ್ಲಿ ಗೊತ್ತಿರುವವರ ಜೊತೆ ಇರಲು ಬಂದಿದ್ದೀರಿ ಅಂದುಕೊಂಡೆ ಅಂತ ತನ್ನ ಅನುಮಾನಗಳನ್ನು ಕೇಳಿದರು, ಸಹನಾ ತನ್ನವರೆಲ್ಲಾ ಕರ್ನಾಟಕದಲ್ಲೇ ಇದ್ದು ತಾನೊಬ್ಬಳೇ ಇಲ್ಲಿ ಇರಲು ಕೆಲಸದ ಸಲುವಾಗಿ ಬಂದೆ ಎಂದಳು. ಅದನ್ನು ಕೇಳಿದ ಮುನಿಯಮ್ಮ ಹೋ ಹಾಗಾ ನೀವೊಬ್ಬರೇ ಇರಬೇಕಾ?? ಹಂಗಾದರೆ ಒಳ್ಳೆ ಮನೆನೇ ಬೇಕು ಎಂದು ಆಲೋಚಿಸಿದವಳೇ ಒಂದು ನಿಮಿಷ ಬಂದೆ ಅಂತ ಅಲ್ಲಿಂದ ಹೊರಟುಬಿಟ್ಟಳು. ಸಹನಾಗೆ ಮುನಿಯಮ್ಮನ ವರ್ತನೆ ಪ್ರಶ್ನಾರ್ಥಕವಾದರು ತಲೆಕೆಡಿಸಿಕೊಳ್ಳದೇ ಕೆಲಸ ಮುಂದುವರೆಸಿದಳು.

ಮಧ್ಯಾಹ್ನ ಊಟದ ವೇಳೆಗೆ ಮತ್ತೆ ಮುನಿಯಮ್ಮ ಸಹನಾಳ ಬಳಿ ಬಂದರು. ಅಮ್ಮಾವ್ರೆ ಮನೆ ಬೇಕು ಅಂದ್ರಲ್ಲ, ಬನ್ನಿ ನನ್ನ ಜೊತೆ ಅಂತ ಕೈಹಿಡಿದು ಕರೆದುಕೊಂಡು ಹೊರಟರು. ಸಹನಾ ಎಲ್ಲಿಗೆ ಅಂತ ಗೊತ್ತಿಲ್ಲದೆ ಸುಮ್ಮನೆ ಅವರ ಹಿಂದೆ ನಡೆದಳು. ಮುನಿಯಮ್ಮ ಅವಳನ್ನು ಆ ಆಸ್ಪತ್ರೆಯ ಸ್ಕ್ಯಾನಿಂಗ್ ರೂಂಗೆ ಕರೆದೊಯ್ದರು.

ಅಲ್ಲಿ ಹೋಗಿದ್ದೇ ಚಿಕ್ಕೆಜಮಾನ್ರೆ, ನಾನೇಳಿದ್ನಲ್ಲ ಇವರೇ ಆ ಮೇಡಂ ಅಂತ ಅಲ್ಲೇ ಸ್ಕ್ಯಾನಿಂಗ್ ಮಿಷಿನ್ ಮುಂದೆ ಕೂತಿದ್ದ, ಆರಡಿ ಎತ್ತರ, ಆಕರ್ಷಿಸುವ ಮೈಕಟ್ಟು, ಗುಂಡು ಮುಖ, ಕಣ್ಣಿ ಮೇಲೆ ಕನ್ನಡಕ, ಮೊಗದಲ್ಲೊಂದು ಗಾಂಭೀರ್ಯ ಹೊಂದಿದ್ದ ಡಾ॥ ಅಮಿತ್‌ನನ್ನು ಕುರಿತು ಹೇಳಿದರು. ಅಮಿತ್ ತಿರುಗಿದವರೇ ಸಹನಾಳನ್ನು ನೋಡಿ, ಹಾಯ್, ನಾನು ಡಾ॥ ಅಮಿತ್, ಈ ನರ್ಸಿಂಗ್ ಹೋಂನ ಕನ್ಸಲ್‌ಟೆಂಟ್

ರೇಡಿಯೋಲಾಜಿಸ್ಟ್ ಅಂತ ತನ್ನ ಪರಿಚಯ ಮಾಡಿಕೊಂಡರು. ಸಹನಾಳು ನಗೆಬೀರಿ ತನ್ನ ಪರಿಚಯ ಮಾಡಿಕೊಂಡಳು.

ತಕ್ಷಣ ಮುನಿಯಮ್ಮ, ಚಿಕ್ಕೆಜಮಾನ್ರೆ, ಇವರಿಗೆ ಮನೆ ಬೇಕಂತೆ ಹೇಳಿದ್ನಲ್ಲ, ನೀವು ಬೇಗ ಮನೆ ಕೊಡಿಸಿ, ಪಾಪ ಒಂಟಿ ಹೆಣ್ಮಗ ಹೋಟೆಲ್‌ನಲ್ಲೈತೆ ಅಂತ ಹಠಕ್ಕೇ ಬಿದ್ದರು, ಅಮಿತ್ ನಗುತ್ತಾ ಸಹನಾ ಕುರಿತು, ನಮ್ಮ ಮುನಿಯಮ್ಮನೇ ಹಾಗೆ, ಅವರಿಗೆ ಯಾರಾದರೂ ಏನಾದರೂ ಕೇಳಿಬಿಟ್ಟರೆ ಆ ಕೆಲಸ ಮಾಡಿಕೊಡುವವರೆಗೂ ಅವರು ಬಿಡಲ್ಲ ಅಂದರು. ಸುಮ್ಮನಿರಿ ಬುದ್ಧಿ ಎಂದು ನಾಚುತ್ತಾ ಮುನಿಯಮ್ಮ, ಅದೇ ಅಮ್ಮ ನಾನು ಬೆಳಿಗ್ಗೆ ಹೇಳಿದ್ನಲ್ಲ, ನಮ್ಮ ಗಂಡನ ಕೆಲಸದ ಯಜಮಾನ್ರು ಮಗ... ಇವರೇ ಅಮಿತಪ್ಪ, ಇವರು ನಿಮಗೆ ಮನೆ ಕೊಡಿಸ್ತಾರೆ ಬಿಡಿ ಅಂದರು.

ಅಮಿತ್ ಬಂದವನೇ ಮುನಿಯಮ್ಮನ ಹೆಗಲ ಮೇಲೆ ಕೈಹಾಕಿ, ಮುನಿಯಮ್ಮ ಒಂಥರಾ ನಂಗೆ ಅಮ್ಮ ಇದ್ದಂಗೆ, ಇವರು ಶಿಫಾರಸ್ಸು ಮಾಡಿದ ಮೇಲೆ ಕೊಡಿಸೋಕ್ಕಾಗೊಲ್ಲಾ ಅನ್ನೋದುಂಟೇ... ಕೊಡಿಸಿಲ್ಲ ಅಂದ್ರೆ ಇವರು ಬಿಡ್ತಾರಾ ಈಗ ಸ್ವಲ್ಪ ಕೆಲಸವಿದೆ, ಕ್ಷಮಿಸಿ, ಸಂಜೆ ಕೆಲಸ ಮುಗಿದ ಮೇಲೆ ಸಿಗ್ತೀನಿ, ಮನೆ ನೋಡೋಕೆ ಹೋಗೋಣ, ಬರ್ತೀನಿ... ಅವರಿಗೆ ಮನೆ ಕೊಡಿಸೋ ಜವಾಬ್ದಾರಿ ನಂದು ಆಯ್ತಾ ಮುನಿಯಮ್ಮ ಅಂತ ನಗುತ್ತಾ ಹೊರಟನು.

ಅಮಿತ್ ಆ ಕಡೆ ಹೋದದ್ದೇ ಮುನಿಯಮ್ಮ, ಚಿಕ್ಕೆಜಮಾನ್ರಿಗೆ ಹೇಳಾಯ್ತಲ್ಲ, ಚಿಂತಿಸಬೇಡಿ, ಬಿಡಿ, ಅವರಿಗೆ ಊರು ಚೆನ್ನಾಗಿ ಗೊತ್ತು, ಅಲ್ಲದೇ ಅವರು ಬಹಳ ಶ್ರೀಮಂತರು, ಅವರೇ ಎಷ್ಟೋ ಮನೆ ಬಾಡಿಗೆಗೆ ಕೊಟ್ಟಿದ್ದಾರೆ, ಅವರದ್ದೇ ಖಾಲಿ ಇದ್ರೆ ಇನ್ನಾ ಅನುಕೂಲ. ಏನೋ ಕೆಲಸಕ್ಕೆ ಹೋಗಿದ್ದಾರೆ, ಸಂಜೆ ಕೆಲಸ ಮುಗಿಸಿ, ನಾನು ನೀವು ಅಮಿತಪ್ಪ ಮನೆ ಹುಡುಕೋಣ, ಹಂಗೆಲ್ಲಾ ಹೆಣ್ಮಕ್ಕಳು ಒಬ್ರೊಬ್ರೆ ಹೋಟೆಲ್‌ನಲ್ಲಿ ಇರಬಾರದು. ನಿನ್ನೇನ್ನೇ ಕೇಳೋದಲ್ವಾ ಅಂತ ಬುದ್ಧಿ ಮಾತು ಹೇಳಿದರು. ಎಲ್ಲವೂ ಇಷ್ಟು ಸುಲಭವಾಗಿ ನಡೆಯುತ್ತಿರುವುದು ಸಹನಾಳಿಗೆ ನಂಬೋಕೆ ಆಗುತ್ತಿರಲಿಲ್ಲ. 'ಒಳ್ಳೆಯ ಕೆಲಸಗಳನ್ನು ನಿಸ್ವಾರ್ಥದಿಂದ ಮಾಡು, ನೀನು ಎಲ್ಲೇ ಹೋದರೂ ನಿನಗೆ ಒಳ್ಳೆಯದೇ

ಆಗುತ್ತದೆ' ಎಂದು ಅಮ್ಮ ಹೇಳಿದ ಮಾತುಗಳು ನೆನಪಾಯ್ತು. ಸರಿ, ಅಂತಾ ಊಟ ಮಾಡಿ ಕೆಲಸ ಮುಂದುವರೆಸಿದಳು.

ಸಂಜೆಯಾಯ್ತು, ಕತ್ತಲಾಗುತ್ತಾ ಬಂತು, ಅಮಿತ್ ಸಹನಾಳ ಕೋಣೆಯತ್ತ ಬಂದು, ಕೆಲಸ ಮುಗಿದಿದ್ದರೆ ಹೋಗೋಣವೇ ಎಂದನು. ಸರಿ, ಅಂತಾ ತಲೆಯಾಡಿಸಿದ್ದೇ ಸಹನಾ ಅವರ ಹಿಂದೆ ಬಂದಳು. ದಾರಿಯಲ್ಲಿ ಮುನಿಯಮ್ಮನನ್ನು ಕರೆದುಕೊಂಡು ಹೊರಬಂದಳು. ಅಮಿತ್ ತನ್ನ ಕಾರು ತಂದು ನರ್ಸಿಂಗ್ ಹೋಂನ ಮುಂದೆ ನಿಲ್ಲಿಸಿದನು. ಸಂಕೋಚದಿಂದಲೇ ಕಾರು ಹತ್ತಿದಳು ಸಹನಾ, ಕಾಣದ ಊರಲ್ಲಿ ಜೀವನ ಕಟ್ಟಿಕೊಳ್ಳಲು ಬಂದೋಳಿಗೆ ಸಹಾಯ ಮಾಡಲು ಮುಂದೆ ಬಂದವರನ್ನು ನಂಬದೆ ಬೇರೆ ದಾರಿಯಿರಲಿಲ್ಲ. ಮುನಿಯಮ್ಮ ಈಗಾಗಲೇ ಸಹನಾ ಒಂಟಿಯಾಗಿ ಇರುತ್ತಾಳೆ ಎಂದೆಲ್ಲಾ ಅಮಿತ್‌ಗೆ ಹೇಳಿದ್ದರಿಂದ, ಎಂಥಾ ಮನೆ ಬೇಕೆಂಬ ಕಲ್ಪನೆ ಅಮಿತ್‌ಗಿತ್ತು, ಹೋದವನೇ ಕಾರನ್ನು ಆಸ್ಪತ್ರೆಗೆ ಹತ್ತಿರದಲ್ಲಿದ್ದ ಒಂದು ಅಪಾರ್ಟ್‌ಮೆಂಟ್ ಹತ್ತಿರ ನಿಲ್ಲಿಸಿದ. ಆ ಅಪಾರ್ಟ್‌ಮೆಂಟ್ ಅಮಿತ್ ಅವರದ್ದೇ ಆಗಿತ್ತು, ಎಲ್ಲಾ ಪರಿಚಯದವರೇ ಇದ್ದರು. ಅಮಿತ್ ಮೊದಲನೇ ಮಹಡಿಯಲ್ಲೇ ಇದ್ದ, ಒಂದು ಮನೆಯ ಕೀ ಸೆಕ್ಯುರಿಟಿಯಿಂದ ಪಡೆದು ಮನೆಗೆ ಇವರಿಬ್ಬರನ್ನು ಕರೆದುಕೊಂಡು ಹೋದ, ಮನೆಯೆಲ್ಲಾ ತೋರಿಸಿ, ಇರುವ ಸುರಕ್ಷತೆ, ಸೌಲಭ್ಯಗಳನ್ನು ವಿವರಿಸಿದ, ಅಲ್ಲಾ ಒಬ್ಬರೇ ಯಾಕೆ ಇಲ್ಲಿಗೆ ಬಂದಿರಿ?? ನಿಮ್ಮ ಊರಲ್ಲೇ ಇರಬಹುದಿತ್ತಲ್ಲಾ, ಯಾಕೆ ಒಬ್ಬರೆ ಇರಬೇಕು, ಇಲ್ಲೇ ಇರಬೇಕಾದರೆ ಯಾರನ್ನಾದರೂ ಊರಿಂದ ಕರೆಸಿಕೊಳ್ಳಿ, ನಿಮ್ಮ ಕೆಲಸ OBG ಲಿ ಅಷ್ಟು ಸುಲಭವಲ್ಲ. ಅಂದ, ಸಹನಾ ಕೆಲವು ವೈಯಕ್ತಿಕ ಕಾರಣಗಳಿಂದ ತಾನೊಬ್ಬಳೇ ಇಲ್ಲಿಗೆ ಬರಬೇಕಾಯ್ತು, ಅಲ್ಲಿ ಎಲ್ಲರಿಗೂ ಸ್ವಲ್ಪ ಕೆಲಸಗಳಿರುವುದರಿಂದ, ಯಾರಿಗೂ ಇಲ್ಲಿ ಬರಲು ಬಿಡುವಿಲ್ಲ. ನಾನು ಒಬ್ಬಳೇ ಎಲ್ಲಾ ಸಂಬಾಲಿಸಿಕೊಳ್ಳುವೆ ಎನ್ನುತ್ತಾ ಸಂಕೋಚದಿಂದಲೇ ಉತ್ತರಿಸಿದಳು. ಅವಳು ಉತ್ತರಿಸಿದ ಪರಿಯಿಂದಲೇ ಕಾರಣ ಹೇಳುವ ಆಸಕ್ತಿ ಅವಳಿಗಿಲ್ಲ ಅಂತ ಇವರಿಬ್ಬರಿಗೂ ಅರಿವಾಯ್ತು, ಮರುಪ್ರಶ್ನಿಸದೇ ಮನೆ ತೋರಿಸುವುದರಲ್ಲಿ ತೊಡಗಿದರು. ಇದು ಇಷ್ಟವಾಗಿಲ್ಲ ಅಂದರೆ ನಮ್ಮದೇ ಇನ್ನೊಂದು ಮನೆ ಹಾಗೂ ನಮ್ಮ ಸ್ನೇಹಿತರದು ಇನ್ನೆರಡು ಮೂರು ಮನೆಗಳುಂಟು ಬೇಕಾದರೆ ನೋಡೋಣ, ಇದು ಆಸ್ಪತ್ರೆಗೆ

ಹತ್ತಿರವಿದ್ದರಿಂದ ಇಲ್ಲಿಗೆ ಮೊದಲು ಬಂದೆ ಅಂದನು ಅಮಿತ್. ಸಹನಾ ಮನೆಯನ್ನೆಲ್ಲಾ ವೀಕ್ಷಿಸಿದಳು. ಸುತ್ತಮುತ್ತಲ ಪರಿಸರವನ್ನೆಲ್ಲಾ ನೋಡಿದಳು, ಸುರಕ್ಷತೆಯ ಬಗೆಗೂ ಗಮನವರಿಸಿ, ಆಸ್ಪತ್ರೆಗೆ ತುಸು ದೂರದಲ್ಲೇ ಇದ್ದುದರಿಂದ ಎಲ್ಲಾ ಲೆಕ್ಕಚಾರ ಮಾಡಿ ತಾನು ವಾಸಿಸಲು ಸೂಕ್ತ ಜಾಗವೆಂದು ನಿರ್ಧರಿಸಿ ಅಮಿತ್‌ಗೆ ಮನೆ ತನಗೆ ಒಪ್ಪಿಗೆಯೆಂದು ಬಾಡಿಗೆಯೆಲ್ಲಾ ಮಾತನಾಡಿ ಇನ್ನೆರಡು ದಿನದಲ್ಲೇ ಬರುವುದಾಗಿ ತಿಳಿಸಿ, ತನಗೆ ಸಹಾಯ ಮಾಡಿದಕ್ಕೆ ಧನ್ಯವಾದ ತಿಳಿಸಿದಳು. ಮುನಿಯಮ್ಮ ಹಾಗೂ ಅಮಿತ್ ಏನೇ ಸಹಾಯ ಬೇಕಾದರೂ ಕೇಳುವಂತೆ ತಿಳಿಸಿ ತಮ್ಮ ಮೊಬೈಲ್ ನಂಬರ್ ನೀಡಿದರು. ಅವಳನ್ನು ಹೋಟೆಲ್ ತನಕ ಬಿಟ್ಟು ಅವರ ಮನೆ ಕಡೆಗೆ ಹೊರಟರು. ಇಬ್ಬರಿಗೂ ಸಹನಾಳ ನಡೆ ಒಂದು ಪ್ರಶ್ನೆಯಾಗಿ ಕಂಡರೂ, ಪ್ರಶ್ನಿಸುವ ಧೈರ್ಯವಿಲ್ಲದೆ, ಗೊಂದಲಗಳ ನಡುವೆಯೇ ಸಹಕರಿಸಿ ಅಲ್ಲಿಂದ ಹೊರಟರು.

ಮನೆ ಸಿಕ್ಕ ಖುಷಿ ಹಾಗೂ ತನಗೆ ಹಿಂದೆ ಮುಂದೆ ನೋಡದೆ ಸಹಕರಿಸಲು ಮುಂದಾದ ಅಮಿತ್ ಹಾಗೂ ಮುನಿಯಮ್ಮನ ಬಗೆಗಿನ ಅಭಿಮಾನ, ತನಗೆಂದು ಯಾರೋ ಇಲ್ಲಿ ಪರಸ್ಥಳದಲ್ಲಿದ್ದಾರೆ ಎಂಬ ತೃಪ್ತಿ, ತನ್ನ ನಡೆಯ ಬಗೆಗೆ ಇನ್ನೂ ಆತ್ಮವಿಶ್ವಾಸ ತಂದಿತು, ಅದೇ ಖುಷಿ ಆತ್ಮವಿಶ್ವಾಸದಿಂದ ಮುಂದಿನ ನಡೆಯ ಬಗೆಗೆ ಯೋಚಿಸುತ್ತಾ ನಿದ್ರೆಗೆ ಜಾರಿದಳು ಸಹನಾ.

ಮರುದಿನ ಎಂದಿನಂತೇ ಆಸ್ಪತ್ರೆಗೆ ಹೋದಳು, ಈಗಾಗಲೇ ಮುನಿಯಮ್ಮನೊಂದಿಗೆ ಆತ್ಮೀಯತೆ ಬೆಳೆದಿದ್ದರಿಂದ ಬೆಳಿಗ್ಗೆ ಹೋದವಳೇ ಅಮ್ಮನನ್ನು ಹುಡುಕಿದಳು. ಮುನಿಯಮ್ಮನಿಗೆ ಇಂದು ಅಥವಾ ನಾಳೆ ಹೊಸ ಮನೆಗೆ ಹೋಗಬೇಕೆಂದಿರುವೆ ಎಂದು ತಿಳಿಸಿದಳು. ಮುನಿಯಮ್ಮ ಹಾಗೆಲ್ಲಾ ಮನಸ್ಸಿಗೆ ಬಂದಂಗೆ ಮನೆಗೆ ಹೋಗಬಾರದಮ್ಮ ನಿಮ್ಮ ಹೆಸರು, ಕುಲ, ಗೋತ್ರ ಎಲ್ಲಾ ಬರೆದುಕೊಡಿ ಶಾಸ್ತ್ರಿಗಳಿಗೆ ಕೇಳಿ ಒಂದು ಒಳ್ಳೆ ದಿನ ಮನೆಗೆ ಹೋಗುವಿರಂತೆ ಎಂದಳು. ಸಹನಾ ನಕ್ಕು ಅವೆಲ್ಲಾ ಏನು ಬೇಡ, ಈ ಕಾಲದಲ್ಲೂ, ಈಗ ನಾನಿರುವ ಸ್ಥಿತಿಯಲ್ಲಿ ಅವೆಲ್ಲಾ ನೋಡೋಕೆ ಸಮಯವಿಲ್ಲ ಎಂದಳು. ಮುನಿಯಮ್ಮ ಇಲ್ಲ ಇಲ್ಲ ಏನೇ ಪರಿಸ್ಥಿತಿಯಿದ್ದರೂ ಶಾಸ್ತ್ರ, ಸಂಪ್ರದಾಯ ಮೀರಬಾರದು, ಕ್ಷಮಿಸಿ ಅಮ್ಮ, ನೀವು ಎಷ್ಟೇ ಓದಿ ಉನ್ನತ ಸ್ಥಾನದಲ್ಲಿ ಇರಬಹುದು,

ಇವೆಲ್ಲಾ ಅತಿ ಅನಿಸಬಹುದು, ಆದ್ರೆ ಸಂಪ್ರದಾಯ ಬಿಟ್ಟು ನಡೀಬಾರದು ನನ್ನ ಮಾತು ಕೇಳಿ ಅಂತ ಹಠಕ್ಕೆ ಬಿದ್ದರು. ಒಂದು ಸಲುಗೆ ಅವರೊಂದಿಗೆ ಬೆಳೆದಿದ್ದರಿಂದ ಅವರ ನಿಸ್ವಾರ್ಥ ಗುಣಕ್ಕೆ ಸೋತಿದ್ದ ಸಹನಾ, ಸರಿ, ನೀವು ಹೇಳಿದಂಗೆ ಆಗಲಿ, ಬರೆದುಕೊಡ್ತೀನಿ, ಆದರೆ ನಿಮ್ಮ ಶಾಸ್ತ್ರಿಗಳಿಗೆ ನಾನು ಮನೆಗೆ ಹೋಗಲು ಬೇಗ ಮುಹೂರ್ತ ಕೊಡಲು ಹೇಳಿ, ನೀವೇ ಹೇಳಿದ್ರಲ್ಲ ಹೋಟೆಲ್‌ನಲ್ಲಿ ಜಾಸ್ತಿ ದಿನ ಇರೋದು ಒಳ್ಳೇದಲ್ಲ ಅಂತ ಗೇಲಿ ಮಾಡಿದಳು. ಮುನಿಯಮ್ಮ, ನಗುತ್ತಾ ಸರೀನವ್ವ, ಬೇಗನೇ ಹೋಗೋಂಗೆ ವ್ಯವಸ್ಥೆ ಮಾಡುವಾ ಬಿಡಿ ಅಂತ ಹೊರಟಳು. ತಾಯಿಯಂತೆ ಕಾಳಜಿ ವಹಿಸುವ ಮುನಿಯಮ್ಮ ತನಗೆ ಸಿಕ್ಕಿದಕ್ಕೆ ಸಹನಾಳಿಗೆ ಸಂತೋಷವಾದರೂ ಅವರ ನಡೆ ಅವಳಿಗೆ ತನ್ನ ತಾಯಿಯನ್ನು ನೆನಪಿಸಿ ಭಾವುಕಳನ್ನಾಗಿ ಮಾಡಿತು. ತನ್ನನ್ನು ಸಮಾಧಾನಿಸಿಕೊಂಡು ಕೆಲಸ ಮುಂದುವರಿಸಿದಳು.

ಸಂಜೆ ಕೆಲಸ ಮುಗಿಸಿ ಹೋಟೆಲ್‌ನಲ್ಲಿ ವಿಶ್ರಾಂತಿಸುತ್ತಿರುವಾಗ ಸಹನಾಳಿಗೆ ಮುನಿಯಮ್ಮನಿಂದ ಕರೆಬಂತು, ಅವ್ವಾ, ಶಾಸ್ತ್ರಿಗಳ ನೋಡಿದೆ ನಾಡಿದ್ದು ಬೆಳಿಗ್ಗೆ 9–10 ಘಂಟೆಗೆ ಹಾಲುಕ್ಕಿಸಿ ಹೋದ್ರೆ ನಿಮಗೆ ಶ್ಯಾನೆ ಒಳ್ಳೇದಂತೆ ಅಂದರು. ನಾಡಿದ್ದಾ, ನಾಳೆ ನೈಟ್ ಡ್ಯೂಟಿ ಉಂಟಲ್ಲಾ ಅಂತ ಸಹನಾ ರಾಗ ಎಳೆದಳು. ಇದ್ರೆ ಇರ್‍ಲಿ ಬಿಡಿಯಮ್ಮ,ನೀವು ಕೆಲಸ ಮುಗಿಸಿ ಬೆಳಿಗ್ಗೆ ಸ್ನಾನ ಮಾಡಿ ಬನ್ನಿ, ನಾನು ನಂಗೊತ್ತಿರೋ ಇಬ್ರ ಹೆಂಗಸರು ಕರ್‍ಕೊಂಡು ಪೂಜೆಗೆ ಎಲ್ಲಾ ತಯಾರಿ ಮಾಡ್ತೀನಂತೆ, ನೀವು ಬಂದು ದೀಪ ಹಚ್ಚಿ ಮನೆಗೆ ಬರೋರಂತೆ ಅಂದಳು. ಸಹನಾಗೆ ಬಹಳ ಮುಜುಗರವೆನಿಸಿತು. ಅಯ್ಯೋ ಬೇಡ, ಈಗಾಗಲೇ ನೀವು ನನಗೆ ತುಂಬಾ ಸಹಾಯ ಮಾಡಿದ್ದೀರಿ, ಎಲ್ಲಾ ನಿಮ್ಮ ಮೇಲೆ ಭಾರ ಹಾಕೋದು ಬೇಡ ಅಮ್ಮ, ನಾನೆಂಗೋ ನೋಡ್ಕೋತ್ತೀನಿ ಅಂದಳು. ಮುನಿಯಮ್ಮ ನಮ್ಮದು ಒಳ್ಳೆ ಆಸ್ಪತ್ರೆ, ರಾತ್ರಿ ಡ್ಯೂಟಿ ಶ್ಯಾನೆ ಕಷ್ಟ ಇರುತ್ತೆ, ಬ್ಯುಸಿ ಇರುತ್ತೆ, ಎಲ್ಲಾ ನಿಮ್ಗೆ ಮಾಡೋಕ್ಕಾಗಲ್ಲ ಮತ್ತೆ ಈ ದಿನ ಬಿಟ್ರೆ ಒಳ್ಳೆ ದಿನ ಯಾವಾಗ ಸಿಗುತ್ತೋ, ಏನೂ ಸಂಕೋಚ ಪಟ್ಕೋಬೇಡವ್ವಾ, ನೀ ನನ್ನ ಮಗಳಿದ್ದಂಗೆ, ಒಬ್ಬಳೇ ಬೇರೆ ಬಂದೀದಿಯಾ, ನಿನ್ನ ಒಬ್ಳೇ ಬಿಟ್ರೆ ಆ ತಿಮ್ಮಪ್ಪ ಮೆಚ್ಚಾನಾ, ನಾ ಮಾಡ್ತೀನಿ, ನಾಳೇನೇ, ಏನೇನು ಬೇಕೋ ತರೋಣ ಆಯ್ತಾ, ಸರಿ, ನಾಳೆ ಸಿಗ್ತೀನಿ, ಫೋನ್ ಮಡಿಗ್ತೀನಿ

ಅಂತ ಸಹನಾಳ ಅಭಿಪ್ರಾಯನೂ ಕೇಳದೇ ಕರೆ ನಿಲ್ಲಿಸಿದರು. ಸಹನಾಗೆ ಅಮ್ಮನ ನಡೆ ಗೊಂದಲವೆನಿಸಿದ್ದರೂ, ಸಹಾಯ ಹಸ್ತ ಚಾಚಿರುವ ಆಕೆಯನ್ನು ಅನುಮಾನಿಸಲಾಗದೆ, ಆಕೆಯ ಸಹಾಯ ಪಡೆಯಬೇಕೆಂದು ಮನಸ್ಸು ಒಪ್ಪಿತು.

ಮರುದಿನ ಮುನಿಯಮ್ಮನ ಕೈಲಿ ಸ್ವಲ್ಪ ಹಣಕೊಟ್ಟು ಪೂಜೆಗೆ ಏನೇನು ಬೇಕೋ ತನ್ನಿ, ನಾಳೆ ಮನೆಗೆ ಬೇಕಾಗೋ ಸಾಮಾಗ್ರಿಗಳನ್ನು ಇಬ್ಬರು ಒಟ್ಟಿಗೆ ಹೋಗಿತರೋಣ ಅಂದಳು. ಮುನಿಯಮ್ಮ, ಸರಿ ಸರಿ, ಸಂಜೆನೇ ಮಾರ್ಕೆಟ್‌ಗೆ ಹೋಗಿ ತರ್ತೀನಿ ಹಂಗೆ ಸಂಜೆ ಮನೆ ತೊಳೆದು ಕಿಲೀನ್ ಮಾಡಿಬಿಡ್ತೀನಿ ಅಂದಳು. ಸರಿಯಮ್ಮ ಮಾಡಿ, ನಿಮ್ಮಂತಹ ಒಳ್ಳೆಯ ಮನಸ್ಸಿನವರು ಪರಿಚಯವಾದದ್ದು ಬಹಳ ಖುಷಿಯಾಯ್ತು. ಹಂಗೆ ಈ ಹಣಾನೂ ಇಟ್ಕೊಳ್ಳಿ ನಿಮಗೆ ಎಂದಳು. ಮುನಿಯಮ್ಮ, ನಾಚುತ್ತಲೇ ಇವೆಲ್ಲಾ ಬೇಡ ಅಂದರೂ ಸಹನಾ ನಿಮಗೆ ಬೇಡ ಆದರೆ ನೀವೊಬ್ರೇ ಎಲ್ಲಾ ಮಾಡಬೇಡಿ, ಇನ್ನೊಂದಿಬ್ರುನ್ನ ಕೆಲಸಕ್ಕೆ ಕರೆದುಕೊಂಡು ಕೆಲಸ ಮಾಡಿಸಿ, ಅವರಿಗೂ ನೀವೇ ಕೊಡ್ತೀರಾ ಅಂತ ನಕ್ಕಳು. ಮುನಿಯಮ್ಮ ಸರಿ ಅಂತ ತಲೆಯಾಡಿಸಿ ಹೊರಟರು. ಇತ್ತ ಸಹನಾ ಅಮಿತ್‌ರವರಿಗೂ ಕರೆಮಾಡಿ ಬೆಳಿಗ್ಗೆ ಮನೆಗೆ ಹೋಗುತ್ತಿರುವುದಾಗಿ, ಪೂಜೆಗೆ ಬರಬೇಕಾಗಿ ತಿಳಿಸಿದಳು.

ಅಂದು ಆಸ್ಪತ್ರೆಯಲ್ಲಿ ಮೊದಲ ಬಾರಿಗೆ ನೈಟ್ ಡ್ಯೂಟಿ ಒಳ್ಳೆಯ ಹೆಸರು ಮಾಡಿದ ಆಸ್ಪತ್ರೆಯಾದ್ದರಿಂದ ರಾತ್ರಿಯೆಲ್ಲಾ ಕೆಲಸ ನಡೆಯುತ್ತಿತ್ತು, ಸಿಜೇರಿಯನ್‌ಗಾಗಿ ಎಷ್ಟೋ ಬಾರಿ ot ಗೆ ಹೋಗಬೇಕಿತ್ತು. ಅಂದು ಹೆರಿಗೆಯಾಗಿ, ಸಮಸ್ಯೆಗಳಾಗಿ ಇದ್ದ ತಾಯಿಯಂದಿರನ್ನು ನೋಡಿಕೊಳ್ಳಬೇಕಿತ್ತು. ಮುನಿಯಮ್ಮ ಹೇಳಿದಂತೆ ರಾತ್ರಿಯೆಲ್ಲಾ ಸಹನಾಗೆ ಕೆಲಸವಿತ್ತು. ಅಲ್ಲಿಂದ ಇಲ್ಲಿ, ಇಲ್ಲಿಂದ ಅಲ್ಲಿ ತಿರುಗಾಡುತ್ತಾ, ಬಂದವರನ್ನೂ ಸುಧಾರಿಸುವುದರಲ್ಲಿ ರಾತ್ರಿ ಕಳೆದದ್ದೇ ಗಮನಕ್ಕೆ ಬಂದಿರಲಿಲ್ಲ, ಬೆಳಕಾಗುತ್ತಾ ಬಂತು, ಸ್ವಲ್ಪ ಬೇಗ ಹೋಗುವುದಾಗಿ ಮೊದಲೇ ಡಾ॥ ಪ್ರಿಯರಿಗೆ ತಿಳಿಸಿದ್ದರಿಂದ, ಸಹನಾ ಬೇಗ ರೌಂಡ್ಸ್ ಮುಗಿಸಿದ್ದಳು, ಮರುದಿನ ಡ್ಯೂಟಿಗಿದ್ದ ಡಾಕ್ಟರ್ ಬೇಗ ಬಂದರು, ಎಲ್ಲಾ ರೋಗಿಗಳ ಸ್ಥಿತಿ ಅವರಿಗೆ ತಿಳಿಸಿ ಸಹನಾ ಹೋಟೆಲ್ ಕಡೆ ಹೊರಟಳು.

ಬೇಗನೇ ಸ್ನಾನ ಮುಗಿಸಿ, ಅಲ್ಲೇ ಹತ್ತಿರವಿದ್ದ ದೇವಸ್ಥಾನಕ್ಕೆ ಹೋಗಿ ಪೂಜೆ ಮುಗಿಸಿ ಹೊಸ ಮನೆಯತ್ತ ನಡೆದಳು.

ಹೊಸ ಮನೆಯ ಬಾಗಿಲಲ್ಲಿ ವರ್ಣರಂಜಿತ ರಂಗೋಲಿ, ತಳಿರು ತೋರಣ, ಬಣ್ಣದ ಪುಷ್ಪಗಳು, ಬಾಗಿಲಲ್ಲಿ ಹಚ್ಚಿಟ್ಟಿದ್ದ ದೀಪಗಳು, ಸಹನಾಳನ್ನು ಸ್ವಾಗತಿಸಲು ಕಾದಿತ್ತು. ಅಚ್ಚುಕಟ್ಟಾಗಿ ಮುನಿಯಮ್ಮ ಮಾಡಿದ್ದ ಕೆಲಸಕ್ಕೆ ಖುಷಿಯಿಂದ ನಗುತ್ತಾ ಮನೆಯೊಳಗೆ ಕಾಲಿಟ್ಟಳು ಸಹನಾ, ಸಹನಾಳನ್ನು ಕಂಡದ್ದೇ ಮುನಿಯಮ್ಮ ಬಂದ್ರ ಅಮ್ಮ ಅಯ್ಯೋ ಇದೇನ್ ಚೂಡಿದಾರ್ ಅಲ್ಲೇ ಬಂದಿದ್ದೀರಾ, ಪೂಜೆಗೆ ಸೀರೆ ಉಡೋದಲ್ವಾ, ಹೋಗಲಿ ಸರಿ ಬಿಡಿ ಬನ್ನಿ ಬನ್ನಿ ಅಂತಾ ಕರೀತಿದ್ದರೆ, ಸಹನಾಗೆ ಮುನಿಯಮ್ಮ ಹೊಸ ಪರಿಚಯ ಅನ್ನಿಸುತ್ತಿರಲಿಲ್ಲ, ವರ್ಷಾನುಗಟ್ಟಲೆ ಹಳೇ ಪರಿಚಯದಂತೆ ಮುನಿಯಮ್ಮ ಮಾತಾಡುವ ಪರಿ ಅಚ್ಚರಿ ಮೂಡಿಸುತ್ತಿತ್ತು. ಮುನಿಯಮ್ಮ ಪೂಜೆಗೆ ಎಲ್ಲಾ ತಯಾರಿಯನ್ನು ಅಚ್ಚುಕಟ್ಟಾಗಿ ಮಾಡಿದ್ದರು. ಮನೆಯನ್ನು ತುಂಬಾ ಚೆನ್ನಾಗಿ ಸ್ವಚ್ಛಮಾಡಿಬಿಟ್ಟಿದ್ದರು. ಸರಿ, ಮುಹೂರ್ತ ಮುಗಿಯೋ ಒಳಗೆ ದೀಪ ಹಚ್ಚಿ, ಹಾಲು ಉಕ್ಕಿಸಿ ಅವ್ವಾ ಅಂದರು ಮುನಿಯಮ್ಮ, ಸಹನಾ, ಅಮಿತ್ ಅವರು ಬರಲಿ, ಅವರಿಗೆ ಹೇಳಿದ್ದೀನಿ ಅಂದಳು. ಮುನಿಯಮ್ಮ ಅಯ್ಯೋ ಮರೆತುಬಿಟ್ಟೆ, ಅಮಿತಪ್ಪ ಫೋನ್ ಮಾಡಿದ್ರು, ಇವತ್ತು ಏನೋ ಕೆಲ್ಸ ಐತೆ, ಸಂಜೆ ಬರ್ತೀನಿ. ಪೂಜೆಗೆ ಬರಕ್ಕಾಗಲ್ಲ ಅಂದ್ರು ಅಮ್ಮ, ನೀವು ಪೂಜೆ ಮುಂದುವರೆಸಿ ಅಂದರು. ಹೋ ಹೌದಾ, ಅಂತ ಸಹನಾ ದೀಪ ಹಚ್ಚಲು ಮುಂದಾದಳು. ಮತ್ತೆ, ಮುನಿಯಮ್ಮ ತಡೀರಿ ತಡೀರಿ, ಇದೇನಮ್ಮ ಮೊದಲಿಗೆ ದೀಪ ಹಚ್ಚುತ್ತಿದ್ದೀರಾ, ಹಣೇಲಿ ಕುಂಕುಮ ಇಲ್ಲ, ತಲೇಲಿ ಹೂವಿಲ್ಲ, ದೇವಸ್ಥಾನಕ್ಕೆ ಹೋಗಿದ್ದೆ ಅಂದ್ರಿ ಕುಂಕುಮನೇ ಇಟ್ಟಿಲ್ವಲ್ಲಾ ಅಂತ ಅಲ್ಲೇ ಪೂಜೆಗೆ ತಂದಿದ್ದ ಕುಂಕುಮ ತೆಗೆದು ಸಹನಾ ಹಣೆಗಿಟ್ಟು, ಮುಡಿಗೆ ಹೂ ಮುಡಿಸಿ, ಹಾ ಈಗ ಸರಿಹೋಯ್ತು, ದೀಪ ಹಚ್ಚವ್ವಾ ಅಂತ ನಿಂತರು. ಅವರ ನಡೆಗೆ ದಿಗ್ಭ್ರಮಿತಳಾಗಿ ಸಹನಾ ಗೊಂಬೆಯಂತೆ ನಿಂತಿದ್ದಳು. ಮತ್ತೆ ಮುನಿಯಮ್ಮನೇ, ಏನು ನೋಡ್ತಿದ್ದೀರಾ ದೀಪ ಹಚ್ಚಿ ಅಮ್ಮ ಅಂದರು. ಹಾ… ಹಾ… ಸರಿ ಅಂತ ದೀಪ ಹಚ್ಚಿ, ಭಗವಂತನನ್ನು ಈ ಮನೆಯಲ್ಲಿ ತನ್ನ ಜೀವನ ಸುಗಮವಾಗಿ ಸಾಗಲೆಂದು ಬೇಡಿದಳು. ಒಲೆ ಹಚ್ಚಿ ಹಾಲು

ಉಕ್ಕಿಸಿ ಸಂತೋಷ ನೆಮ್ಮದಿ ಹೀಗೆ ಉಕ್ಕಿ ಬರಲೆಂದು ಪ್ರಾರ್ಥಿಸಿದಳು. ಮುನಿಯಮ್ಮನ ಜೊತೆ ಬಂದಿದ್ದ ಮುತ್ತೈದೆಯರಿಗೆ ಅರಿಶಿನ ಕುಂಕುಮ ನೀಡಿ ಆಶೀರ್ವಾದ ಪಡೆದುಕೊಂಡಳು. ಮುನಿಯಮ್ಮನಿಗಾಗಿ ಒಂದು ಸೀರೆ ತಂದಿದ್ದಳು, ಅದನ್ನು ಅವರ ಕೈಲಿರಿಸಿ ಕಾಲಿಗೆ ಬೀಳಲು ಮುಂದಾದಳು. ಮುನಿಯಮ್ಮ ಅಯ್ಯೋ ಇದೇನೀದು, ನೀವು ಯಜಮಾನ್ರು ನಾನು ಆಳು, ನನ್ನ ಕಾಲಿಗೆ ಬೀಳೋದಾ ಬೇಡ ಅಂತ ಹಿಂದೆ ಸರಿದರು. ಕಣ್ಣಲ್ಲಿ ನೀರು ತುಂಬಿಕೊಂಡ ಸಹನಾ, ಮಗಳಿದ್ದಂಗೆ ಅಂದ್ರಲ್ಲ, ನೀವು ನನ್ನ ತಾಯಿ ಇದ್ದಂಗೆ, ಕೆಲಸದಲ್ಲಿ ನೀವು ನನ್ನ ಕೆಳಗಿರಬಹುದು, ಆದರೆ ವ್ಯಕ್ತಿತ್ವ, ಹೃದಯ ಶ್ರೀಮಂತಿಕೆಯಲ್ಲಿ ನೀವು ಎಲ್ಲರಿಗಿಂತ ಮೇಲಿದ್ದೀರಾ, ನಿಮ್ಮ ಮುಂದೆ ಎಂತಹ ದೊಡ್ಡಸ್ತಿಕೆ, ನಿಮ್ಮಂತಹವರ ಆರ್ಶಿವಾದ ಸಿಕ್ಕರೆ ದೇವಾನುದೇವತೆಗಳೇ ಹರಿಸಿದಂತೆ, ಆಶೀರ್ವದಿಸಿ ಅಂತ ಮತ್ತೆ ಕಾಲಿಗೆ ಬಿದ್ದಳು. ಸಂಕೋಚದಿಂದಲೇ ಹರಸಿ ಅಮ್ಮ, ಅಂತಾ ದೊಡ್ಡ ಮಾತೆಲ್ಲಾ ಆಡಬೇಡಿ, ಎಲ್ಲಾ ಒಳ್ಳೇದೇ ಆಗುತ್ತೆ ಬಿಡಿ ಅಂತ ನಿಂತರು, ಹೀಗೆ ಒಳ್ಳೆ ಮನಸ್ಸಿನವರು ಹಾಗೂ ಭಗವಂತನ ಆಶೀರ್ವಾದದೊಂದಿಗೆ ಸಹನಾಳ ಹೊಸಮನೆಗೆ ಆಕೆ ಗೃಹಪ್ರವೇಶ ಮಾಡಿದಳು.

ರಾತ್ರಿಯೆಲ್ಲಾ ನಿದ್ದೆಗೆಟ್ಟು ಆಯಾಸ ಸಹನಾಳನ್ನು ಕಾಡುತ್ತಿತ್ತು, ಮುನಿಯಮ್ಮನಿಗೆ ತಾನು ಹೋಟೆಲ್‌ನಲ್ಲೇ ಸ್ವಲ್ಪ ವಿಶ್ರಾಂತಿಸುತ್ತೇನೆ, ಸಂಜೆ ಆಸ್ಪತ್ರೆ ಕೆಲಸ ಮುಗಿಸಿ ಬನ್ನಿ, ಇಬ್ಬರೂ ಮನೆಗೆ ಬೇಕಾಗೋ ಸಾಮಾನು ತರೋಣ ಅಂದಳು. ಮುನಿಯಮ್ಮ ಸರಿ ಸರಿ ಹೋಗಿ ಮಲಗಿ ಅಂದರು. ಮುನಿಯಮ್ಮನನ್ನು ಆಟೋದಲ್ಲಿ ಆಸ್ಪತ್ರೆಗೆ ಬಿಟ್ಟು ತಾನು ಹೋಟೆಲ್‌ನಲ್ಲಿ ವಿಶ್ರಾಂತಿಸಿದಳು. ಸಂಜೆಯಾದಂತೆ ಮುನಿಯಮ್ಮ ಹೋಟೆಲ್ ಬಳಿ ಬಂದರು, ಸಹನಾ ತನ್ನ ಸಾಮಾಗ್ರಿಯೆಲ್ಲಾ ತೆಗೆದುಕೊಂಡು ಹೋಟೆಲ್ ಖಾಲಿ ಮಾಡಿ ಹೊಸ ಮನೆಯತ್ತ ಹೊರಟಳು. ಅಷ್ಟರಲ್ಲಿ ಅಮಿತ್ ಕೂಡ ಮನೆಯ ಬಳಿ ಬಂದರು, ಪೂಜೆಗೆ ಬರಲಾಗಲಿಲ್ಲ ಕ್ಷಮಿಸಿ ಎಂದು ಸಹನಾಳ ಕ್ಷಮೆಯಾಚಿಸಿದರು. ಸಹನಾ, ಪರವಾಗಿಲ್ಲ ಅಮ್ಮ ಹೇಳಿದ್ರು ಎಂದು ಸಿಹಿ ನೀಡಿದಳು. ಮನೆಗೆ ಸಾಮಾಗ್ರಿ ತರಲು ಹೊರಟು ನಿಂತಿದ್ದ ಅವರನ್ನು ಅಮಿತ್ ತನ್ನ ಕಾರಿನಲ್ಲೇ ಕರೆದುಕೊಂಡು ಹೋಗಿ ಅಂಗಡಿ ತನಕ ಬಿಟ್ಟು, ಏನೇ ಸಹಾಯ ಬೇಕಾದರೂ, ಏನೇ, ತೊಂದರೆಯಾದರೂ ನಿಸ್ಸಂಕೋಚವಾಗಿ ಕೇಳಿ ಎಂದು ಹೇಳಿ ಹೊರಟರು. ಮುನಿಯಮ್ಮ,

ಸಹನಾಳನ್ನು ಕುರಿತು ಶ್ರೀಮಂತರು ತಲೇಲಿ ನಡೀತಾರೆ ಅಂತ ಕೇಳಿದ್ದೆ ಅಮ್ಮ, ಆದ್ರೆ ಈ ಅಮಿತಪ್ಪ ಕೋಟ್ಯಾಧೀಶ್ವರನ ಮಗ, ಒಬ್ಬನೇ ಮಗ, ಆದರೆ ದುಡ್ಡಿನ ಅಹಂ ಸ್ವಲ್ಪನೂ ಇಲ್ಲ, ಬಡವ ಶ್ರೀಮಂತ ಅಂತ ಬೇಧ ಇಲ್ಲ, ಎಲ್ಲರನ್ನೂ ಹೊಂದಿಕೊಂಡು ಹೋಗೋ ಸ್ನೇಹಜೀವಿ ಕಣಮ್ಮ, ಮಗಾ ಅದೇನಂತ ಹುಟ್ಟೇದನೋ ಚಿನ್ನ ಇದ್ದಂಗೆ ಕಣಮ್ಮಾ ಅಂತ ಅಮಿತ್‌ರ ಗುಣಗಾನಕ್ಕೆ ನಿಂತರು. ಸಹನಾ ಹೌದಮ್ಮ, ಶ್ರೀಮಂತ ಬಡವ ಅನ್ನೋದು ಗುಣದಲ್ಲಿ ಅಮ್ಮ, ಒಬ್ಬೊಬ್ಬರ ಗುಣ ಒಂದೊಂದು ಥರಾ, ಆದ್ರೂ ಅಷ್ಟು ಶ್ರೀಮಂತರಾದರೂ ಅವರ ವಿಧೇಯತೆ ಆಶ್ಚರ್ಯ ತರುತ್ತೆ, ನಮ್ಮ ಸುತ್ತ ಇಂತಹ ಒಳ್ಳೇ ವ್ಯಕ್ತಿಗಳಿದ್ದಾರೆ, ಈ ಕೆಟ್ಟ ಸಮಾಜದಲ್ಲಿ ಒಳ್ಳೆಯವರ ಸ್ನೇಹ ಸಿಕ್ಕಿದ್ದೇ ನಮ್ಮ ಪುಣ್ಯ ಬನ್ನಿ ಅಮ್ಮ ಅಂತ ಮಾತಾಡುತ್ತಾ ಅಂಗಡಿ ಒಳಗೆ ಹೋದರು, ಮನೆಗೆ ಬೇಕಾದ ಎಲ್ಲಾ ಅವಶ್ಯಕ ವಸ್ತುಗಳನ್ನು ಖರೀದಿಸಿ ಆಟೋ ಮಾಡಿಕೊಂಡು ಮನೆಗೆ ಬರುವಷ್ಟರಲ್ಲಿ ಕತ್ತಲಾಗಿ ಹೋಯಿತು. ಮುನಿಯಮ್ಮನಿಗೆ ಮನೆಗೆ ಹೋಗಲು ತಡವಾಯಿತು, ಆಕೆ ಮನೆಯವರಿಗೆ ಕರೆಹಚ್ಚಿ ಇಂದು ಮನೆಗೆ ಬರಲಾಗಲ್ಲ ಬೆಳಿಗ್ಗೆ ಬರ್ತೀನಿ ಅಂತ ಹೇಳಿ ಮೊದಲನೇ ದಿನ ಸಹನಾಳ ಜೊತೆಯಾಗಿ ಅಲ್ಲೇ ಉಳಿದರು. ಮಾತಾನಾಡಿಕೊಂಡು ಇಬ್ಬರು ಮನೆಯ ಸಾಮಗ್ರಿಗಳನ್ನೆಲ್ಲಾ ಜೋಡಿಸಲು ಶುರುಮಾಡಿದರು, ಮುನಿಯಮ್ಮನ ಅನುಭವದ ಮಾತುಗಳು ಸಹನಾಳಿಗೆ ಮನೆ ನಡೆಸಲು ಹಲವು ಪಾಠ ಹೇಳಿಕೊಟ್ಟಿತು, ಒಟ್ಟಿಗೆ ಇಬ್ಬರೂ ಅಡುಗೆ ಮಾಡಿ ಊಟ ಮಾಡಿ, ಮಾತಾನಾಡಿಕೊಳ್ಳುತ್ತಾ ಮಲಗಿದರು.

ಮಾತಾನಾಡುತ್ತಾ ಹೋದಂತೆ ಮುನಿಯಮ್ಮ ಬಗೆಗೆ ಸಹನಾಳಿಗೆ ಇನ್ನೂ ಹೆಚ್ಚು ತಿಳಿಯುತ್ತಾ ಹೋಯ್ತು, ಮುನಿಯಮ್ಮ ಒಂದು ವಯಸ್ಸಿಗೆ ಬರುವಷ್ಟರಲ್ಲಿ ನಡೆದ ಒಂದು ಅಪಘಾತದಲ್ಲಿ ತನ್ನ ಗರ್ಭಕೋಶಕ್ಕೆ ಹೆಚ್ಚು ಪೆಟ್ಟಾಗಿ, ಜೀವ ಉಳಿಸಿಕೊಳ್ಳುವ ಸಲುವಾಗಿ ಗರ್ಭಕೋಶವನ್ನು ಕಳೆದುಕೊಳ್ಳಬೇಕಾಯ್ತು, ತಾಯಿಯಾಗಲು ಅರ್ಹಳಿಲ್ಲದವಳನ್ನು ಯಾರು ಮದುವೆಯಾದಾರು ಎಂಬ ಚಿಂತೆ ಅವರ ತಂದೆ-ತಾಯಿಯನ್ನು ಕಾಡಿತ್ತು. ಆದರೆ ಅವಿದ್ಯಾವಂತರೂ, ಹಿಂದಿನ ಕಾಲದವರಾದ್ದರಿಂದ ಮುನಿಯಮ್ಮ ಮತ್ತು ಅವಳ ತಂಗಿ ಇಬ್ಬರನ್ನೂ ಅವರ ಮಾವನ ಮಗನಿಗೆ ಮದುವೆ ಮಾಡಿಬಿಟ್ಟರು. ಅಕ್ಕ-ತಂಗಿ ಇಬ್ಬರೂ ಒಬ್ಬನನ್ನೇ

ಮದುವೆಮಾಡಿಕೊಂಡರು, ಮುನಿಯಮ್ಮನನ್ನು ಹಾಗೆ ಮನೆಯಲ್ಲಿ ಹೇಗೆ ಇಟ್ಟುಕೊಳ್ಳುವುದೆಂದಷ್ಟೇ ಅವಳಿಗೆ ಮದುವೆ ಮಾಡಿದ್ದರು, ಆದರೆ ಮುನಿಯಮ್ಮನ ತಂಗಿ ಅಕ್ಕನನ್ನು ಸವತಿ, ಬಂಜೆಯೆಂದೆಲ್ಲಾ ಎಂದೂ ಕಾಣುತ್ತಿರಲಿಲ್ಲ, ಸವತಿಯರಂತೆ ಇಬ್ಬರೂ ಎಂದು ನಡೆದುಕೊಂಡಿಲ್ಲ, ಅಕ್ಕ ತಂಗಿ ಬಾಂಧವ್ಯ ಗಂಡನ ಮನೆಯಲ್ಲೂ ಮುಂದುವರೆದಿತ್ತು, ತಂಗಿಗೆ ಇಬ್ಬರು ಗಂಡು ಮಕ್ಕಳಾಗಿದ್ದರು, ಅವರನ್ನೇ ಮಕ್ಕಳೆಂದುಕೊಂಡು ಮುನಿಯಮ್ಮ ಜೀವನ ಸಾಗಿಸುತ್ತಿದ್ದರು. ಆ ಮಕ್ಕಳಿಗೆ ಇಬ್ಬರು ತಾಯಿಯಂದಿರು, ಗಂಡ ಲಾರಿ ಡ್ರೈವರ್, ಅವರೊಬ್ಬರ ಸಂಬಳ ಸಾಕಾಗುತ್ತಿರಲಿಲ್ಲ, ಬಡತನದಲ್ಲೇ ಜೀವನ ನಡೆಸಬೇಕಿತ್ತು. ಕೊನೆಗೆ ಮುನಿಯಮ್ಮನೂ ಕೂಲಿ ಕೆಲಸಕ್ಕೆ ಮುಂದಾದಳು.

ಅಮಿತ್ ತಂದೆ ಕೆಳಗೇ ಮುನಿಯಮ್ಮನ ಗಂಡ ಕೆಲಸ ಮಾಡುತ್ತಿದ್ದರು, ಅಮಿತ್ ಮನೆಯಲ್ಲಿ ಕೆಲಸದವರ ಬಗೆಗೆ ಅಪಾರ ಗೌರವ, ಅಮಿತ್ ವೈದ್ಯಕೀಯ ಶಿಕ್ಷಣ ಪಡೆಯುತ್ತಿರುವಾಗಲಿಂದಲೂ ಮುನಿಯಮ್ಮ, ಆಕೆಯ ಗಂಡನ ಪರಿಚಯವಿತ್ತು. ಮನೆಯಲ್ಲಿ ಏನಾದರೂ ವಿಶೇಷ ಕಾರ್ಯಕ್ರಮಗಳಿದ್ದರೆ ಮುನಿಯಮ್ಮ ಬಂದು ಅಲ್ಲಿ ಕೆಲಸ ಮಾಡಿಕೊಡುತ್ತಿದ್ದರು, ಅವರ ತಾಯಿಯ ವಾತ್ಸಲ್ಯ ಕಾಳಜಿ ಯಾವಾಗಲೂ ಅಮಿತ್‌ಗೆ ಅವರ ಬಗೆಗೆ ಪ್ರೀತಿ ತರಿಸುತಿತ್ತು. ಮಕ್ಕಳಿಲ್ಲದ ಮುನಿಯಮ್ಮ ಎಲ್ಲರಲ್ಲೂ ತನ್ನ ಮಕ್ಕಳನ್ನು ಕಾಣುತ್ತಿದ್ದಳು, ಬೇರೆಯವರಿಗೆ ತನ್ನ ಕೈಲಾದ ಸಹಾಯ ಮಾಡಿಕೊಂಡು ಹೋಗುವುದು ಅವರ ಅಭ್ಯಾಸ, ಅದನ್ನು ಮೆಚ್ಚಿದ ಅಮಿತ್ ತನ್ನ ಸೀನಿಯರ್ಸ್ ಜೊತೆ ಮಾತನಾಡಿ ಅವಳಿಗೆ ನರ್ಸಿಂಗ್ ಹೋಂನಲ್ಲಿ ಆಯಾ ಕೆಲಸ ಕೊಡಿಸಿದ್ದರು, ಅಲ್ಲೂ ಎಲ್ಲರೊಂದಿಗೆ ಪಟಪಟ ಮಾತಾಡಿಕೊಂಡು ಅಲ್ಲೂ ಎಲ್ಲರಿಗೂ ಆಕೆ ಅಮ್ಮ ಆಗಿಬಿಟ್ಟಿದ್ದರು. ತಂಗಿ ಮನೆಯಲ್ಲಿ ಮಕ್ಕಳನ್ನು ನೋಡಿಕೊಂಡು ಹೋದರೆ, ಮುನಿಯಮ್ಮ ಮತ್ತು ಗಂಡ ಹೊರಗೆ ದುಡಿದು ಸಂಸಾರದ ಸಾರಥ್ಯ ವಹಿಸಿದ್ದರು. ಇಂತಹ ತಾಯಿ ಮನಸ್ಸಿನ ಅಮ್ಮನಿಗೆ ಮಕ್ಕಳಾಗಲು ಸಾಧ್ಯವಿಲ್ಲವೆಂಬ ವಿಚಾರ ಸಹನಾಗೆ ಜೀರ್ಣಿಸಿಕೊಳ್ಳಲು ಕಷ್ಟವಾಗಿ, ವಿಧಿಯ ಕ್ರೂರ ನಡುವಳಿಕೆಗೆ ತುಸು ಕೋಪ ಬಂದಿತು. ನಂತರ ಈ ತಾಯಿಗೆ ಒಂದು-ಎರಡು ಮಗು ಕೊಟ್ಟು ಅವಳ ತಾಯ್ತನಕ್ಕೆ ಕಡಿವಾಣ ಹಾಕುವ ಬದಲು ನಮ್ಮಂತಹ ಎಷ್ಟೋ ಜನಕ್ಕೆ ಆಕೆ ತಾಯಾಗಲೂ

ಈ ರೀತಿ ಮಾಡಿರಬಹುದೇನೋ ಅಂದುಕೊಂಡ ಸಹನಾ, ವಿಧಿ ಆಟ ಬಲ್ಲೋರು ಯಾರು ಯಾರ್‍ಯಾರ ಜೀವನದಲ್ಲಿ ಏನೇನು ತಿರುವು ಇಟ್ಟಿರುತ್ತಾನೋ ಎಂದು ಮುನಿಯಮ್ಮನ ಬಗೆಗೇ ಚಿಂತಿಸುತ್ತಾ ರಾತ್ರಿ ಕಳೆದಳು.

ಬೆಳಕಾದಂತೆ ಮುನಿಯಮ್ಮ ಮನೆಗೋಗಿ ಕೆಲಸಕ್ಕೆ ಬರುತ್ತೇನೆ ಅಂತ ಹೇಳಿ ಹೊರಟರು, ಮತ್ತೆ ಸಹನಾ ಈ ಮನೆಯಲ್ಲಿ ನನ್ನದು ಒಂಟಿ ಜೀವನ ಎಂದು ನೆನಪಿಸಿಕೊಳ್ಳುತ್ತಾ, ಎಲ್ಲಾ ಕೆಲಸಗಳನ್ನು ಮುಗಿಸಿಕೊಂಡು ಆಸ್ಪತ್ರೆಯ ಕಡೆ ನಡೆದಳು.

ಸಹನಾ ಕೆಲಸದ ವಿಷಯದಲ್ಲಿ ಎಂದೂ ಮೋಸ ಮಾಡುತ್ತಿರಲಿಲ್ಲ, ಓಬಿಜಿಯಾದ್ದರಿಂದ ಅವರ ಸಣ್ಣ ತಪ್ಪು ಎಡವಟ್ಟು ತಾಯಿ-ಮಗುವಿಗೆ ಅಪಾಯ ಮಾಡುತ್ತದೆಯೆಂದು ದುಪ್ಪಟ್ಟು ನಿಗಾವಹಿಸಿಯೇ ಕೆಲಸ ಮಾಡುತ್ತಿದ್ದಳು. ಕೆಲಸ ಅಂತ ಬಂದರೆ ಅವಳ ಆರೋಗ್ಯಕ್ಕಿನ ಅವಳ ವೈಯಕ್ತಿಕ ಕೆಲಸಗಳಿಗಿಂತ ರೋಗಿಯ ಕಾಳಜಿ ಮುಖ್ಯ, ಗೊತ್ತಿಲ್ಲದನ್ನು ಬೇರೆಯವರಿಂದ ತಿಳಿದುಕೊಳ್ಳುತ್ತಾ ಚೆನ್ನಾಗಿ ಕೆಲಸ ಮಾಡಿ ಎಲ್ಲರ ಪ್ರಶಂಸೆ ಬಂದ ಕೆಲವೇ ದಿನಗಳಲ್ಲಿ ಗಳಿಸಿಕೊಂಡಿದ್ದಳು.

ಹೀಗೆ ಒಂದು ದಿನ ಕ್ಯಾಂಟಿನ್‌ನಲ್ಲಿ ಕುಳಿತಿದ್ದಾಗ ಅಲ್ಲಿಗೆ ಅಮಿತ್ ಆಗಮನವಾಗಿತ್ತು, ಸಹನಾ ಮೊದಲಿಗೇ ಯಾರನ್ನು ಅಷ್ಟು ಬೆರೆಯುವ ಹುಡುಗಿಯಲ್ಲ, ಯಾರೊಂದಿಗಾದರೂ ಆಕೆ ಸ್ನೇಹ ಬೆಳೆಸಿದ್ದಾಳೆಂದರೆ ಅವರ ಬಗೆಗೆ ಚೆನ್ನಾಗಿ ಅಧ್ಯಯನ ಮಾಡಿ ನಂತರವೇ ಅವರೊಂದಿಗೆ ಬೆರೆಯುತ್ತಿದದ್ದು. ಹಾಗಾಗಿ ಎಷ್ಟೋ ಬಾರಿ ಅಮಿತ್‌ನ ಮಾತನಾಡಿಸಿದ್ದರೂ ಅವರ ಬಗೆಗೆ ಅಷ್ಟು ತಿಳಿದುಕೊಂಡಿರಲಿಲ್ಲ, ಅಂದು ಅವಳಿದ್ದ ಸಮಯದಲ್ಲೇ ಅಮಿತ್ ಕೂಡ ಅಲ್ಲಿ ಬಂದದ್ದು ಇಬ್ಬರೂ ಮಾತಾಡಿಕೊಳ್ಳಲು ವೇದಿಕೆಯಾಗಿತ್ತು, ಇಬ್ಬರೂ ಚಹಾ ಕುಡಿಯುತ್ತಾ ಮಾತು ಮುಂದುವರೆಸಿದರು, ಮನೆ ಇಡಿಸಿತಾ, ಮನೆಯಲ್ಲಿ ಏನಾದರೂ ಸಮಸ್ಯೆ ಇದೆಯಾ, ಅಂತ ಅಮಿತ್ ವಿಚಾರಿಸತೊಡಗಿದರು, ಮನೆ ವಾತಾವರಣದಲ್ಲಿ ತನಗೇನೂ ಸಮಸ್ಯೆಯಿಲ್ಲ, ತಾನು ಸುರಕ್ಷಿತವಾಗಿ ಆರಾಮಗೇ ಇದ್ದೇನೆ ಎಂದಳು. ಸಹನಾ ನೀವು ಕನ್ನಡಿಗರೇ, ಇಲ್ಲಿ ಬಂದು ಇಷ್ಟು ಚೆನ್ನಾಗಿ ಬೆಳದ್ದೀರಲ್ಲಾ ಅಂತ ಸಹನಾ ಅಮಿತ್‌ನನ್ನು ಕುತೂಹಲದಿಂದ ಕೇಳಿದಳು. ಅವರ ಅಪಾರ್ಟ್‌ಮೆಂಟ್‌ನಲ್ಲೇ

ಬಾಡಿಗೆಗೆಯಿದ್ದರೂ ಮಾಲೀಕರ ಜೀವನದ ಬಗೆಗೆ ಎಲ್ಲೂ ವಿಚಾರಿಸಿಲ್ಲ ಎಂಬುದು ಅಮಿತ್ ಅರಿವಿಗೆ ಬಂತು. ನನ್ನ ತಾಯಿ ಕನ್ನಡದವರು, ತನ್ನ ತಂದೆ ತಮಿಳಿಗರೇ ಲಾರಿ ಡ್ರೈವರ್ ಆಗಿದ್ದ ನನ್ನ ತಂದೆ ಚಿಕ್ಕ ವಯಸ್ಸಿನಿಂದಲೂ ವಾಹನಗಳ ಜೊತೆಗೇ ಬೆಳೆದರು, ವಾಹನಗಳ ಬಗೆಗೆ ತುಂಬಾ ಪ್ರೀತಿ, ಮೊದಲು ಡ್ರೈವರ್ ಆಗಿದ್ದವರು, ತಮ್ಮ ಹಾಗೂ ಸ್ನೇಹಿತರ ಪ್ರಯತ್ನದಿಂದ ಲಾರಿ ಮಾಲೀಕರಾದರು, ಹಾಗೇ ಮುಂದುವರೆದು ಲಾರಿ, ಬಸ್ಸು, ಕಾರುಗಳನ್ನು ತಂದು ಒಂದು ಟ್ರಾನ್ಸ್‌ಪೋರ್ಟ್ ಏಜೆನ್ಸಿ ಪ್ರಾರಂಭಿಸಿದರು, ಚಿಕ್ಕದಾಗಿ ಪ್ರಾರಂಭವಾದ ಆ ಏಜೆನ್ಸಿ – 'ಷಣ್ಮುಘ ಟ್ರಾನ್ಸ್‌ಪೋರ್ಟ್ ಏಜೆನ್ಸಿ' ಈಗ ಚೆನ್ನೈ ಅಲ್ಲದೇ ತಮಿಳುನಾಡಿನ ಇತರ ನಗರಗಳನ್ನು ವ್ಯಾಪಿಸುವಷ್ಟು ದೊಡ್ಡದಾಗಿ ಬೆಳೆದಿದೆ. ಅಪ್ಪನ ಪರಿಶ್ರಮ, ಕೆಲಸದಲ್ಲಿನ ಆಸಕ್ತಿ, ವಾಹನಗಳ ಬಗೆಗಿನ ಪ್ರೀತಿ ಅವರನ್ನು ಡ್ರೈವರ್‌ನಿಂದ ಕೋಟ್ಯಾಧೀಶ್ವರನನ್ನಾಗಿ ಏಜೆನ್ಸಿ ಒಡೆಯನನ್ನಾಗಿ ಮಾಡಿದೆ ಎಂದನು. ಆ ಒಂದು ಹಂತ ತಲುಪಲು ಅಮಿತ್ ತಂದೆಯ ಪರಿಶ್ರಮ ಎಷ್ಟಿರಬಹುದೆಂದು ಲೆಕ್ಕಾಚಾರ ಹಾಕಿದ ಸಹನಾ ಅವರ ಬಗೆಗೆ ಹೆಮ್ಮೆ ಹಾಗೂ ಗೌರವ ಮನೋಭಾವ ವ್ಯಕ್ತಪಡಿಸಿದಳು.

ಮತ್ತೆ ಮುಂದುವರೆಸಿದ ಅಮಿತ್, ಅಪ್ಪ ಇನ್ನೂ ತನ್ನ ಗುರಿಯೆಡೆ ಅಂಬೆಗಾಲಿಡುತ್ತಿದ್ದಾಗ ಅಮ್ಮನ ಪರಿಚಯವಾಗಿದೆ, ಅಮ್ಮ ಕರ್ನಾಟಕದವರು, ಡಿಗ್ರಿ ಮುಗಿಸಿದ್ದ ಅಮ್ಮನಿಗೆ ಇಲ್ಲಿ ಬ್ಯಾಂಕ್‌ನಲ್ಲಿ ಅವರ ತಂದೆಯ ಸ್ನೇಹಿತರು ಕೆಲಸ ಕೊಡಿಸಿದ್ದರು, ಅಪ್ಪ ಲೋನ್‌ಗಾಗಿ ಬ್ಯಾಂಕ್‌ಗೆ ಅಲೆದಾಡುವಾಗ ಇಬ್ಬರ ಮುಖಾಮುಖಿಯಾಗಿತ್ತು, ಅಪ್ಪನ ಕಲ್ಪನೆ, ಆಲೋಚನೆಗಳು, ಜೀವನದಲ್ಲಿ ಏನಾದರೂ ಸಾಧಿಸಿ ತೀರಬೇಕೆನ್ನುವ ಛಲ ಅವರನ್ನು ಅಮ್ಮನೆಡೆಗೆ ಆಕರ್ಷಿಸುತ್ತಿತ್ತು, ಪರಿಚಯ ಸ್ನೇಹವಾಗಿ, ಸ್ನೇಹ ಪ್ರೀತಿಯಾಗಿ, ಮನೆಯವರೊಡನೆ ಸ್ವಲ್ಪ ಹಗ್ಗ ಜಗ್ಗಾಟಗಳಾಗಿ ಇಬ್ಬರ ಮದುವೆಯಾಯ್ತು, ಅಮ್ಮ ಅಪ್ಪನ ಜೀವನಕ್ಕೆ ಆಗಮಿಸಿದ್ದೇ, ಅಪ್ಪನಿಗೆ ಅದೃಷ್ಟ ಒಲಿದು ಬಂದಂತಾಯಿತು, ಇಬ್ಬರೂ ಒಟ್ಟುಗೂಡಿ ನಮ್ಮ ಏಜೆನ್ಸಿಯನ್ನು ಈ ಮಟ್ಟಕ್ಕೆ ತಂದು ನಿಲ್ಲಿಸಿದ್ದಾರೆ, ನೀವು ತಮಿಳುನಾಡಿನ ಯಾವ ಮೂಲೆಗೋದರು ನಮ್ಮ ಏಜೆನ್ಸಿ ವಾಹನಗಳು ನಿಮ್ಮ ಕಣ್ಣಿಗೆ ಬೀಳುತ್ತವೆ, ಹಾಗೆ ಅದರ ವಿಸ್ತಾರ ತಮಿಳುನಾಡಿನ ಉದ್ದಗಲಕ್ಕೂ ಚಾಚಿದೆ, ನಮ್ಮ ತಂದೆ ಈಗ

ತಮಿಳುನಾಡಿನ ಉತ್ತಮ ಉದ್ಯೋಗಿಗಳಲ್ಲಿ, ಶ್ರೀಮಂತರಲ್ಲಿ ಒಬ್ಬರು ಎಂದು ತಂದೆ – ತಾಯಿಯ ಜೀವನದ ಯಶೋಗಾಥೆಯನ್ನು ಬಾಯ್ತುಂಬ ಹೊಗಳಿದನು, ಅಪ್ಪ ತಮಿಳಿನವರಾದರೂ, ಅಮ್ಮನಿಗೆ ಕನ್ನಡ ತುಂಬಾ ಇಷ್ಟ, ಅವರಿಗೆ ನಾನೊಬ್ಬನೇ ಮಗ, ನನಗೆ ಕನ್ನಡ ಚೆನ್ನಾಗಿ ಕಲಿಸಿದರು, ನನ್ನ ತಂದೆ ನನ್ನನ್ನು ತಮಿಳಿನಲ್ಲಿ ಮಾತನಾಡಿಸಿದರೆ ಅಮ್ಮ ಕನ್ನಡದಲ್ಲಿ ಮಾತನಾಡಿಸುತ್ತಾರೆ. ಹಾಗಾಗಿ ಇಲ್ಲೇ ಹುಟ್ಟಿ ಬೆಳೆದರೂ ನನಗೆ ಕನ್ನಡ ಸರಾಗವಾಗಿ ಮಾತನಾಡಲು ಓದಲು ಬರೆಯಲು ಬರುತ್ತದೆ, ನಮ್ಮಮ್ಮ ಅಪ್ಪಟ ಕನ್ನಡ ಪ್ರೇಮಿ ಎಂದನು.

ಸಹನಾ ಕನ್ನಡ ನಾಡಲ್ಲೇ ಇದ್ದರು ಕನ್ನಡ ಕಲಿಸಲು ಮಕ್ಕಳಿಗೆ ಹಿಂದೇಟಾಕುವ ತಂದೆ – ತಾಯಿಯರಿರುವಾಗ ನಿಮ್ಮ ಅಮ್ಮನ ಕನ್ನಡ ಪ್ರೇಮ ಮೆಚ್ಚುವಂತದ್ದು ಎಂದು ಸಹನಾಳು ಅಮಿತ್ ಅಮ್ಮನ ಬಗೆಗೆ ಅಭಿಮಾನ ವ್ಯಕ್ತಪಡಿಸಿದಳು.

ಅವಳು ಅಷ್ಟೇಳಿದ್ದೇ ಅಮಿತ್, ಹೂಂ ಎಷ್ಟರ ಮಟ್ಟಿಗೆ ಕನ್ನಡದ ಹುಚ್ಚೆಂದರೆ, ನನ್ನದೇ ಸ್ಕ್ಯಾನಿಂಗ್ ಸೆಂಟರ್‌ಯಿದ್ದರೂ, ಸೆಂಥಿಲ್ ನರ್ಸಿಂಗ್ ಹೋಂನಲ್ಲಿ ಇರುವ ವೈದ್ಯರು, ಬರುವ ಬಹುಪಾಲು ರೋಗಿಗಳು ಕನ್ನಡಿಗರೆಂದು ಆಕೆಗೆ ಗೊತ್ತಾದದ್ದೇ ತಾನು ಇಲ್ಲಿ ಕೆಲಸ ಮಾಡಿ, ಸಂಸ್ಥೆಯ ಭಾಗವಾಗಬೇಕೆಂದು ಹಠ ಹಿಡಿದು ನನ್ನನ್ನು ಇಲ್ಲಿಗೆ ಕೆಲಸಕ್ಕೆ ಬರುವಂತೆ ಮಾಡಿದ್ದಾಳೆ ಎನ್ನುತ್ತಾ ಅವರ ಅಮ್ಮನ ಹುಚ್ಚು ಅಭಿಮಾನವನ್ನು ಗೇಲಿ ಮಾಡುತ್ತಾ ನಗಲಾರಂಭಿಸಿದನು.

ಇದನ್ನು ಕೇಳಿದ ಸಹನಾಗೆ ಕುತೂಹಲ ತಡೆಯಲಾಗಲಿಲ್ಲ, ಹೌದಾ......... ನಿಮ್ಮದೇ ಸ್ಕ್ಯಾನಿಂಗ್ ಸೆಂಟರ್ ಉಂಟಾ?? ಅಂತ ಪ್ರಶ್ನಿಸಿದಳು.

ನಮ್ಮಮ್ಮನ ಕನಸು ನಾನು ಡಾಕ್ಟರ್ ಆಗಬೇಕೆನ್ನುವುದು, ಬಾಲ್ಯದಿಂದಲೂ ವೈದ್ಯನಾಗಲೇ ನನ್ನ ತಯಾರಿ ನಡೆದಿತ್ತು, ಹಾಗೇ ಓದಿ ದೊಡ್ಡವನಾಗಿ ಡಾಕ್ಟರ್ ಆದೆ, ನಾನು ಪಿಜಿ ಮುಗಿಸಿ ಬರುವಷ್ಟರಲ್ಲೇ ನಮ್ಮಪ್ಪ ನನಗಾಗಿ “ಷಣ್ಮುಗ ಸ್ಕ್ಯಾನಿಂಗ್ ಸೆಂಟರ್” ತೆರೆಯುವ ಎಲ್ಲಾ ವ್ಯವಸ್ಥೆ ಮಾಡಿಕೊಂಡರು. ಚೆನ್ನೈನಲ್ಲಿ ಕನ್ನಡಿಗರ ಅಸೋಸಿಯೇಷನ್ ಒಂದಿದೆ, ನಮ್ಮಮ್ಮ ಅಲ್ಲೊಬ್ಬ ಸದಸ್ಯೆ, ಅಲ್ಲಿಗೆ

ಬರುವ ಕನ್ನಡಿಗರ ಮೂಲಕ ಅಮ್ಮ ಸೆಂಥಿಲ್ ನರ್ಸಿಂಗ್ ಹೋಂ ಬಗೆಗೆ ತಿಳಿದುಕೊಂಡರು, ಯಾರು ಒಬ್ಬರ ಕೆಳಗೆ ಕೆಲಸ ಮಾಡುತ್ತಾನೋ ಅವನು ಮುಂದೆ ತನ್ನ ಸ್ವಂತ ಸಂಸ್ಥೆ ಕಟ್ಟಲು ಸಾಧ್ಯ ಬೇರೆಯುವರಿಂದ ಕೆಲಸ ತೆಗೆದುಕೊಳ್ಳಲು ಸಾಧ್ಯ ಎಂಬುದು ಅಮ್ಮನ ಆಲೋಚನೆ, ಅಲ್ಲದೇ ಇಲ್ಲಿರುವ ಕನ್ನಡಿಗರಿಗೆ ನನ್ನಿಂದ ಸೇವೆ ಸಿಗುವುದೆಂಬ ಆಶಯ ಎಲ್ಲವೂ ನಾನು ನನ್ನ ವೃತ್ತಿ ಜೀವನ ಇಲ್ಲೇ ಪ್ರಾರಂಭಿಸಬೇಕೆಂದು ಅಮ್ಮನನ್ನು ಪ್ರೇರೇಪಿಸಿತು, ಅಮ್ಮನ ಮಾತಿನಂತೆ ಇಲ್ಲೇ ಕೆಲಸ ಪ್ರಾರಂಭಿಸಿದೆ, 6 ತಿಂಗಳು ಒಳ್ಳೆಯ ಅನುಭವವಾಯಿತು, ಅಲ್ಲಿಗೆ ನಮ್ಮ ಸ್ಕ್ಯಾನಿಂಗ್ ಸೆಂಟರ್‌ನ ಕೆಲಸಗಳೂ ಮುಗಿದು ಉದ್ಘಾಟನೆಗೆ ತಯಾರಾಗಿ ನಿಂತಿತ್ತು, ಅದನ್ನು ಅದ್ಧೂರಿಯಾಗಿ ಪ್ರಾರಂಭಿಸಿದೆವು, ಆದರೆ ಇಲ್ಲಿ ಕೆಲಸ ಬಿಡಬಾರದು, ಕನ್ನಡಿಗರೊಂದಿಗೆ ಬೆರೆಯಲಿರುವ ಒಂದು ಅವಕಾಶ ತಪ್ಪಿಸಿಕೊಳ್ಳಬಾರದೆಂಬುದು ಅಮ್ಮನ ಆಸೆ, ಸರಿ ಬೇರೆ ದಾರಿಯಿರದೆ ಬೆಳಿಗ್ಗೆಯಿಂದ ಸಂಜೆವರೆಗೂ ಇಲ್ಲಿ ಕೆಲಸ ಮಾಡುತ್ತೇನೆ, ಉಳಿದಂತೆ ನನ್ನ ಸ್ಕ್ಯಾನಿಂಗ್ ಸೆಂಟರ್‌ನಲ್ಲಿ, ನನ್ನ ಸ್ನೇಹಿತರಿಬ್ಬರೂ ನನ್ನ ಜೊತೆ ಅಲ್ಲಿ ಕೆಲಸ ಮಾಡುತ್ತಾರೆ, ಹಾಗಾಗಿ ಯಾವ ಸಮಸ್ಯೆಯಿಲ್ಲದೆ ನಡೆದುಕೊಂಡು ಹೋಗುತ್ತಿದೆ, ಕೇಳುಗರಿಗೆ ಇದು ಹುಚ್ಚಾಟ ಎನಿಸುತ್ತದೆ, ಆದರೆ ಅಮ್ಮನ ಅಭಿಮಾನ, ಅಮ್ಮನಿಗೆ ಸೆಂಥಿಲ್ ನರ್ಸಿಂಗ್ ಹೋಂನ ಬಗೆಗಿನ ಪ್ರೀತಿ ನನ್ನನ್ನು ಈ ರೀತಿ ಕೆಲಸ ಮಾಡುವಂತೆ ಮಾಡಿದೆ, ಇದು ನನಗೂ ಖುಷಿ ಕೊಡುತ್ತದೆ ಎಂದನು.

ಕೇಳಲು ವಿಚಿತ್ರವೆನಿಸಿದರೂ, ಇವೆಲ್ಲಾ ಕಣ್ಮುಂದೆ ನಡೆಯುತ್ತಿದ್ದ ವಾಸ್ತವವಾದ್ದರಿಂದ ಸಹನಾ ಹೀಗೂ ಎಲ್ಲಾ ಉಂಟು ಎಂದು ಕೊಳ್ಳುತ್ತಾ ಯೋಚಿಸುತ್ತಿದ್ದಳು.........

ಅಮಿತ್ ಈಗ ಸಹನಾಳ ಬಗೆಗೆ ಕೇಳಲು ಮುಂದಾದ, ನೀವು ಕರ್ನಾಟಕದಲ್ಲಿ ಎಲ್ಲಿನವರು, ಎಲ್ಲಿ ಓದಿದ್ದು, ಮುಂಚೆ ಎಲ್ಲಿ ಕೆಲಸ ಮಾಡುತ್ತಿದ್ದೀರಿ, ನನಗೂ ಕರ್ನಾಟಕದಲ್ಲಿ ಕೆಲವು ಪರಿಚಯಸ್ಥರು ಸ್ನೇಹಿತರುಂಟು, ಎನ್ನುತ್ತಾ ಪ್ರಶ್ನೆಗಳನ್ನು ಕೇಳಲಾರಂಭಿಸಿದನು.

ತನ್ನ ಬಗೆಗೆ ಪ್ರಶ್ನೆಗಳು ಎದುರಾದದ್ದೇ ಒಂದು ಆತಂಕದ ಛಾಯೆ ಸಹನಾಳ ಮುಖದ ಮೇಲೆ ಆವರಿಸಿತು, ಅವರ ಬಗೆಗೆ

ಎಲ್ಲಾ ಕೇಳಿಕೊಂಡು, ಅವರ ಮನೆಯಲ್ಲೇ ಬಾಡಿಗೆಗಿದ್ದು, ಅವರಿಂದ ಎಲ್ಲಾ ಸಹಾಯ ಪಡೆದುಕೊಂಡ ಮೇಲೆ ಅವರಿಂದ ಇನ್ನೇನು ಮುಚ್ಚಿಟ್ಟು ಪ್ರಯೋಜನವೆಂದು ಮನಸ್ಸು ಹೇಳತೊಡಗಿತು. ಆತಂಕ ಹಿಂಜರಿಕೆಯೆಲ್ಲೇ ತನ್ನ ಬಗೆಗೆ ಸಹನಾ ಹೇಳಲಾರಂಭಿಸಿದಳು. ಅಷ್ಟರಲ್ಲಿ ಆಕೆಯ ಮೊಬೈಲ್‌ನ ರಿಂಗ್‌ಟೋನ್ ಅವಳನ್ನು ಕರೆಯತೊಡಗಿತು, ಫೋನ್ ಎತ್ತಿದಳು, ತಾನು ಬೆಳಿಗ್ಗೆ ಸಿಜೇರಿಯನ್ ಮಾಡಿದ್ದ ಒಂದು ಹೆಂಗಸಿನ ಆರೋಗ್ಯದಲ್ಲಿ ವ್ಯತ್ಯಾಸವಾಗಿದೆ, ತಕ್ಷಣ ಬರಬೇಕೆಂದು ಆ ಕಡೆಯಿಂದ ಧ್ವನಿ ಮೂಡಿತ್ತು, ಸಹನಾ ಅದನ್ನು ಹೇಳಿ, ಇನ್ನೊಮ್ಮೆ ಸಿಕ್ಕಾಗ ಮಾತನಾಡೋಣ ಅಂತ ಹೇಳಿ ವಾರ್ಡ್‌ನತ್ತ ಓಡಿ ಬಿಟ್ಟಳು, ಅಲ್ಲಿದ್ದ ಸಮಸ್ಯೆಯನ್ನು ಪರಿಶೀಲಿಸಿ ತಕ್ಕಂತೆ ಅದನ್ನು ಸಮರ್ಥವಾಗಿ ನಿಭಾಯಿಸುವಲ್ಲಿ ತನ್ನನ್ನು ತೊಡಗಿಸಿಕೊಂಡಳು, ಬೇಕಾದ ಕ್ರಮಗಳನ್ನು ತೆಗೆದುಕೊಂಡು ಅವಳ ಪ್ರಾಣ ಉಳಿಸುವಲ್ಲಿ ಮಗ್ನಳಾದಳು.

ಇತ್ತ ಅಮಿತ್, ಈ ಓಬಿಜಿ ಕೆಲಸವೇ ಹಾಗೆ ಯಾವ ಸಮಯಕ್ಕೆ ಯಾವ ಸಮಸ್ಯೆ ಬಂದುಬಿಡುತ್ತೋ, ನೆಮ್ಮದಿಯಾಗಿರಲು ಬಿಡದ ಕೆಲಸವೆಂದು ಗೊಣಗಿಕೊಳ್ಳುತ್ತಾ ಕ್ಯಾಂಟಿನ್ ಬಿಲ್ ಕಟ್ಟಿ ತನ್ನ ಕೆಲಸಕ್ಕೆ ಮರಳಿದ.

ಸಹನಾ ಹೀಗೆ ಒಂಟಿಯಾಗಿ ಮನೆ ನಿಭಾಯಿಸಿಕೊಂಡು ತನ್ನ ಆಸ್ಪತ್ರೆಯ ಕೆಲಸ ನಿಭಾಯಿಸಿಕೊಂಡು ಹೋಗುತ್ತಿದ್ದಳು, ಅವಳಿಗೆ ಸ್ವಾವಲಂಭಿಯಾಗಿ ಬದುಕುವ ಆಸೆ, ಸಣ್ಣ ಸಣ್ಣ ಕಾರಣಕ್ಕೆ ಬೇರೆಯವರಿಗೆ ಅವಲಂಬಿತವಾಗುವುದು, ಇಷ್ಟ ಆಗುತ್ತಿರಲಿಲ್ಲ, ಆದ್ದರಿಂದ ಪದೇ ಪದೇ ಮುನಿಯಮ್ಮ ಅಮಿತ್‌ರವರಿಗೆ ಹಿಂಸೆ ಕೊಡಬಾರದೆಂದು ತಾನೇ ತನ್ನ ಕೆಲಸಗಳನ್ನು ಮಾಡಿಕೊಂಡು ಹೋಗುತ್ತಿದ್ದಳು, ಅವಶ್ಯಕತೆಯಿದ್ದಾಗ ಮಾತ್ರ ಬೇರೆಯವರಿಂದ ಸಲಹೆ ಪಡೆಯುತ್ತಿದ್ದಳು. ಸದಾ ಲವಲವಿಕೆಯಿಂದ ತನ್ನನ್ನು ತಾನು ಕೆಲಸದಲ್ಲಿ ತೊಡಗಿಸಿಕೊಳ್ಳುತ್ತಾ, ಬಿಡುವಿನ ಸಮಯದಲ್ಲಿ ಪುಸ್ತಕಗಳನ್ನು ಓದಿಕೊಂಡು ಆಕೆಯಿದ್ದರೂ, ಅವಳನ್ನು ನೋಡಿದ ಪ್ರತಿಯೊಬ್ಬರಿಗೂ ಅವಳಲ್ಲೊಂದು ಚಿಂತೆಯಿದೆ, ಆತಂಕವಿದೆ ಎಂದು ಕಾಣಸಿಗುತ್ತಿತ್ತು, ಆದರೆ ತನ್ನ ಬಗೆಗೆ ಹೇಳಿಕೊಳ್ಳುವ ಯಾವ ಇಂಗಿತವೂ ಆಕೆ ವ್ಯಕ್ತ ಪಡಿಸದಿದ್ದರಿಂದ ಯಾರೂ ಅದನ್ನು ಕೆದಕುವ ದುಸ್ಸಾಹಸಕ್ಕೆ ಹೋಗಲಿಲ್ಲ, ಅವರದೇ ಮನಸ್ಸಿನಲ್ಲಿ ಅಂದುಕೊಂಡು ಬೇರೆಯವರೊಂದಿಗೆ ಅವರದೇ ಕಾಲ್ಪನಿಕ ಕಥೆಗಳನ್ನು ಹೇಳಿಕೊಂಡು

ನಡೆದರು. ಇದೆಲ್ಲಾ ಗೊತ್ತಿದ್ದರೂ ಗೊತ್ತಿರದ ಹಾಗೆ ಸಹನಾಳು ತನ್ನ ಕೆಲಸ ಮುಂದುವರೆಸಿಕೊಂಡು ಹೋದಳು.

ಹೀಗೆ ಒಂದು ದಿನ ತನ್ನ ಕೊಠಡಿಯಲ್ಲಿ ರೋಗಿಗಳನ್ನು ನೋಡುತ್ತಿರುವಾಗ ಅವಳ ಸಹೋದ್ಯೋಗಿ ಇನ್ನೊಬ್ಬ ಗೈನಕಾಲಜಿಸ್ಟ್ ಇವರ ಕೋಣೆಗೆ ಬಂದರು, ಸಹನಾಳನ್ನು ಕುರಿತು, ನಿಮ್ಮಲ್ಲಿ ಈ ರೋಗಿಯ ಬಗೆಗೆ ವಿಚಾರಿಸಬೇಕಿತ್ತು ಎಂದು ಒಂದು ರೋಗಿಯ ಕೇಸ್ ಫೈಲ್ ನೀಡಿದರು, ಆ ಫೈಲ್ ನೋಡಿದ್ದೇ ಸಹನಾ, ಮೇಡಂ ಈಕೆ ತನ್ನ ಬಳಿ ಕಳೆದವಾರ ಬಂದಿದ್ದಳು, MTP (ಅಬಾರ್ಷನ್) ಮಾಡಿಸಿಕೊಡಿ ಅಂತ, ಮಗುಗೇ ಇನ್ನು 1 ವರ್ಷ, ಆಗಲೇ 1½ ತಿಂಗಳು ಆಗಿಬಿಟ್ಟಿದೆ ಅಂತ, ನಾನೇ ಬೈದು ಕಳುಹಿಸಿದೆ ಎಂದಳು, ಗೊತ್ತಾಯ್ತು ಮೇಡಂ ಅವರು OCP (ಗರ್ಭನಿರೋಧಕ) ಮಾತ್ರೆಗಳನ್ನು ತೆಗೆದುಕೊಂಡು ಒಂದೆರಡು ದಿನ ತಪ್ಪಿಸಿ, ಹೀಗಾಗೋಗಿದೆ, Contraceptive failure ಅಂತ MTP ಮಾಡಬಹುದಿತ್ತಲ್ವಾ, ಅವರೀಗ ಬಂದು ನನ್ನಲ್ಲಿ ಹೇಳಿ ಗಲಾಟೆ ಮಾಡುತ್ತಿದ್ದಾರೆ, ಅವರು ಮೊದಲಿನಿಂದಲೂ ನಮ್ಮ ಬಳಿಯೇ ತೋರಿಸಿಕೊಂಡು, ಸಲಹೆ ತೆಗೆದುಕೊಳ್ಳುತ್ತಿದ್ದಾರೆ, ಅಂತವರಿಗೆ ಅವರೇನಾದರು ಕೇಳಿದಾಗ ಮಾಡಿಕೊಡದಿದ್ದರೆ ಸುಮ್ಮನೆ ಆಸ್ಪತ್ರೆಯ ಬಗೆಗೆ ಕೆಟ್ಟ ಅಭಿಪ್ರಾಯ ಬರುತ್ತದೆ ಅಂತ ಬುದ್ಧಿ ಹೇಳತೊಡಗಿದರು.

ತಕ್ಷಣ ಸಹನಾ, ಕ್ಷಮಿಸಿ ಮೇಡಂ, ಹಾಗೆ ಮಾಡಬಹುದೆಂದು ನನಗೂ ಗೊತ್ತು, ಆದರೆ ನಾನು ಗೈನಕಾಲಜಿಸ್ಟ್ ಆದರೂ ನನಗೊಂದು ಆದರ್ಶವಿದೆ, ನಾನು ಪಿಜಿ ಮಾಡುತ್ತಿರುವಾಗ ಹೀಗೆ ಇಂತಹುವುದೇ ಒಂದು Case ಗೆ ಒಬ್ಬ ಡಾಕ್ಟರ್ MTP Kit (ಅಬಾರ್ಷನ್ ಮಾತ್ರೆ) ಬರೆದು ಕೊಟ್ಟಿದ್ದಾರೆ, ಆಗ ರಕ್ತಸ್ರಾವವಾಗಿ ಭ್ರೂಣ, ಹೋಗಿದೆ ಅಂತ ಸುಮ್ಮನಾಗಿದ್ದಾರೆ, ಒಂದು ವಾರದ ನಂತರ ಅವಳಿಗೆ ಮತ್ತೆ ಹೊಟ್ಟೆನೋವು, ರಕ್ತಸ್ರಾವ ಕಾಣಿಸಿಕೊಂಡಿದೆ ನಮ್ಮಲ್ಲಿ ಬಂದರು, ನಾವು ನಮ್ಮ ಕೈಲಾದಷ್ಟು ಪ್ರಯತ್ನಿಸಿ ಆಕೆಯನ್ನು ಉಳಿಸಿಕೊಂಡೆವು, ಅದರಲ್ಲಾದ ಅನಾಹುತದಿಂದ tube block ಆಗಿ ಆಕೆ ಮತ್ತೆ ಗರ್ಭಿಣಿಯಾಗುವುದೇ ಕಷ್ಟವಾಯಿತು, ಇದ್ದ ಒಂದು ಮಗುವೂ ಅಪಘಾತದಲ್ಲಿ ಹಸುನೀಗಿತ್ತು, ಆಕೆ ಮಕ್ಕಳಿಲ್ಲದೆ, ಕೊನೆಗೆ ಗಂಡನಿಂದ ದೂರವಾಗಿ ಬದುಕಬೇಕಾಯ್ತು.

ಇಂತಹ ಹಲವಾರು ಘಟನೆಗಳು ಒಬ್ಬ ಗೈನಕಾಲಜಿಸ್ಟ್ ಆಗಿ ಎಲ್ಲರಂತೇ ನಾನು ನೋಡಿದ್ದೇನೆ, ಆದರೆ ಈ ಘಟನೆ ಮನಸ್ಸನ್ನು ಮುಟ್ಟಿಬಿಟ್ಟಿತು, ನಾನು ಸ್ವತಂತ್ರ್ಯವಾಗಿ ಕೆಲಸ ಮಾಡಲು ಪ್ರಾರಂಭಿಸಿದ್ದೇ, ಅದೇನೇ ಕಾರಣವಿರಲಿ, ಅದ್ಯಾರೇ ಬೇಡಿಕೊಳ್ಳಲಿ MTP (ಅಬಾರ್‌ಷನ್) ಮಾಡುವುದಿಲ್ಲ ಎಂದು ಪ್ರತಿಜ್ಞೆ ಮಾಡಿದೆ, ಒಮ್ಮೆ ಯಾವುದೋ ಒಳ್ಳೆಯ ಕಾರಣಕ್ಕೆ ಮಾಡಲು ಮುಂದಾದರೂ ಅದು ನಮ್ಮ ವೃತ್ತಿಯಲ್ಲಿ ಭಾಗವಾಗಿ ನನ್ನಿಂದ ಅನೇಕ ಪ್ರಾಣಗಳನ್ನು ತೆಗೆದುಬಿಡುತ್ತದೆ ಎನ್ನುವ ಭಯ, ಹಾಗಾಗಿ ಎಂದೂ ತಾನು MTP ಮಾಡುವ ಕೆಲಸಕ್ಕೆ ಕೈ ಹಾಕಿಲ್ಲ, ಮಾಡಲೇ ಬೇಕಾದ Caseಗಳು ತನ್ನಲ್ಲಿ ಬಂದರೂ ಬೇರೆಯವರಿಗೆ ಕಳುಹಿಸಿಕೊಟ್ಟು ಸುಮ್ಮನಾಗಿದ್ದೇನೆ ಹೊರತು ತಾನೆಂದಿಗೂ ಆ ಕೆಲಸ ಮಾಡಿಲ್ಲ, ಮುಂದೆಯೂ ಮಾಡುವುದಿಲ್ಲ, ನಮಗೆ ಜೀವವನ್ನು ಉಳಿಸುವ ಅಧಿಕಾರವುಂಟೇ ಹೊರತು ಕೊಲ್ಲುವ ಅಧಿಕಾರವಿಲ್ಲ, ಚಿಗುರನ್ನು ಚಿವುಟಿ ಹಾಕಲು ನನ್ನ ಮನಸ್ಸು ಎಂದೂ ಒಪ್ಪಲ್ಲ, ನಂಗೊತ್ತು ಒಬ್ಬಗೈನಕಾಲಜಿಸ್ಟ್ ಆಗಿ ನನ್ನ ಮಾತು ವಿತ್ತಂಡ ವಾದವೆನಿಸಬಹುದು, ಕೆಲವೊಮ್ಮೆ ನಾವು ತಾಯಿ-ಮಗು ಹಿತ ದೃಷ್ಟಿಯಿಂದ ಈ ಕೆಲಸ ಮಾಡಲೇ ಬೇಕು, ಕಾನೂನುಂಟು, ಆದರೆ ನನಗೆ ಕಾನೂನಿಗಿಂತ, ನನಗೆ ನನ್ನ ಭಾವನೆ ಆದರ್ಶ ಮುಖ್ಯ, ಈ ಸಲುವಾಗಿ ಹಿಂದೆಯೂ ಅನೇಕ ಟೀಕೆಗಳು ನನ್ನನು ಸುತ್ತಿಕೊಂಡಿದೆ, MTP ತಪ್ಪೆಂದು ನನ್ನ ವಾದವಲ್ಲ ಆದರೆ ಒಮ್ಮೆ ಮಾಡಲೊರಟರೆ ಎಲ್ಲಿ ಅದು ವೃತ್ತಿಯ ಭಾಗವಾಗಿ ನನ್ನಿಂದ ತಪ್ಪು ಮಾಡಿಸಿಬಿಡುತ್ತದೋ ಎನ್ನುವ ಭಯ, ಹಾಗಾಗಿ ದಯಮಾಡಿ ಕ್ಷಮಿಸಿ, ಯಾವುದೇ MTP Case ಗಳಿದ್ದರೆ ನನ್ನ ಬಳಿ ಕಳುಹಿಸಬೇಡಿ, ನನ್ನಿಂದ ಅದು ಸಾಧ್ಯವಿಲ್ಲ ಎಂದು ಈ ವಿಷಯವಾಗಿ ತನ್ನ ಅಭಿಪ್ರಾಯ ತಿಳಿಸಿದಳು.

ಎಲ್ಲರಂತೆ ಇವಳ ಮಾತು ಆ ಗೈನಕಾಲಜಿಸ್ಟ್‌ಗೂ ಅತಿರೇಕ ಅನಿಸಿತು, ಆದರೂ ತಾನೇನೇ ಹೇಳಿದರೂ ಆಕೆ ಒಪ್ಪಲ್ಲ ಅನ್ನುವುದು ಅವಳ ಮಾತಲ್ಲೇ ಅರಿತಿದ್ದ ಈಕೆ ಸರಿಬಿಡಿ, MTP Case ನಿಮಗೆ ಕಳಹಿಸಿಕೊಡದಂತೆ HOD (ವಿಭಾಗದ ಮುಖ್ಯಸ್ಥೆ) ಯಲ್ಲಿ ಮಾತನಾಡುತ್ತೇನೆ, ನೀವು ನಿಮ್ಮ ಆದರ್ಶಕ್ಕೆ ಕಟ್ಟುಬೀಳಿ, ಅದಕ್ಕೆ ನಾವ್ಯಾಕೆ ಅಡ್ಡಿ ಮಾಡೋದು ಅಂತ ವ್ಯಂಗ್ಯವಾಗಿ ಮಾತನಾಡಿ ಹೊರಟರು.

ಸಹನಾಗೆ ಇದ್ಯಾವುದು ಹೊಸದಿರಲಿಲ್ಲ, ನಾನು ಕೆಲಸ ಮಾಡಿದ್ದ ಹಿಂದಿನ ಆಸ್ಪತ್ರೆಯಲ್ಲೂ ಇಂತಹ ಸನ್ನಿವೇಶಗಳು ಅನೇಕ ಬಾರಿ ಎದುರಾಗಿದ್ದವು, ಆದರೆ ಅದ್ಯಾವುದು ಅವಳ ನಿಲುವನ್ನು ಅಲುಗಾಡಿಸರಲಿಲ್ಲ, ಆಕೆ ಯಾರಿಗೂ ಬಗ್ಗುತ್ತಿರಲಿಲ್ಲ, ಭ್ರೂಣಹತ್ಯೆ ಮಾಡಬಾರದೆಂದೇ ವೃತ್ತಿ ಮುಂದುವರೆಸಿದ್ದಳು.

ಈ ಸುದ್ದಿ ಇಡೀ ಓಬಿಜಿ ವಿಭಾಗವನ್ನೇ ವ್ಯಾಪಿಸಿತು. ಇವಳ ಬಗೆಗೆ ಹಾಸ್ಯಾಸ್ಪದ ಮಾತುಗಳು, ಟೀಕೆಗಳು ಹರಿದಾಡತೊಡಗಿತು, ಅದಕ್ಕೆ ಹಳೇ ಆಸ್ಪತ್ರೆಯವರು ಹೊರಹಾಕಿ ಇವಳು ಇಲ್ಲಿಗೆ ಬಂದಿರಬೇಕು, ಅಬಾರ್ಶನ್‌ಗಳು ಏನೇ ಕಾನೂನಿದ್ದರೂ, ಎಷ್ಟರ ಮಟ್ಟಿಗೆ ವೈದ್ಯರಿಗೆ ಆಸ್ಪತ್ರೆಗೆ ಲಾಭದಾಯಕವಾಗಿವೆ ಎಂದು ನಮಗೆ ಗೊತ್ತಿಲ್ವಾ, ಬಂದ ರೋಗಿಗಳಿಗೆ ಹೀಗೆ ಭಾಷಣ ಬಿಗಿದು ಕಳುಹಿಸಿದರೆ ಎಷ್ಟರ ಮಟ್ಟಿಗೆ ಆಸ್ಪತ್ರೆಗೆ ಹಾನಿ ಎಂದೆಲ್ಲಾ ಮಾತನಾಡಿಕೊಳ್ಳಲು ಶುರುಮಾಡಿದರು, ಅದರಲ್ಲಿ ಕೆಲವರು ಸರಿ ಬಿಡಿ, ಒಬ್ಬೊಬ್ಬರ ಆದರ್ಶ ಒಂದೊಂದು, ಇನ್ಮುಂದೆ ಆ ತರಹ ಕೇಸ್‌ಗಳನ್ನು ಅವರಲ್ಲಿಗೆ ಕಳುಹಿಸಬೇಡಿ ಅಷ್ಟೇ ಎಂದು ಹೇಳುತ್ತಾ ಸುಮ್ಮನಾದರು. ಇದ್ಯಾವುದಕ್ಕೂ ಸಹನಾ ತಲೆಕೆಡಿಸಿಕೊಳ್ಳದೇ ತನ್ನ ಕೆಲಸ ಮುಂದುವರೆಸಿದಳು.

ಹೀಗೆ ಈ ಮಾತುಗಳು ಮುನಿಯಮ್ಮನ ಕಿವಿಗೂ ಬಿತ್ತು ಆಕೆ ಸಹನ ಬಳಿ ಬಂದು, ಅಮ್ಮಾ, ಜನ ಏನೇನೋ ಮಾತಾಡ್ಕೋತ್ತಾ ಇದ್ದಾರೆ, ನೀವು ತಲೆಕೆಡಿಸಿಕೊಳ್ಳಬೇಡಿ ಅಮ್ಮಾ, ಈ ಕಾಲದಲ್ಲಿ ದುಡ್ಡಿಗಾಗಿ ಏನೇನೋ ಮಾಡೋ ಡಾಕ್ಟ್ರುಗಳವ್ರೆ, ಆದ್ರೆ ಭ್ರೂಣ ಹತ್ಯೆ ಮಾಡ್‌ಕೂಡ್ದು ಅಂತ ನೀವ್ ಹೇಳ್ತೀರಲ್ಲ ಅದು ಸರಿ ಕಣ್ಬಿಡಿ, ಮಕ್ಕಳು ದೇವ್ರ ಸಮ, ಅದನ್ನ ಕೊಂದ್ರೆ ಪಾಪ, ಅವೆಲ್ಲ ಇವುಕ್ಕೆ ಅರ್ಥ ಆಗಲ್ಲ, ನೀವು ಅವುಕ್ಕೆಲ್ಲಾ ಕಿವಿಕೊಡಬೇಡಿ ಅಂತ ಸಮಾಧಾನ ಮಾಡಿದಳು, ಸಹನಾ ನಕ್ಕು ಅಯ್ಯೋ ಅದಾ, ಇವೆಲ್ಲಾ ಕೆಲಸ ಮಾಡೋ ಜಾಗದಲ್ಲಿ ಮಾಮೂಲಿ, ಅನ್ನೋರಿಗೆಲ್ಲಾ ಹೆದರೋಕ್ಕಾಗುತ್ತಾ ಬಿಡಿ ಅಮ್ಮ, ನನಗೆ ಏನು ಮಾಡಬೇಕೆಂದು ಗೊತ್ತು, ನಂಗೇನು ಬೇಜಾರಿಲ್ಲವೆಂದೇ ಉತ್ತರಿಸಿದಳು.

ಮುನಿಯಮ್ಮ, ನಾನು ಬಂದದ್ದು ನಿಮ್ಮ ಹತ್ತಿರ ಒಂದು ಸಹಾಯ ಕೇಳೋಕೆ ಅಮ್ಮ ಅಂದಳು, ಸದಾ ತನಗೆ ಸಹಾಯ ಮಾಡಿದ್ದ ಅಮ್ಮನಿಗೆ

ಸಹಾಯ ಬೇಕೆಂದಿದ್ದೇ ಸಹನಾ ಖುಷಿಯಾಗಿ, ಆ ಹೇಳಿ ನಾನೇನು ಮಾಡಲಿ ಅಂದಳು, ಮುನಿಯಮ್ಮ ತಕ್ಷಣ ಹೊರಗೆ ಹೋಗಿ ಒಂದು ಹೆಂಗಸಿನ ಜೊತೆ ಒಳಗೆ ಬಂದಳು, ಈಕೆ ತನ್ನ ದೂರದ ಸಂಬಂಧಿ ಮದುವೆಯಾಗಿ 4 ವರ್ಷ ಆಯ್ತು, ಮಕ್ಕಳಾಗಿಲ್ಲ ಕಣವ್ವ, ಗಂಡ ಈಗೀಗ ಇವುಳ್ನ ಹಿಂಸೆ ಮಾಡ್ತಿದ್ದಾನಂತೆ, ಕುಡಿದು ಬಂದು ಹೊಡೀತಾನಂತೆ, ಪೆದ್ದಿ ಕಣವ್ವ, ಆಸ್ಪತ್ರೆಗೆ ಬಂದು ತೋರಿಸಬೇಕ್ತಾನೇ, ಸುಮ್ನೆ, ಮನೇಲಿ ಕೂತು ಯಾರ್‍ಯಾರು ಏನೇನು ಪೂಜೆ ವ್ರತ ಹೇಳ್ತಾರೋ ಅವೆಲ್ಲಾ ಮಾಡ್ಕೊಂಡು ಕುಂತವಳೆ, ಮೊನ್ನೆ, ನಮ್ಮ ಕಡೆಯವರ ಮದುವೆ ಅಂತ ಹೋಗಿದ್ನಲ್ಲ ಆಗ ಏನಾದ್ರು ವಿಶೇಷನಾ ಅಂತ ಕೇಳಿದ್ರೆ ಒಂದೇ ಸಮನೆ ಅತ್ತು ಬಿಡ್ತು ಮಗಾ...... ಹೊಟ್ಟೆ ಉರೀತು ಕಣಮ್ಮ...... ನಾನೇ ಬೈದು ನಿಮ್ಮ ಬಗ್ಗೆ ಹೇಳಿ ಕರ್‍ಕೊಂಡು ಬಂದೆ ಅಂದ್ಲು, ಸಹನಾ ಅಷ್ಟೇನಾ, ಇದರಲ್ಲಿ ಸಹಾಯ ಏನು ಬಂತು, ನನ್ನ ಕೆಲಸ, ನೋಡ್ತೀನಿ ಬಿಡಿ ಅಂದ್ಲು, ಮುನಿಯಮ್ಮ...... ತಲೆ ಕೆರೆಯುತ್ತಾ....... ನೋಡ್ತೀರಾ......ಆದ್ರು ಬಡಜೀವ ಕಣಮ್ಮ, ಟೆಸ್ಟು ಪೆಸ್ಟು ಅಂತ ಜಾಸ್ತಿ ಖರ್ಚಾಗುತ್ತೇನೋ, ಅದುಕ್ಕೇ ಸ್ವಲ್ಪ ನೋಡಿಕೊಂಡು ಮಾಡ್ಸಿ, ಅದಿಕ್ಕೇ ನೀವಾದರೆ ಅರ್ಥ ಮಾಡ್ಕೋತ್ತೀರಾ ಅಂತ ಕರ್‍ಕೋ ಬಂದೆ ಅಂದ್ರು, ಸಹನಾ ಸರಿ ಬಿಡಿ, ನಿಮ್ಮ ಕಡೆಯವರಲ್ವಾ, ನಾನು ಎಲ್ಲಾ ಮಾತಾಡಿ ಕಡಿಮೆಗೆ ಮಾಡಿಸಿಕೊಡ್ತೀನಿ, ಮೊದಲು ನಾನು ಕೆಲವು ಪರೀಕ್ಷೆ ಮಾಡಿಸ್ತೀನಿ, ಅವೆಲ್ಲಾ ಸರಿಯಿದ್ದರೆ ಅಮಿತ್ ಅವರ ಹತ್ತಿರ ಮಾತಾಡಿ ಕಡಿಮೆ ಹಣಕ್ಕೋ ಅಥವಾ ಉಚಿತವಾಗೋ ಸ್ಕ್ಯಾನಿಂಗ್ ಮಾಡಿಸೋಣ, ನೀವು ಹೇಳಿದ್ದೀರಾ ಅಂದ್ರೆ ಅವ್ರು ಫ್ರೀ ಆಗಿ ಮಾಡಿಬಿಡ್ತಾರೆ ಅಂತ ನಕ್ಕು ಆ ಹೆಂಗಸಿನ ತಪಾಸಣೆಯಲ್ಲಿ ತೊಡಗಿದಳು, ಅದೇನು ಸಮಸ್ಯೆ ಇದೆಯೋ ಪತ್ತೆ ಮಾಡಿ ಅವಳಿಗೆ ಸಹಾಯ ಮಾಡುವ ಜವಾಬ್ದಾರಿ ನನ್ನದು ಸರೀನಾ ಅಂತ ಮುನಿಯಮ್ಮನ ಹೆಗಲಮೇಲೆ ಕೈಯಿಟ್ಟು ಭರವಸೆ ನೀಡಿದಳು.

ಹೀಗೆ ದಿನಗಳು ಕಳೆಯುತ್ತಾ ಹೋದವು, ಸಹನಾ ಮನೆಯಲ್ಲಿ, ಆಸ್ಪತ್ರೆಯಲ್ಲಿ ಅಲ್ಲಿನ ವಾತಾವರಣಕ್ಕೆ ಹೊಂದಿಕೊಂಡು ತನ್ನ ಕೆಲಸ ಮಾಡಿಕೊಂಡು ಹೋಗುತ್ತಿದ್ದಳು, ಜೀವನದಲ್ಲಾದ ಬದಲಾವಣೆಗೆ ಒಗ್ಗಿಕೊಂಡು ನಡೆಯುತ್ತಿದ್ದಳು, ನೋವಿನ ಆತಂಕದ ಛಾಯೆ ತಕ್ಕ ಮಟ್ಟಿಗೆ ಮುಖದಲ್ಲಿ ಕಡಿಮೆಯಾಗುತ್ತಾ ಬಂದಿತ್ತು, ಬಿಡುವಿದ್ದಾಗ

ಮುನಿಯಮ್ಮ ಬಂದು ಮಾತನಾಡಿಸಿಕೊಂಡು ಅವಳಿಗೆ ಒಂಟಿತನ ಕಾಡದಂತೆ ನೋಡಿಕೊಳ್ಳುತ್ತಿದ್ದರು, ಮುನಿಯಮ್ಮನಿಗಂತೂ ಸಹನಾ ಬಹಳ ಇಷ್ಟವಾಗಿ ಬಿಟ್ಟಿದ್ದಳು, ಮಗಳೇನೋ ಅನ್ನೋ ಮಮಕಾರ, ಆದ್ರೇ ಆಕೆ ಎಂದೂ ತನ್ನ ಮನೆಯವರ ಬಗೆಗೆ ಹೇಳದೇ ಇರುವುದು ಸ್ವಲ್ಪ ಕುತೂಹಲ ತರಿಸುತ್ತಿತ್ತು, ಎಂದಾದರೂ ಆ ವಿಷಯ ಬಂದರೂ ಸಹನಾ ಅಲ್ಲೇ ಮಾತು ತೇಲಿಸಿ ಬಿಡುತ್ತಿದ್ದಳು, ಅದೇಕೆ ಎಂಬುದು ಮಾತ್ರ ಇವರಿಗೆ ನಿಗೂಢ ಎನಿಸುತ್ತಿತ್ತು, ಅದನ್ನು ಬಿಟ್ರೆ ಸಹನಾಳ ಜೊತೆಯಿರುವುದು ಅವಳೊಂದಿಗೆ ಮಾರ್ಕೆಟ್‌ಗೆ ಹೋಗುವುದೆಲ್ಲಾ ಮುನಿಯಮ್ಮನಿಗೆ ಖುಷಿ ಕೊಡುತ್ತಿತ್ತು.

ಹೀಗೆ ಏನೋ ಕೆಲಸಕ್ಕೆಂದು ಮುನಿಯಮ್ಮ ಅಮಿತ್‌ರವರ ಬಳಿಗೆ ಬಂದಿದ್ದಳು, ಮುನಿಯಮ್ಮನನ್ನು ರೇಗಿಸುವುದು, ಅವರು ರೇಗಿಸಿದಾಗ ಮುನಿಯಮ್ಮ ನಾಚುತ್ತಾ ನಿಲ್ಲುವುದು, ಅಮಿತ್‌ಗೆ ಬಲು ಇಷ್ಟ, ಅವಕಾಶ ಸಿಕ್ಕಾಗ ಅವರನ್ನು ಗೇಲಿ ಮಾಡುತ್ತಾ ತಮಾಷೆ ಮಾಡುತ್ತಿದ್ದರು, ಮುನಿಯಮ್ಮ ನಾಚುತ್ತಾ ಚಿಕ್ಕಜಮಾನ್ರುನ್ನಾ ತರಾಟೆಗೆ ತಗಳೋರು, ಇವರಿಬ್ಬರ ಕಿತ್ತಾಟನೇ ಒಂದು ಮಜಾ.... ಹೀಗೆ ಮಾತನಾಡುತ್ತಾ ಮಾತನಾಡುತ್ತಾ ಮುನಿಯಮ್ಮ, ಅಮ್ಮ-ಅಪ್ಪನ ಮುದ್ದು ಜಾಸ್ತಿಯಾಯ್ತು ನಿಮ್ಗೆ, ಅದಿಕ್ಕೇ ಜಾಸ್ತಿಯಾಗಿದೆ, ತಡೀರಿ ಅಮ್ಮಾವ್ರಗೆ ಹೇಳಿ ಸರಿಯಾದ ಗಯ್ಯಾಳಿಗೆ ತಾಳಿ ಕಟ್ಟಿಸಿ ಮೂಗುದಾರ ಹಾಕಿಸ್ತೀನಿ ಅಂತ ರೇಗಿಸಿದರು, ಅಮಿತ್, ಅಯ್ಯೋ, ಹಂಗೆಲ್ಲಾದರೂ ಮಾಡಿಬಿಟ್ಟೀರಾ, ಈಗ್ಲೆ ಅಮ್ಮ ಅವರ ಕರ್ನಾಟಕದ ಸ್ನೇಹಿತರಿಗೆ ಬಂಧು-ಬಳಗಕ್ಕೆಲ್ಲಾ ಫೋನ್ ಮಾಡಿ ಸೊಸೆ ಹುಡುಕೋ ತಯಾರಿ ಮಾಡ್ತಿದ್ದಾರೆ, ನೀವು ಬೇರೆ ಹೇಳಿಬಿಟ್ರೆ ಆ ಕೆಲಸ ಇನ್ನೂ ಬೇಗಬೇಗ ಮಾಡ್ತಾರೆ...... ಬೇಡಪ್ಪಾ ಹೆಣ್ಮಕ್ಕಳ ಸಹವಾಸ, ಇನ್ನೊಂದಷ್ಟು ದಿನ ಹೀಗೆ ಜಾಲಿ ಇರಬೇಕು ಅಂದರು. ಮುನಿಯಮ್ಮ, ಜಾಲಿ ಗೀಲಿ ಎಲ್ಲಾ ಸಾಕು, ವಯಸ್ಸಾಯ್ತು ಮದುವೆ ಆಗಿ ಬೇಗ, ಕೂದಲೆಲ್ಲಾ ಆಗ್ಲೆ ಬೆಳ್ಳಗಾಯ್ತು ಅಂತ ನಗ್ತಾ ಮುನಿಯಮ್ಮ, ಹಂಗಾದ್ರೆ ಕನ್ನಡದ ಸೊಸೆ ಹುಡುಕಾಟ ನಡೀತಿದಿಯಾ ಮನೇಲಿ ಅಂತ ಪ್ರಶ್ನಿಸಿದರು, ಹೂಂ, ಗೊತ್ತಿಲ್ಲ ಅಮ್ಮನ ಬುದ್ಧಿ, ನಾನೇನೋ ಹೇಳಿ ಮುಂದಕ್ಕಾಗ್ತಿದೀನಿ ಅಂದರು. ಅಮಿತ್.

ಮುನಿಯಮ್ಮ ಸ್ವಲ್ಪ ಯೋಚಿಸಿ, ನೀವ್ಯಾಕೆ ಸಹನಾ ಅಮ್ಮಾವ್ರನ್ನ ಮದುವೆಯಾಗಬಾರ್ದು?? ಅಂತ ಥಟ್ ಅಂತಾ ಕೇಳಿಬಿಟ್ಟಳು, ಅದರ

ಬಗೆಗೆ ಎಂದೂ ಯೋಚಿಸಿರದ ಅಮಿತ್‌ಗೆ ಮುನಿಯಮ್ಮನ ಮಾತು ಗಾಬರಿ ಮೂಡಿಸಿತು, ಸುಮ್ ಸುಮ್ನೆ ಏನು ಬಾಯಿಗೆ ಬರುತ್ತೋ ಅದೆಲ್ಲಾ ಹೇಳ್ತಿರಾ ಅಲ್ವಾ ಅಂತ ಮುನಿಯಮ್ಮನಿಗೆ ಬೈಯೋಕೆ ಶುರುಮಾಡಿದನು. ಮುನಿಯಮ್ಮ, ಅಲ್ಲಾ ನೀವು ಹೇಗಾದರೂ ಕನ್ನಡ ಹುಡುಗೀನೇ ಮದುವೆಯಾಗೋದು ಅಲ್ವಾ, ಇನ್ನು ನಿಮ್ಮ ಮನೇಲಿ ಜಾತಿ–ಗೀತಿ ಎಲ್ಲಾ ಕೇಳಲ್ಲ, ನಿಮ್ಮಂಗೆ ಆಕೇನೂ ಒಳ್ಳೆ ಮನಸ್ಸು ಇರೋಳು, ಬೇರೆಯವರಿಗೆ ಸಹಾಯ ಮಾಡೋ ಮನಸ್ಸು, ಇಬ್ರೂ ಡಾಕುಟ್ರು, ನೋಡೋಕು ಗೊಂಬೆ ಥರಾ ಮುದ್ದಾಗಿದ್ದಾರೆ, ಇನ್ನೇನು ಬೇಕು ನಿಮ್ಗೆ, ಅವರಿಗಿಂತೊಳ್ಳೆ ಹುಡ್ಗಿ ಸಿಕ್ಕಾರಾ...... ಕಣ್ಮುಚ್ಚಿಕೊಂಡು ತಾಳಿ ಕಟ್ಟಬಹುದು, ನೀವು ಹೂಂ ಅನ್ನಿ ನಿಮ್ಮ ಅಮ್ಮನ ಹತ್ತಿರ ನಾನು ಮಾತಾಡ್ತೀನಿ, ನಾನೇಳಿದರೆ ಅಮ್ಮ ಒಪ್ಕೋತ್ತಾರೆ ಅಂತ ಬಡಬಡಾಯಿಸುತ್ತಾ ಹೋದರು, ಅಮಿತ್‌ಗೂ ತಾಳ್ಮೆ ಮೀರಿ ಕೋಪ ಬಂತು, ಮದುವೆ ಅಂದ್ರೆ ಆಟನಾ, ಏನೇನೋ ಹೇಳ್ತಿದ್ದೀರಲ್ಲಾ, ಎಲ್ಲಾದರೂ ಹಿಂಗೆ ಹೇಳಿಬಿಟ್ಟೀರಾ, ಸುಮ್ನೆ ಜನ ನಮ್ಮ ಬಗ್ಗೆ ತಪ್ಪು ತಿಳ್ಕೋತಾರೆ, ಅವರು ನನಗೆ ಆಸ್ಪತ್ರೆಯ ಸಹೋದ್ಯೋಗಿ ಒಬ್ಬ ಗೆಳತಿ ಅಷ್ಟೇ, ಅವರ ಕಿವಿಗೆ ಏನಾದರೂ ಬಿದ್ರೆ ಅವರು ಏನು ಅಂದುಕೊಳ್ಳಲ್ಲಾ, ಇದೆಲ್ಲಾ ಮನಸ್ಸಲ್ಲಿಟ್ಟುಕೊಂಡೇ ನಾವಿಬ್ಬರು ಅವರಿಗೆ ಸಹಾಯ ಮಾಡಿದ್ವಿ ಅಂತ ಅನ್ಕೊಂಡು ಅವರು ಒಂಟಿಯಾಗಿದ್ದಾರೆಂದು ನಾವು ಏನೇನೋ ಭಾವಿಸಿಕೊಂಡೆವು ಅಂತ ನಮ್ಮ ಬಗ್ಗೆ ಅಸಹ್ಯ ಪಟ್ಕೋತ್ತಾರೆ ಅಷ್ಟೇ ಅಂತ ಚೆನ್ನಾಗಿ ಬೈದುಬಿಟ್ಟನು. ಮುನಿಯಮ್ಮ, ಹಂಗಲ್ಲಾ ಯಜಮಾನ್ರೆ ಅಂತ ಮಾತು ಮುಂದುವರಿಸಲು ಬಂದದ್ದೇ ಅಮಿತ್ ಅಮ್ಮಾ, ಎಲ್ಲಾ ಸಲ ನಿಮ್ಮ ಮಾತು ಕೇಳೋಕ್ಕಾಗಲ್ಲ, ನಿಮ್ಮದು ಒಳ್ಳೆ ಮನಸ್ಸು, ಆದ್ರೆ ಕೆಲವು ಸೂಕ್ಷ್ಮಗಳು ಅರ್ಥ ಆಗಲ್ಲ, ಮನಸ್ಸಿಗೆ ಬಂದದೆಲ್ಲಾ ಬಡಬಡ ಅಂತ ಮಾತನಾಡಿ ಬಿಡ್ತೀರಾ, ಸರಿ ಈ ವಿಷಯ ಇಲ್ಲಿಗೆ ಬಿಡಿ, ಇನ್ನೆಂದೂ ಈ ವಿಷಯ ನೀವು ಎಲ್ಲೂ ಮಾತಾಡಬಾರದು ಅಂತ ಗಟ್ಟಿಯಾಗಿ ಹೇಳಿಬಿಟ್ಟ. ಮುನಿಯಮ್ಮನಿಗೆ, ತಾನು ಮಾಡಿದ್ದು ಸರಿಯೋ ತಪ್ಪೋ ಅರ್ಥವಾಗದೆ ಹೊರನಡೆದಳು. ಮುನಿಯಮ್ಮನ ಮಾತುಗಳು ಅಮಿತ್‌ಗೆ ಗೊಂದಲ ಉಂಟುಮಾಡಿತು, ತಲೆಯಲ್ಲಿ ಹುಳ ಬಿಟ್ಟು ಅಮ್ಮ ಹೊರಗೆ ಹೋಗಿದ್ದರು, ಎಲ್ಲಿ ಇದನ್ನೇ ಸಹನಾಗೆ ಹೇಳಿ ಮುಜುಗರ ತಂದು ಬಿಡುತ್ತಾರೋ ಅನ್ನೋ ಆತಂಕ

ಅಮಿತ್‌ಗೆ ಕಾಡಿತ್ತು, ಏಕೆಂದರೆ, ಮುನಿಯಮ್ಮನ ಮನಸ್ಸಿಗೆ ಏನಾದರು ಬಂದ್ರೆ ಅದು ಆಗುವವರೆಗೂ ಅಮ್ಮ ಬಿಡುತ್ತಿರಲಿಲ್ಲ, ಮುಂದೇನು ಮಾಡುತ್ತಾರೋ ಅಂತ ಕಳವಳದಲ್ಲೇ ಒದ್ದಾಡತೊಡಗಿದರು ಅಮಿತ್. ಇದಾದ ಮರುದಿನವೇ ಸಂಜೆ ಸಹನಾ ಮುನಿಯಮ್ಮನನ್ನು ತನ್ನ ಕೊಠಡಿಗೆ ಕರೆದು, ತಾನು ಸ್ವಲ್ಪ ಅಮಿತ್ ಅವರನ್ನು ಕಾಣಬೇಕಿತ್ತು, ನನ್ನೊಂದಿಗೆ ಷಣ್ಮುಖ ಸ್ಕ್ಯಾನಿಂಗ್ ಸೆಂಟರ್‌ಗೆ ಬರ್ತೀರಾ ಅಂತ ಕೇಳಿದಳು, ಮುನಿಯಮ್ಮ, ಯಾಕಮ್ಮ ಬೆಳಿಗ್ಗೆಯೆಲ್ಲಾ ಇಲ್ಲೇ ಇದ್ದರಲ್ಲಾ, ಇಲ್ಲೇ ಕಾಣಬಹುದಿತ್ತಲ್ಲಾ, ಏಕೆ ಏನಾಯ್ತು ಅಂತ ವಿಚಾರಿಸಿದರು. ಸಹನಾ ಇಲ್ಲ ಇಲ್ಲಿ ಬೇಡ, ಅವರಹತ್ತಿರ ಕೆಲಸವಿದೆ ಅಲ್ಲೇ ಹೋಗೋಣ, ಬನ್ನಿ ಅಲ್ಲಿ ಹೋಗ್ತೀವಲ್ಲ ಗೊತ್ತಾಗುತ್ತೆ ಅಂದ್ಲು, ಮುನಿಯಮ್ಮನಿಗೆ ತಲೆಯಲ್ಲಿ ಅನೇಕ ಪ್ರಶ್ನೆಗಳು ಬಂದವು, ಇತ್ತ ಸಹನಾ ಬಹಳ ಗಾಬರಿ ಆತಂಕದಿದ್ದಳು, ಸರಿ, ಏನೋ ನೋಡೋಣ ಅಂತಲೇ ಮುನಿಯಮ್ಮ ಸಹನಾ ಜೊತೆ ಬರುವುದಾಗಿ ಹೇಳಿದರು, ಸಹನಾ ತನ್ನ ಬ್ಯಾಗ್‌ನಲ್ಲಿ ಕೆಲವು ಫೈಲ್ ಇಟ್ಟುಕೊಂಡು ಮುನಿಯಮ್ಮನ ಜೊತೆ ನಡೆದಳು. ದಾರಿಯುದ್ದಕ್ಕೂ ಸಹನಾ ತುಂಬಾ ಗೊಂದಲದಿಂದಿದ್ದಳು, ಮುನಿಯಮ್ಮ, ಏನು ಅಂತ ಅರ್ಥವಾಗದೆ ಕುಳಿತು ಬಿಟ್ಟರು.

ಷಣ್ಮುಖ ಸ್ಕ್ಯಾನಿಂಗ್ ಸೆಂಟರ್ ಬಂತು, ಇಬ್ಬರೂ ಅಮಿತ್ ಕೊಠಡಿಗೆ ಬಂದರು, ನಿನ್ನೆ ಮುನಿಯಮ್ಮನ ಮಾತುಗಳಿಗೆ ತಲೆಕೆಡಿಸಿಕೊಂಡಿದ್ದ ಅಮಿತ್‌ಗೆ ಇಬ್ಬರೂ ಒಟ್ಟಿಗೆ ಅವನನ್ನು ಹುಡುಕಿಕೊಂಡು ಬಂದದ್ದು ಇನ್ನೂ ಗಾಬರಿ ಉಂಟು ಮಾಡಿತು, ಮುನಿಯಮ್ಮನಿಗೆ ಮೊದಲೇ ಏನು ಅರ್ಥವಾಗಿರಲಿಲ್ಲ, ಅಮಿತ್ ನೋಟಕ್ಕೆ ಇನ್ನೂ ಬೆದರಿದರು.

ಸಹನಾ ಅಮಿತ್ ಅವರ ಬಳಿಗೆ ಬಂದಳು, ಹಾಯ್ ಕಾಫಿ ಆಯ್ತಾ, ಬ್ಯುಸಿನಾ ಅಂತ ಸಹಜವಾಗೇ ಮಾತನಾಡಿದಳು, ಅವಳು ಮಾತನಾಡಿದ ಪರಿಗೆ ಸ್ವಲ್ಪ ಸಮಾಧಾನ ತಂದುಕೊಂಡ ಅಮಿತ್ ಕೂಡ ಸಹಜವಾಗಿಯೇ ಪ್ರತಿಕ್ರಿಯಿಸಿದ, ಏನು ಇಲ್ಲಿ ತನಕ ಬಂದುಬಿಟ್ಟಿದ್ದೀರಾ ಅಂದ, ಸಹನಾ ಏಕೆ ಬರಬಾರದಾ, ನಿಮ್ಮ ಸ್ಕ್ಯಾನಿಂಗ್ ಸೆಂಟರ್ ಹೇಗುಂಟು ಅಂತಾ ನೋಡೋಕೆ ಬಂದೆ ಅಂತ ತಮಾಷೆಯಾಗಿ ಮಾತನಾಡಿದಳು, ಏನೇ ತಮಾಷೆ ಮಾಡಿದರೂ, ಮುಖದಲ್ಲಿನ ಗೊಂದಲ ಎದ್ದು ಕಾಣುತ್ತಿತ್ತು, ಅಮಿತ್, ಸರಿ ಬನ್ನಿ ನೋಡುವಿರಂತೆ ಅಂದ, ಅಲ್ಲಿಗೆ, ಸಹನಾ ನಿಲ್ಲಿಸಿ,

ನಾನು ಇಲ್ಲಿ ಒಂದು ಕೆಲಸದ ಸಲುವಾಗಿ ಬಂದೆ, ನಿಮ್ಮಿಂದ ಒಂದು ಕೆಲಸವಾಗ ಬೇಕಿತ್ತು, ನಾನಿಲ್ಲಿ ನಿಮ್ಮ ರೋಗಿಯಾಗಿ ಬಂದಿರುವೆ, ನಾನು ಇಲ್ಲಿ ಸ್ಕ್ಯಾನಿಂಗ್ ಮಾಡಿಸಿಕೊಳ್ಳಲು ಬಂದಿರುವೆ ಎಂದು ತಿಳಿಸಿದಳು. ಅವಳ ಮಾತೆ ಇವರಿಬ್ಬರಿಗೂ ಅರ್ಥವಾಗಲಿಲ್ಲ, ಮುನಿಯಮ್ಮನಂತೂ, ಏನು ಸ್ಕ್ಯಾನಿಂಗ್ ಗಾ?? ಯಾಕಮ್ಮ... ಏನಾಯ್ತು... ಮೈ ಉಷಾರಿಲ್ವಾ... ಅಲ್ಲೇ ಹೇಳೋದಲ್ವಾ... ಮಾತ್ರೆ ತಗೊಂಡ್ರಾ ಅಂತ ಗಾಬರಿ ಗಾಬರಿಯಾಗಿ ಪ್ರಶ್ನೆಗಳನ್ನು ಕೇಳತೊಡಗಿದಳು, ಅಮಿತ್ ಕೂಡ ಇದೇ ಪ್ರಶ್ನೆಗಳನ್ನು ಸಹನಾಗೆ ಕೇಳಿದರು, ಅವರ ಕಾಳಜಿಗೆ ವಾತ್ಸಲ್ಯಕ್ಕೆ ಸಹನಾ ಕುಗ್ಗಿ ಹೋದಳು, ಮಾತೇ ಬರದಂತಾಯಿತು, ಕಣ್ಣಲ್ಲಿ ನೀರು ತುಂಬಿ ಹೋಯ್ತು, ಎರಡು ನಿಮಿಷ ಹಾಗೇ ಕುಳಿತದ್ದೇ ತನ್ನ ಬ್ಯಾಗ್‌ನಿಂದ ಫೈಲ್ ಹೊರತೆಗೆದಳು, ಮನಸ್ಸು ಗಟ್ಟಿ ಮಾಡಿ ಆ ಫೈಲ್ ಅನ್ನು ಅಮಿತ್ ಕೈಗೆ ಕೊಟ್ಟಳು.

ಗಾಬರಿ ಗೊಂದಲದಿಂದಲೇ ಫೈಲ್ ತೆಗೆದ ಅಮಿತ್‌ಗೆ ಅದರಲ್ಲಿದ್ದ ವಿಷಯದಲ್ಲಿ ಅಚ್ಚರಿ ಕಾದಿತ್ತು, ಅದು ನಂಬಲು ಅಸಾಧ್ಯವಾದದ್ದು, ಹಾಗೂ ವಾಸ್ತವಕ್ಕೆ ದೂರವೆಂಬಂತ ಸತ್ಯವಾಗಿತ್ತು, ಆದರೆ ಅದೇ ಸತ್ಯವಾಗಿತ್ತು, ಅವನು ಪ್ರಶ್ನಾರ್ಥಕವಾಗಿಯೇ ಸಹನಾಳನ್ನು ನೋಡಿದನು, ಮುನಿಯಮ್ಮ, ಏನಪ್ಪ ಅದು ಅದೇಕೆ ಹಂಗೆ ನೋಡ್ತಿದ್ದೀರಾ, ಏನಿದೆ ಅದರಲ್ಲಿ ಅಂತ ಗಾಬರಿಯಲ್ಲಿ ಕೇಳತೊಡಗಿದರು.

ಅಮಿತ್ ಸಹನಾಳನ್ನು ಕುರಿತು... ಏನು... ನೀವೀಗ ಗರ್ಭಿಣಿಯೇ?? ಎಂದು ಆಶ್ಚರ್ಯದಿಂದ ಕೇಳಿದನು, ಅಮಿತ್ ಕೈಲಿದ್ದ ಫೈಲ್‌ನಲ್ಲಿ ಸಹನಾಳ ಮೊದಲ ಸ್ಕ್ಯಾನಿಂಗ್ ರಿಪೋರ್ಟ್ ಇತ್ತು, ಅದನ್ನು ಕೇಳಿದ ಮುನಿಯಮ್ಮನಿಗೂ ಆಶ್ಚರ್ಯವಾಯಿತು, ಏನು ಗರ್ಭಿಣೀನಾ?? ಸರಿಯಾಗಿ ನೋಡಿ, ಇವರದಾ ಬೇರ್‍ಯಾರದಾ ಅಂದಳು. ಅಲ್ಲಿಗೆ ಸಹನಾ ಮೌನ ಮುರಿದಳು. ಇಲ್ಲ ಅದು ನನ್ನದೇ ರಿಪೋರ್ಟ್ ನಾನೀಗ ಮೂರು ತಿಂಗಳ ಗರ್ಭಿಣಿ, ಅದಕ್ಕೇ ಸ್ಕ್ಯಾನಿಂಗ್ ಮಾಡಿಸಿಕೊಳ್ಳಲು ಬಂದೆ, ಕ್ಷಮಿಸಿ, ಇದು ಒಂದಲ್ಲಾ ಒಂದು ದಿನ ಗೊತ್ತಾಗುವ ಸತ್ಯ, ಅದನ್ನು ನಿಮ್ಮೊಂದಿಗೆ ಹಂಚಿಕೊಳ್ಳಲು ಇಲ್ಲಿಗೆ ಇಂದು ಬಂದೆ ಎಂದಳು.

ಮುನಿಯಮ್ಮ ಹಾಗೂ ಅಮಿತ್ ಇಬ್ಬರೂ ಏನು ಅರ್ಥವಾಗದೆ ನಿಂತುಬಿಟ್ಟರು.

ಸಹನಾ ಈ ವಿಷಯ ಮೊದಲು ಬಂದಾಗ ಹೇಳಲಿಲ್ಲ, ನನಗೆ ಆದದ್ದನ್ನು ನೆನಸಿಕೊಳ್ಳುವುದು ಒಂದು ಕಡೆ ನೋವಿನ ಸಂಗತಿಯಾದರೆ, ಅದು ತಿಳಿದ ಮೇಲೆ ಎಲ್ಲರೂ ನನ್ನನ್ನು ನೋಡುವ ರೀತಿ, ಇಲ್ಲಿ ಏನೋ ಆಶಯ ಇಟ್ಟುಕೊಂಡು ಬಂದ ನನ್ನ ಆತ್ಮವಿಶ್ವಾಸ ಕುಗ್ಗಿಸುವುದೋ ಎನ್ನುವ ಭಯ ಮತ್ತೊಂದೆಡೆ, ಹಾಗಾಗಿ ಈ ವಿಷಯವನ್ನು ಹೇಳದೇ ಮುಚ್ಚಿಟ್ಟಿದೆ, ಕ್ಷಮಿಸಿ ಎಂದಳು.

ಮುನಿಯಮ್ಮ, ಬಿಡಿಯಮ್ಮ ಅದೇನಾಯ್ತು ಹೇಳಿ, ನಮಗೆ ಇನ್ನೂ ನಂಬೋಕಾಗ್ತಿಲ್ಲ ಅವ್ವ ಅಂತ ಹೇಳಿದಳು.

ಸಹನಾ, ನಾನು ಬೆಂಗಳೂರು ಮೆಡಿಕಲ್ ಕಾಲೇಜಿನಲ್ಲಿ ಎಂಬಿಬಿಎಸ್ ಮುಗಿಸಿದೆ, ತಕ್ಷಣ ವಿಮ್ಸ್ ಬಳ್ಳಾರಿಯಲ್ಲಿ ಓಬಿಜಿ ಪಿಜಿ ಸೀಟ್ ಸಿಕ್ಕಿತು, ಯಾರಿಗಾದರೂ ಅದಕ್ಕಿಂತ ಖುಷಿವಿಷಯವುಂಟೇ, ಸರಿ, ಅಲ್ಲಿ ಪಿಜಿ ಜೀವನ ಮೊದಲಾಯಿತು, ನಾನು ಮೊದಲಿನಿಂದಲೂ ಓದುವುದರಲ್ಲಿ ಮೊದಲು, ಧೈರ್ಯ ಜಾಸ್ತಿ, ನನ್ನ ಕೆಲಸ ನಾನು ಮಾಡಿಕೊಂಡು ಹೋಗುತ್ತಿದ್ದೆ, ತಪ್ಪಾದರೆ ಧೈರ್ಯವಾಗಿ ನಿಮ್ಮದು ತಪ್ಪು ಅಂತ ಹೇಳಿಬಿಡುತ್ತಿದೆ, ಅದೇ ಗುಣ ಪಿಜಿಯಲ್ಲೂ ಮುಂದುವರೆಯಿತು, ಯಾವಾಗಲೂ ಆಸ್ಪತ್ರೆಯಲ್ಲೇ ಇರುತ್ತಿದ್ದದ್ದು, ಹೀಗೆ ಮೊದಲನೇ ವರ್ಷ ಹೆರಿಗೆ ವಾರ್ಡ್‌ನಲ್ಲಿ ಕೆಲಸ ಮಾಡುತ್ತಿದ್ದಾಗ ಮೊದಲನೇ ವರ್ಷ ಮಕ್ಕಳ ತಜ್ಞರ ವಿಭಾಗದಲ್ಲಿ ಪಿಜಿ ಓದುತ್ತಿದ್ದ ನನ್ನಂತಹದೇ ಗುಣ, ಧೈರ್ಯ, ವಿದ್ಯಾಭ್ಯಾಸದಲ್ಲಿ ಮುಂದಿದ್ದ ಹುಡುಗನ ಪರಿಚಯವಾಯ್ತು, ಅವನೇ "ಡಾ॥ ಸಂತೋಷ್" ಸಂತೋಷ್ ಹೆಸರಿಗೆ ತಕ್ಕಂತೆ ಸಂತೋಷದಿಂದಿರುವ ಜಾಲಿ ಹುಡುಗ, ಕೆಲಸದಲ್ಲಿ ಶ್ರದ್ಧೆ, ಪಟಪಟ ಏನೇ ಕೇಳಿದರೂ ಉತ್ತರಿಸುವ ಜಾಣತನ, ಅವನು ಎಂಬಿಬಿಎಸ್ ಕೂಡ ಅಲ್ಲೇ ಮುಗಿಸಿದ್ದನು, ಹಾಗಾಗಿ ಅವನಿಗೆ ಎಲ್ಲಾ ಅಲ್ಲಿ ಚೆನ್ನಾಗಿ ಪರಿಚಯ, ಏನೇ ಸಮಸ್ಯೆಯಾದರೂ ಚೆನ್ನಾಗಿ ನಿಭಾಯಿಸುವ ಚಾಣಾಕ್ಷ್ಯತನ ಅವನಿಗಿತ್ತು, ಹಾಗಾಗೇ ನಾನು ಬೇಗ ಅವನಿಗೆ ಹತ್ತಿರವಾದೆ, ನನಗೆ ಗೊತ್ತಿರದನ್ನು ಅವನತ್ತಿರ ಹೇಳಿಸಿಕೊಳ್ಳುತ್ತಾ, ಅವನಿಗೆ ಬೇಕಾದದ್ದನ್ನು ಹೇಳಿಕೊಡುತ್ತಾ, ಒಬ್ಬರಿಗೊಬ್ಬರು ಜೊತೆಯಾಗಿ ಕೆಲಸ ಕಲಿಯುತ್ತಾ ಬೆಳೆಯುತ್ತಾ ಹೋದೆವು. ಅವನ ವಿಭಾಗದಲ್ಲಿ ಅವನು, ನನ್ನ ವಿಭಾಗದಲ್ಲಿ ನಾನು ಎಲ್ಲರ ಮೆಚ್ಚಿನ ವಿದ್ಯಾರ್ಥಿಗಳಾಗಿದ್ದೆವು, ಹೀಗೆ ಕೆಲಸದ ವಿಷಯಕ್ಕಾಗಿ

ಆದ ಪರಿಚಯ ಗೆಳೆತನವಾಯ್ತು, ಆ ಗೆಳೆತನ ಯಾವಾಗ ಪ್ರೇಮವಾಯ್ತು ಎಂಬುದೇ ನಮಗೆ ಗೊತ್ತಾಗಲಿಲ್ಲ, ನಾವಿಬ್ಬರೂ ಒಬ್ಬರು ಒಬ್ಬರಿಗೆ ನಾವು ಪ್ರೀತಿಸಿಕೊಳ್ಳುತ್ತಿರುವ ವಿಷಯವನ್ನೇ ಹೇಳಿಕೊಳ್ಳಲಿಲ್ಲ, ಆದರೆ ನಮ್ಮಿಬ್ಬರ ವರ್ತನೆ, ಒಬ್ಬರಿಗೊಬ್ಬರು ತೋರಿಸುವ ಕಾಳಜಿ ನಮಗೆ ನಮ್ಮ ಪ್ರೀತಿಯನ್ನು ಅರ್ಥಮಾಡಿಸಿತ್ತು. ಹೇಳಿಕೊಳ್ಳದಿದ್ದರೂ ಆ ಆತ್ಮೀಯತೆ ಪ್ರೇಮದ ಸೆಳೆತ ನಮ್ಮನ್ನು ಪ್ರೇಮದ ಬಂಧನದಲ್ಲಿ ಬಂಧಿಮಾಡಿತ್ತು. ಸರಿ, ಅದನ್ನೇ ಮುಂದುವರಿಸಿ, ಆಗಾಗ ಸಮಯ ಸಿಕ್ಕಾಗ ಜೊತೆಯಾಗಿ ಸುತ್ತಾಡಿಕೊಂಡು, ಒಟ್ಟಿಗೆ ಓದಿಕೊಂಡು, ಕೆಲಸ ಕಲಿತುಕೊಂಡು ಪಿಜಿ ಜೀವನ ಮುಗಿಸಿದೆವು. ಪಿಜಿ ಮುಗಿದದ್ದೇ ಎಲ್ಲಾ ಸಮಸ್ಯೆಗಳು ಮೊದಲಾದವು. ನಮ್ಮ ಮನೆಯಲ್ಲಿ ಹುಡುಗನ ಹುಡುಕಾಟ ಪ್ರಾರಂಭವಾಯ್ತು, ನಾನು ನಮ್ಮ ಊರಿನಲ್ಲಿ ಕೆಲಸ ಶುರುಮಾಡಿದೆ. ಆದರೆ ಈ ಹುಡುಗನ ಹುಡುಕಾಟ ಹಿಂಸೆಯಾಯ್ತು, ಸಂತೋಷ್ ಜೊತೆ ಮಾತನಾಡಿದಾಗ, ನಮ್ಮ ವಿಷಯ ಮನೆಯಲ್ಲಿ ಹೇಳೋಣ, ಇಬ್ಬರೂ ಅವರನ್ನು ಒಪ್ಪಿಸಿ ವೈವಾಹಿಕ ಜೀವನ ಶುರುಮಾಡೋಣ ಅಂದು ಬಿಟ್ಟನು, ಅವನು ಅದು ಹೇಳಿದ್ದೇ ನನಗೆ ರೆಕ್ಕೆ ಬಂದಂತಾಯಿತು, ಧೈರ್ಯ ಮಾಡಿ ಮನೆಯಲ್ಲಿ ನಮ್ಮ ವಿಷಯ ಹೇಳಿಬಿಟ್ಟೆ, ಆದರೆ ಊಹಿಸಿದಂತೆ ಅದು ಮನೆಯಲ್ಲಿ ಬಿರುಗಾಳಿ ಎಬ್ಬಿಸಿತು. ನಾವು ಮಿಡ್ಲ್ ಕ್ಲಾಸ್‌ನವರು, ನಿನಗೊಬ್ಬಳು ತಂಗಿಯಿದ್ದಾಳೆ ನಿನಗೆ ಪ್ರೇಮವಿವಾಹ ಮಾಡಿದರೆ, ಅದೂ ಅವನ ಜಾತಿ ಕುಲ ಎಲ್ಲಾ ಬೇರೆ, ಮುಂದೆ ಅವಳ ಗತಿಯೇನು, ಇದನ್ನೇ ಮುಂದಿಟ್ಟುಕೊಂಡು ಅವಳ ಮದುವೆಗೆ ಅನೇಕ ಅಡತಡೆಗಳು ಬರುತ್ತವೆ, ಸುತ್ತಾರಾಮ್, ನಾವು ಈ ಮದುವೆಗೆ ಒಪ್ಪಲ್ಲ ಅಂತ ಕಡ್ಡಿ ತುಂಡಾದಂತೆ ಹೇಳಿಬಿಟ್ಟರು, ನಾನು ಎಷ್ಟೇ ಮನವೊಲಿಸಲು ಪ್ರಯತ್ನ ಪಟ್ಟರೂ ಬಗ್ಗಲಿಲ್ಲ, ಅವರದು ಒಂದೇ ಹಠ.

ಅತ್ತ ಅದೇ ರಾಮಾಯಣ ಸಂತೋಷ್ ಮನೆಯಲ್ಲೂ, ನಮಗೂ ಹೇಳಿ ಹೇಳಿ ಸಾಕಾಯ್ತು, ಆದರೆ ಇಬ್ಬರ ಮನೆಯಲ್ಲೂ ಪೋಷಕರು ನಮ್ಮ ಪ್ರೀತಿಯನ್ನು ಒಪ್ಪಿಕೊಳ್ಳಲಿಲ್ಲ, ಜಾತಿಯೆಂಬ ಭೂತ ಅಡ್ಡಲಾಗಿ ನಿಂತು ಪ್ರೀತಿ ಸೇತುವೆ ಕಟ್ಟಲು ಬಿಡಲೇ ಇಲ್ಲ. ಇಬ್ಬರಿಗೂ ಬೇರೆ ಕಡೆ ಸಂಬಂಧ ಹುಡುಕುವ ಭರಾಟೆ ಜೋರಾಯ್ತು, ನಮ್ಮಿಬ್ಬರಿಗೂ ಒಬ್ಬರೊನ್ನಬ್ಬರು ಬಿಟ್ಟು ಬದುಕುವ ಶಕ್ತಿಯಾಗಲಿ, ಧೈರ್ಯವಾಗಲಿ ಇರಲಿಲ್ಲ, ಇಬ್ಬರೂ

ಮಾತನಾಡಿಕೊಂಡು ನಮ್ಮ ಜೀವನ ನಾವು ನೋಡಿಕೊಳ್ಳಬೇಕೆಂದು ಗಟ್ಟಿ ಮನಸ್ಸು ಮಾಡಿ, ಮನೆ ಬಿಟ್ಟು ಬಂದುಬಿಟ್ಟೆವು, ಸಂತೋಷ್ ಸ್ನೇಹಿತರ ಸಹಾಯದಿಂದ ರಿಜಿಸ್ಟರ್ ಆಫೀಸ್‌ನಲ್ಲಿ ಮದುವೆಯಾಯ್ತು, ಇಬ್ಬರೂ ಅವನ ಸ್ನೇಹಿತನ ನರ್ಸಿಂಗ್ ಹೋಂನಲ್ಲಿ ಕೆಲಸ ಪ್ರಾರಂಭಿಸಿದೆವು.

ಮನೆ ಬಿಟ್ಟು ಬಂದಿದ್ದರಿಂದ ಸಹಜವಾಗಿಯೇ ಎಲ್ಲಾ ತಂದೆ-ತಾಯಿಯಂತೆ ನಮ್ಮವರು ನಮಗೆ ಎಳ್ಳು-ನೀರು ಬಿಟ್ಟು ಹಿಡಿಹಿಡಿ ಶಾಪವಾಕಿ ನಮ್ಮ ಮುಖ ನೋಡುವುದಿಲ್ಲ, ನಾವು ಅವರ ಪಾಲಿಗೆ ಸತ್ತೆವು ಎಂದು ನಮ್ಮನ್ನು ಮರೆತರು, ಇದು ತಪ್ಪಾದರೂ, ನಮಗೆ ಬೇರೆ ದಾರಿಯಿರಲಿಲ್ಲ, ಒಪ್ಪಿಸಲು ನಡೆದ ಪ್ರಯತ್ನಗಳೆಲ್ಲಾ ವಿಫಲವಾದಾಗ, ಇನ್ನೇನು ಬೇರೆ ದಾರಿ ಕಾಣದಾಗ, ನಾವು ಈ ನಿರ್ಧಾರಕ್ಕೆ ಬಂದಿದ್ದೆವು, ಎಲ್ಲವನ್ನೂ ಮೀರಿ ಇಬ್ಬರೂ ಜೊತೆಯಾಗಿ ಬದುಕು ಕಟ್ಟಿಕೊಳ್ಳಲು ಮುಂದಾದೆವು.

ತಂದೆ-ತಾಯಿಯ ಮಾತು ಮೀರಿ, ಅವರಿಗೆ ನೋಯಿಸಿ ಬಂದೆವು ಎನ್ನುವ ಕೊರಗು ಬಿಟ್ಟರೆ, ನಮ್ಮ ವೈವಾಹಿಕ ಬದುಕು ಚೆನ್ನಾಗಿಯೇ ಶುರುವಾಯಿತು. ಇಬ್ಬರೂ ವೃತ್ತಿ ಜೀವನದಲ್ಲೂ ವೈಯಕ್ತಿಕ ಜೀವನದಲ್ಲೂ ಒಬ್ಬರಿಗೊಬ್ಬರು ಆಸರೆಯಾಗಿ ಬೆಂಗಾವಲಾಗಿ ಖುಷಿಖುಷಿಯಿಂದಲೇ ಜೀವನ ಸಾಗಿಸುತ್ತಿದ್ದೆವು, ನಮ್ಮ ವೃತ್ತಿಯಲ್ಲೂ ಒಳ್ಳೆ ಹೆಸರು ಮಾಡಿದ್ದೆವು. ಸಂತೋಷ್ ನನ್ನನ್ನು ಸಂತೋಷವಾಗಿಯೇ ನೋಡಿಕೊಳ್ಳುತ್ತಿದ್ದ, ತವರು ಮನೆ ನೆನೆಪು ಕಾಡದಂತೇ, ಕ್ಷಣಕ್ಕೂ ನನ್ನ ನಿರ್ಧಾರ ತಪ್ಪಾಯ್ತೇನೋ ಎಂಬ ಭಾವನೆ ನನಗೆ ಬರದಂತೆ ಅವನ ಮನ ಮನೆಯ ಅರಸಿಯನ್ನಾಗಿ ಮಾಡಿ, ಖುಷಿಯಿಂದ ನನ್ನ ಜೊತೆಯಿರುತ್ತಿದ್ದ, ಹೀಗೆ ಒಂದು ವರುಷ ಕಳೆಯಿತು.

ಮದುವೆ ವಾರ್ಷಿಕೋತ್ಸವ ಆಚರಿಸಲು ಸಂತೋಷ್ ನನ್ನನ್ನು ಊಟಿಗೆ ಕರೆದುಕೊಂಡು ಹೋಗಲು ತಯಾರಿ ನಡೆಸಿದ್ದ, ಆದರೆ ಇದ್ಯಾವುದೂ ನನಗೆ ಗೊತ್ತಿರಲಿಲ್ಲ, 2 ದಿನದ ಮುಂಚಿತವಾಗಿ ಎಲ್ಲಾ ತಯಾರಿ ಮಾಡಿಕೊಂಡು ನನಗೆ ವಿಷಯ ತಿಳಿಸಿದ, ಯಾವುದೇ ಹೆಂಡತಿಗಾದರೂ ಗಂಡ ನನ್ನ ಖುಷಿಗೆ ಏನಾದರೂ ಮಾಡಿದರೆ ಎಷ್ಟು ಸಂತೋಷವಾಗುತ್ತದೋ ಹಾಗೆ ನನಗೂ ಖುಷಿಯಾಯ್ತು, ಒಂದು ನಾಲ್ಕೈದು ದಿನ ರಜೆ ಹಾಕಿ ಇಬ್ಬರೂ ಹೊರೆಟೆವು. ಸಂತೋಷ್

ಕಾರೊಂದನ್ನು ಬಾಡಿಗೆಗೆ ತೆಗೆದುಕೊಂಡು ನನ್ನನ್ನು ಕಾರಿನಲ್ಲೇ ಕರೆದುಕೊಂಡು ಹೋದ, ದಾರಿಯುದ್ದಕ್ಕೂ ಮಾತಾಡಿಕೊಳ್ಳುತ್ತಾ, ಒಳ್ಳೆ ಜಾಗ ಕಂಡಾಗ ಗಾಡಿ ನಿಲ್ಲಿಸಿ ಫೋಟೋ ತೆಗೆಸಿಕೊಳ್ಳುತ್ತಾ ತುಂಬಾ ಜಾಲಿಯಾಗೇ ನಮ್ಮ ಪ್ರಯಾಣ ಸಾಗಿತು, ಊಟಿ ತಲುಪಿದೆವು. ಅಲ್ಲಿ ಉಳಿಯಲು ಎಲ್ಲಾ ವ್ಯವಸ್ಥೆ ಮಾಡಲಾಗಿತ್ತು. ಹೋದ ಮರುದಿನ ನಮ್ಮ ವಾರ್ಷಿಕೋತ್ಸವವಿತ್ತು, ನನಗೆ ಖುಷಿಯಾಗಲೆಂದು ಒಂದು ಸುಂದರ ವಾತಾವರಣ ಸೃಷ್ಟಿಸಿ, ಅಲ್ಲಿಗೆ ನನ್ನನ್ನು ಕರೆದೊಯ್ದು, ಕೇಕ್ ಕತ್ತರಿಸಿ, ಕ್ಯಾಂಡಲ್ ನೈಟ್ ಡಿನ್ನರ್ ಮಾಡಿಸಿ ತನ್ನ ಪ್ರೀತಿಯನ್ನು ನನಗೆ ಅತಿ ಮಧುರವಾಗಿ ವ್ಯಕ್ತಪಡಿಸಿದ, ಅದೇ ಮೊದಲಬಾರಿಗೆ ಅವನು ನನಗೆ ತನ್ನ ಪ್ರೀತಿಯನ್ನು ಅಷ್ಟು ಚೆಂದವಾಗಿ ಹೇಳಿಕೊಂಡಿದ್ದು, ನಾನಂತೂ ಖುಷಿಗೆ ಆಕಾಶಕ್ಕೇ ಹಾರಿಬಿಟ್ಟೆ, ಜೀವನದಲ್ಲಿ ಎಂದೂ ಮರೆಯಲಾಗದ ಮಧುರ ಅನುಭವ, ಪೆದ್ದು ತರ ನನ್ನೆದುರು ನಿಂತು ಅವನು ನನ್ನನ್ನು ವರ್ಣಿಸುತ್ತಾ ಮಾತನಾಡಿದ ಮಾತುಗಳು ಎಲ್ಲಾ ಕವಿಗಳ ಸಾಲನ್ನು ಮೀರಿಸುವಂತಿತ್ತು, ಅಂತಾ ಪ್ರೀತಿಗೆ ಶರಣಾದದ್ದು ನನಗೆ ಹೆಮ್ಮೆಯೆಂದೇ ಭಾಸವಾಗಿ ನಾನು ಅವನೊಂದಿಗೆ ಸೇರಿ ಅವನನ್ನು ಹೊಗಳುತ್ತಾ ಹೊಸ ಪ್ರೇಮಿಗಳಂತೆ ಅಲ್ಲೇ ರಾತ್ರಿ ಕಳೆದೆವು. ಬೆಳಕಾದಂತೆ ಇನ್ನುಳಿದ ದಿನ ಸುತ್ತಮುತ್ತಲ ಜಾಗ ನೋಡಿಕೊಂಡು ಸುತ್ತಾಡಿದೆವು.

ನಾವು ಅಲ್ಲಿಂದ ಹೊರಡುವ ದಿನ ಬಂತು. ಎಲ್ಲಾ ಸಾಮಾಗ್ರಿಗಳನ್ನು ಕಾರಿನಲ್ಲಿ ಇರಿಸಿ, ನಮಗೆ ಸಿಹಿ ನೆನಪುಗಳನ್ನು ನೀಡಿದ ಊಟಿಯ ಹಚ್ಚ ಹಸುರಿಗೆ ವಂದಿಸಿ ಹೊರಟೆವು, ದಾರಿಯುದ್ದಕ್ಕೂ ಊಟಿ ನೆನಪುಗಳನ್ನು ಮೆಲುಕು ಹಾಕಿಕೊಂಡೇ ಪ್ರಯಾಣ ಮುಂದುವರೆಯಿತು.ಸ್ವಲ್ಪ ದೂರ ಬಂದಿದ್ದೆವು, ಸಂತೋಷ್ ಇದ್ದಕ್ಕಿದ್ದಂತೆ ಗಾಡಿ ನಿಲ್ಲಿಸಿಬಿಟ್ಟ, ನನಗೂ ಗಾಬರಿಯಾಯ್ತು, ಏಕೆ ಏನಯ್ತು ಅಂದೆ, ಅವನು ನಗುತ್ತಾ, ಅಲ್ಲೇ ರಸ್ತೆ ಬದಿಯಲ್ಲಿ ಮಲ್ಲಿಗೆ ಹೂ ಮಾರುತ್ತಿದ್ದ ಅಜ್ಜಿಯ ಕಡೆ ಸನ್ನೆ ಮಾಡಿದ, ನನಗೆ ಮಲ್ಲಿಗೆ ಹೂವೆಂದರೆ ಪಂಚಪ್ರಾಣ, ಹಾಗಾಗಿ ಎಲ್ಲೇ ಮಲ್ಲಿಗೆ ಕಂಡರು ಅವನಿಗೆ ನನ್ನ ನೆನಪಾಗುತ್ತಿತ್ತು, ಅಲ್ಲಿ ಹೋಗಿ ಮಲ್ಲಿಗೆ ತಗೋಳೋದು ಅವನ ಅಭ್ಯಾಸ, ಅದೇ ಅಭ್ಯಾಸ ಅಂದು ಅಲ್ಲಿ ಗಾಡಿ ನಿಲ್ಲಿಸಿತು, ಅವನು ಗಾಡಿಯಿಳಿಯಲು ಮುಂದಾದ, ಅಷ್ಟರಲ್ಲೇ ಅವನಿಗೊಂದು ಕರೆ ಬಂತು, ನಾನು ನೀನು ಕರೆ ಸ್ವೀಕರಿಸಿ ಮಾತನಾಡು,

ನಾನೇ ಹೋಗಿ ಹೂ ತರುವೆ ಎಂದು ಹೇಳಿ ಗಾಡಿ ಇಳಿದು ಹೋಗಿ ಹೂ ತೆಗೆದುಕೊಂಡೆ.

ನಾನು ಹೋಗಿ ಹೂ ತೆಗೆದುಕೊಂಡು ತಿರುಗುವುದರಲ್ಲಿ ಅಲ್ಲೊಂದು ಅಚಾತುರ್ಯವಾಗಿ ಬಿಟ್ಟಿತು, ಎದುರಿಗೆ ಬರುತ್ತಿದ್ದ ಮರಳು ಹೊತ್ತಿದ್ದ ಲಾರಿ ಚಾಲಕನ ಆಯಾ ತಪ್ಪಿ ನನ್ನ ಗಂಡ ಕೂತಿದ್ದ ನಿಂತ ಕಾರನ್ನು ಗುದ್ದಿಬಿಟ್ಟಿತು, ಕಾರ್ ಪಲ್ಟಿಯಾಗಿ ನನ್ನ ಗಂಡನ ರಕ್ತ ಚಿಮ್ಮಿ ನನ್ನ ಕೈಲಿದ್ದ ಬಿಳಿ ಮಲ್ಲಿಗೆಯನ್ನು ಕೆಂಪು ಮಾಡಿಬಿಟ್ಟಿತು, ಬಿದ್ದ ಏಟಿಗೆ ಆದ ಪೆಟ್ಟಿಗೆ ನನ್ನ ಗಂಡನ ಜೀವ ನನ್ನ ಕಣ್ಣೆದುರೇ ಹೋಗಿಬಿಟ್ಟಿತು. ನಾ ಇಷ್ಟ ಪಡುವ ಮಲ್ಲಿಗೆ ಅಂದು ನನ್ನ ಪ್ರಾಣ ಉಳಿಸಿ ನನ್ನ ಗಂಡನ ಪ್ರಾಣ ಹೋಗಲು ಕಾರಣವಾಗಿ ಬಿಟ್ಟಿತು, ಅದನ್ನೆಲ್ಲಾ ನೋಡಲಾಗದೆ ನಾನು ಮೂರ್ಛೆ ಹೋದೆ, ನನಗೆ ಎಚ್ಚರವಾದಾಗ ಆಸ್ಪತ್ರೆಯಲ್ಲಿದ್ದೆ, ನನ್ನ ಗಂಡನ ಕಡೆಯವರು ಅವನ ಅಂತಿಮ ಸಂಸ್ಕಾರ ಮುಗಿಸಲು ಸಿದ್ದತೆ ಮಾಡುತ್ತಿದ್ದರು, ವಿಷಯ ತಿಳಿದದ್ದೇ ನಾನು ಅಲ್ಲಿಗೆ ಓಡಿದೆ, ಆದರೆ ನಾನೋಗುವಷ್ಟರಲ್ಲಿ ಅವನ ದೇಹಕ್ಕೆ ಅಗ್ನಿ ಸ್ಪರ್ಶವಾಗಿಬಿಟ್ಟಿತು. ಕೊನೆ ಬಾರಿ ಮುಖ ನೋಡಲೂ ಆಗಲಿಲ್ಲ, ಅಲ್ಲೇ ಕುಸಿದು ಬಿದ್ದೆ ಅತ್ತೆ, ಗೋಳಾಡಿದೆ, ಆದರೆ ನನ್ನ ಗೋಳಾಟ ಕೇಳಲು ಯಾರು ಇರಲಿಲ್ಲ, ಸಮಾಧಾನ ಮಾಡಲು ಒಂದು ಕೈ ಕೂಡ ಮುಂದೆ ಬರಲಿಲ್ಲ.

ಇವಳಿಂದೆ ಹೋಗಿ ಹೀಗೆ ಬಲಿಯಾದ, ರಾಕ್ಷಸಿ ಅವನ್ನ ಬಲಿ ತಗೋಳೋಕೆ ಅವನನ್ನು ಅಪ್ಪ-ಅಮ್ಮನಿಂದ ದೂರ ಮಾಡಿ ಕರೆದುಕೊಂಡು ಹೋದಳು, ಮದುವೆಯಾದ ವರ್ಷಕ್ಕೆ ಗಂಡನ್ನ ನುಂಗಿಕೊಂಡಳು, ಎಂಥಾ ಕಾಲ್ಗುಣ,. ನೀಚೆ ದರಿದ್ರೆ ಹೀಗೆ ಬಂದವರೆಲ್ಲಾ ಬಾಯಿಗೆ ಬಂದಂತೆ ಮಾತನಾಡಿ ಅವರ ಚುಚ್ಚುಮಾತುಗಳಿಂದ ನನ್ನನ್ನು ಕೊಂದುಬಿಟ್ಟರು, ಅಷ್ಟರಲ್ಲಿ ನಮ್ಮ ನರ್ಸಿಂಗ್ ಹೋಂನಲ್ಲಿದ್ದ ಕೆಲವು ನನ್ನ ಸ್ನೇಹಿತರು ನನ್ನನ್ನು ಅಲ್ಲಿಂದ ಕರೆದುಕೊಂಡು ಬಂದರು.

ಪ್ರಾಣಕ್ಕಿಂತ ಹೆಚ್ಚಾಗಿ ಪ್ರೀತಿಸುತ್ತಿದ್ದ ಜೀವವನ್ನು ಕಳೆದುಕೊಂಡು ನಾನು ಸೊರಗಿಹೋದೆ ನನ್ನನ್ನು ಸಂತೋಷ ಪಡಿಸಲು ಆಯೋಜಿಸಿದ ಟ್ರಿಪ್ ಈ ರೀತಿ ಒಂದು ಆಘಾತ ನೀಡಬಹುದೆಂದೂ ಎಂದಿಗೂ ಊಹಿಸಿರಲಿಲ್ಲ, ನನಗೆ ಖುಷಿ ಕೊಡುವ ಸಲುವಾಗಿ ಅವನು ಬಲಿಯಾದನಲ್ಲ ಎಂಬ ಪಾಪಪ್ರಜ್ಞೆ ಮನಸ್ಸನ್ನು ಚುಚ್ಚುತ್ತಾ ಹೋಯಿತು,

ಸಾಲದಕ್ಕೆ ಅವರ ತಂದೆ-ತಾಯಿ ಬಂದು ಅನ್ನಬಾರದ ಮಾತೆಲ್ಲಾ ಅಂದು ಮನಸ್ಸಿಗೆ ಘಾಸಿ ಉಂಟು ಮಾಡಿದರು, ಇನ್ನು ನನ್ನ ತಂದೆ-ತಾಯಿಗೆ ನಾನಿರುವುದೇ ಮರೆತು ಹೋಗಿತ್ತು, ಅವಳ ಗಂಡ ಈಗ ಸತ್ತನೇ, ನನಗೆ ಅವಳು ಯಾವಾಗಲೋ ಸತ್ತಳು ಎಂದೆಲ್ಲಾ ಮಾತನಾಡಿದ್ದಾರೆ ಅನ್ನೋದು ಕಿವಿಗೆ ಬಿತ್ತು, ತಂದೆ-ತಾಯಿ ಶಾಪ ಎಂದೂ ಮಕ್ಕಳನ್ನು ಕಾಡದೆ ಬಿಡದಂತೆ, ನಾವು ಅವರನ್ನು ನೋಯಿಸಿ ಅವರಿಷ್ಟಕ್ಕೆ ವಿರುದ್ಧವಾಗಿ ಬದುಕಲೊರಟಿದ್ದೇ ಈ ಅನಾಹುತಕ್ಕೆ ಕಾರಣವಾಯ್ತೇನೋ ಅವರ ಶಾಪ ತಟ್ಟಿಯೇ ಇಂದು ಈ ಜೋಡಿ ಹಕ್ಕಿ ಬೇರೆಯಾಗ ಬೇಕಾಯ್ತೇನೋ ಅಂತ ಪಾಪಪ್ರಜ್ಞೆಯಲ್ಲೇ ದಿನಗಳು ಉರುಳಿದವು, ನನ್ನನ್ನು ನಾನು ಸಂಬಾಲಿಸಿಕೊಳ್ಳುವುದು ಕಷ್ಟವಾಯಿತು, ನನ್ನ ಕೆಲವು ಆತ್ಮೀಯ ಸ್ನೇಹಿತರು ನನ್ನ ಜೊತೆಗೇ ಇದ್ದು ನಾನು ಯಾವುದೇ ಆತುರದ ನಿರ್ಧಾರಕ್ಕೆ ಬರದಂತೆ ನೋಡಿಕೊಂಡರು, ಆದರೂ ಆದ ಘಟನೆಗಳು ಬದುಕಲು ಬಿಡುತ್ತಿರಲಿಲ್ಲ, ಊಟಿಯಲ್ಲಿ ಅಷ್ಟು ಖುಷಿಯಾಗಿ ಸಮಯ ಕಳೆದು ಕೆಲವೇ ದಿನಗಳಲ್ಲಿ ಅವನು ನನ್ನಿಂದ ಶಾಶ್ವತವಾಗಿ ದೂರವಾದ ಎಂದರೆ ನನಗೆ ಜೀರ್ಣಿಸಿಕೊಳ್ಳಲಾಗದೆ, ಕೊರಗಿ ಕೊರಗಿ ಜೀವಂತ ಶವವಾದೆ, ಸುಮಾರು ನಾಲ್ಕೈದು ವರ್ಷದ ಅನುಬಂಧ ಮುರಿದು ಹೋದದ್ದು ನನಗೆ ಸಹಿಸಿಕೊಳ್ಳಲಾಗುತ್ತಿರಲಿಲ್ಲ, ನನ್ನ ಗೆಳೆಯರೂ ನನ್ನೊಂದಿಗೆ ಸುಮಾರು 1 ತಿಂಗಳು ಇದ್ದು ಸಮಾಧಾನ ಮಾಡಿ ಸಂತೈಸಿ ಮುಂದಿನ ಭವಿಷ್ಯದ ಬಗೆಗೆ ಯೋಚಿಸು ಎಂದೆಲ್ಲಾ ಧೈರ್ಯ ನೀಡುತ್ತಾ ಬಂದರು, ಅಷ್ಟರಲ್ಲಿ ನಾನು ಗರ್ಭಿಣಿಯಾಗಿರುವುದು ನನಗೆ ತಿಳಿಯಿತು. ಅದು ನನ್ನನ್ನು ಇನ್ನೂ ಇಕ್ಕಟ್ಟಿಗೆ ಸಿಲುಕಿಸಿತು, ಮಗುವಿಗಾಗಿ ಬದುಕಲೇ ಬೇಕು, ಆದರೆ ಅವನಿಂದ ದೂರಾಗಿ ಅವನೇ ಇಲ್ಲದ ಬದುಕು ಹೇಗೆ ಬದುಕುವುದು ಎಂದು ಗೊಂದಲದಲ್ಲಿ ಒದ್ದಾಡಿದೆ.

ಮನೆಯಲ್ಲಿ ಆಸ್ಪತ್ರೆಯಲ್ಲಿ ಅವನ ನೆನಪು ಬಿಡದೇ ಕಾಡಿತು, ಅವನ ಸಾವಿಗೆ ಎಲ್ಲಿ ನಾನೇ ಕಾರಣವಾದೆ ಎಂಬ ಪಾಪಪ್ರಜ್ಞೆ ಬೇರೆ, ಜೊತೆಗೆ ಸಿಕ್ಕವರಲ್ಲಿ ಹಲವರು ನಾನೇ ನನ್ನ ಗಂಡನನ್ನು ಬಲಿಹಾಕಿದೆ ಎಂದು ಆಡುವ ಚುಚ್ಚು ಮಾತುಗಳು, ನನ್ನ ಸ್ನೇಹಿತರು ಕೆಲಸದ ಸಲುವಾಗಿ ಹೊರಟರು, ನಂತರ ಆ ಭಯಂಕರ ಒಂಟಿ ಜೀವನ ಹಿಂಸಿಸಿತು. ಆತ್ಮಹತ್ಯೆಯ ಯೋಚನೆ ಬೆಂಬಿಡದೆ ಕಾಡಿತು, ಆದರೆ ಸಂತೋಷನ

ಸ್ವರೂಪ ನನ್ನ ಗರ್ಭದಲ್ಲಿ ಚಿಗುರೊಡೆಯುವಾಗ ಅವನ್ನು ಕೊಂದ ಪಾಪ ಎಲ್ಲಿ ಜನ್ಮ ಜನ್ಮಕ್ಕೂ ಕಾಡುವುದೋ ಎನ್ನುವ ಭಯ, ಹೀಗಾಗಲೇ ಹಿಂದಿನ ಜನ್ಮದ ಪಾಪದ ಪ್ರತಿಫಲವಾಗಿ ಎಲ್ಲವನ್ನೂ ಕಳೆದುಕೊಂಡು ಅನಾಥಳಾಗಿದ್ದ ನನಗೆ ಆತ್ಮಹತ್ಯೆಯ ಯೋಚನೆ ಮಾಡಬಾರದೆಂದು ಅರಿವು ಮಾಡಿಸಿತು, ತಾಯಿ ಮನೆ, ಅತ್ತೆ ಮನೆ, ಗಂಡ ಯಾರೂ ಇಲ್ಲದೆ ಒಂಟಿಯಾಗಿ ಬದುಕಲು ಹೇಗೆ ಸಾಧ್ಯ? ಗರ್ಭದಲ್ಲಿರುವ ಕಂದಮ್ಮನನ್ನು ರಕ್ಷಿಸಿ ಅದಕ್ಕಾಗಿಯಾದರೂ ಹೇಗಾದರೂ ಬದುಕಬೇಕೆಂದು, ಸಂತೋಷ್ ಸ್ವರೂಪ ಭೂಮಿಗೆ ತರಬೇಕೆಂದು ಗಟ್ಟಿ ಮನಸ್ಸು ಮಾಡಿ, ವಾತಾವರಣ ಜಾಗ ಬದಲಾದರೆ ನಾನು ಎಲ್ಲಾ ಮರೆತು ಬದುಕಬಹುದೆಂದು ಚೆನ್ನೈಗೆ ಬಂದೆ ಅಂತ ಬಿಕ್ಕಿ ಬಿಕ್ಕಿ ಅಳಲಾರಂಭಿಸಿದಳು.

ಸಹನಾ ಹೇಳಿದ ದುರಂತ ಕಥೆ ಮುನಿಯಮ್ಮ ಹಾಗೂ ಅಮಿತ್‌ನನ್ನು ಬೆಚ್ಚಿಬೀಳಿಸಿತು, ಕಣ್ತುಂಬಿ ಬಂದಿತ್ತು. ಮುನಿಯಮ್ಮ ಸಹನಾಳನ್ನು ಹಿಡಿದುಕೊಂಡು ನೊಂದುಕೊಳ್ಳಬೇಡಿ ಅಮ್ಮ, ನಿಮ್ಮ ಕಷ್ಟ ನಮಗೆ ಅರ್ಥವಾಗುತ್ತದೆ, ಈ ವಯಸ್ಸಿಗೆ ನೀವು ಅನುಭವಿಸಿರುವ ನೋವು ಯಾತನೆ ಯಾವ ಶತ್ರುಗೂ ಬೇಡ, ಬಂದಾಗಲೇ ಹೇಳೋದಲ್ವಾ ಎಲ್ಲಾ ಮನಸಲ್ಲಿಟ್ಟುಕೊಂಡು ಎಷ್ಟು ಕೊರಗಿದರೋ ಏನು ಅಂತ ಮುನಿಯಮ್ಮನೂ ನೊಂದು ಕಣ್ಣೀರಿಟ್ಟಳು.

ಪಾಪಿಯೋ ಪರದೇಶಿಯೋ ಅಂತ ಕಾಣದ ಊರಲ್ಲಿ ಕಂಡರಿಯದ ಜನದೊಡನೆ ನನ್ನ, ಹಾಗೂ ನನ್ನ ಕಂದಮ್ಮನ ಜೀವನ ರೂಪಿಸಿಕೊಳ್ಳಲು ಬಂದೆ, ನನಗೆ ಇಲ್ಲ್ಯಾರ ಪರಿಚಯವಿರಲಿಲ್ಲ, ಏನೂ ಗೊತ್ತಿಲ್ಲದೆ, ಕೇವಲ ನನ್ನ ಆತ್ಮವಿಶ್ವಾಸವೊಂದು ಬಿಟ್ಟರೆ ಯಾವ ಊರುಗೋಲು ಇಲ್ಲದೆ ಬಂದಿದ್ದೆ, ಬಂದಾಗ ಇವೆಲ್ಲಾ ಹೇಳಿಬಿಟ್ಟಿದ್ದರೆ ನೀವೆಲ್ಲಾ ನನಗೆ ತೋರುತ್ತಿದ್ದ ಅನುಕಂಪ, ಸಿಂಪತಿ ನನ್ನನ್ನು ಧೈರ್ಯವಾಗಿ ಇರಲು ಬಿಡುತ್ತಿರಲಿಲ್ಲ, ನಾನು ಕುಗ್ಗಿ ಹೋಗುತ್ತಿದ್ದೆ, ನನಗ್ಯಾರು ಗತಿಯಿಲ್ಲ, ನನ್ನವರ್‍ಯಾರು ಇಲ್ಲ ಎಂದು ತಿಳಿದರೆ ಎಲ್ಲಿ ಯಾರಿಂದಲಾದರೂ ಅಪಾಯವಾಗಿಬಿಡುತ್ತದೋ ಅನ್ನೋ ಅಂಜಿಕೆ, ಹೀಗೆ ಹಲವಾರು ವಿಚಾರಗಳನ್ನು ಮನಸ್ಸಿನಲ್ಲಿಟ್ಟುಕೊಂಡು ಯಾರಲ್ಲಿಯೂ ಏನು ಹೇಳದೆ ನನ್ನವರೆಲ್ಲಾ ಕರ್ನಾಟಕದಲ್ಲಿದ್ದಾರೆ, ನಾನು ಯಾವುದೋ ಉದ್ದೇಶಕ್ಕೆ ಇಲ್ಲಿಗೆ ಬಂದಂತೆ ಬಿಂಬಿಸಿದೆ, ಅಲ್ಲದೇ, ಸಂತೋಷ್ ನನ್ನೊಂದಿಗಿಲ್ಲ

ಎಂದು ಅಂದುಕೊಂಡರೆ ನಾನು ಸೋತು ಹೋಗುತ್ತೇನೆ, ಹಾಗಾಗಿ ಅವನು ಅಲ್ಲೇ ಕರ್ನಾಟಕದಲ್ಲಿದ್ದಾನೆ, ನಾನು ಮಾತ್ರ ಕೆಲಸದ ನಿಮಿತ್ತ ಇಲ್ಲಿಗೆ ಬಂದಿದ್ದೇನೆ ಎಂದು ನನ್ನ ಮನಸ್ಸಿಗೆ ನಂಬಿಸಿಕೊಂಡು ಮಗುವಿಗಾಗಿ ಬದುಕಿರುವ ಹುಚ್ಚು ಪ್ರಯತ್ನ ನನ್ನದು ಎಂದು ಕಣ್ಣೀರಿಟ್ಟಳು.

ಅವಳು ಮಾಡಿದ್ದು ಸರಿಯೇ ಎಂದು ಅಮಿತ್‌ಗೂ. ಮುನಿಯಮ್ಮನಿಗೂ ಅನಿಸಲಾರಂಭಿಸಿತು, ವಿಧಿ ಅವಳ ಜೀವನದಲ್ಲಿ ಆಡಿದ ಆಟ ಇವರಿಗೂ ಬೇಸರತಂದಿತು, ಮುನಿಯಮ್ಮನದು ಹೆಂಗರುಳು, ಒಂದೇ ಸಮನೆ ಕಣ್ಣೀರಿಡುತ್ತಾ ಸಹನಾಳನ್ನು ಅಪ್ಪಿ ಕುಳಿತಳು. ಆದರೆ ಅಮಿತ್ ಮನಸ್ಸು ಗಟ್ಟಿ ಮಾಡಿಕೊಂಡು, ಅಳಬೇಡಿ, ನೊಂದುಕೊಳ್ಳಬೇಡಿ, ಆಗಿದ್ದು ಆಗೋಗಿದೆ ಅದನ್ನು ಯಾರು ಸರಿಮಾಡಲಾಗುವುದಿಲ್ಲ, ನಿಮ್ಮ ನಿರ್ಧಾರ ಸರಿಯಿದೆ ನೀವು ನಿಮ್ಮ ಮಗುವಿಗಾಗಿ ಬದುಕಬೇಕು. ಸಂತೋಷ್ ನಿಮ್ಮನ್ನು ಬಿಟ್ಟೋಗಿಲ್ಲ, ನಿಮ್ಮೊಳಗೇ ನಿಮ್ಮ ಮಗುವಾಗೇ ನಿಮ್ಮ ಜೊತೆಯಾಗಿದ್ದಾರೆ, ನೀವು ಯಾರು ಇಲ್ಲದೆ ಅನಾಥೆ ಒಂಟಿಯೆಂದು ಯಾರು ಹೇಳಿದ್ದು, ನೀವು ಬಂದ ದಿನದಿಂದಲೂ ನಾವು ನಿಮ್ಮೊಂದಿಗೇ ಇದ್ದೆವು, ನೀವು ನಮಗೆ ಏನು ಹೇಳದಿದ್ದರೂ ನಿಮ್ಮಲ್ಲೊಂದು ನೋವಿನ ಕಥೆಯಿದೆಯೆಂದು ನಮಗೆ ನಿಮ್ಮ ಮುಖ ಭಾವನೆಯಲ್ಲೇ ತಿಳಿದು ಬಂದಿತ್ತು, ನೀವೆಂದಿಗೂ ಒಂಟಿಯಲ್ಲ, ನಿಮಗೆ ಮುನಿಯಮ್ಮನೆಂಬ ಅಮ್ಮನಿದ್ದಾರೆ, ಏನೇ ಸಹಾಯ ಬೇಕಾದರೂ ನೀಡುವ ನನ್ನಂತಹ ಸ್ನೇಹಿತನಿದ್ದಾನೆ, ನಾವೆಲ್ಲಾ ಇರುವಾಗ ನೀವೇಗೆ ಒಂಟಿ ನಾವೆಲ್ಲಾ ನಿಮ್ಮ ಜೊತೆಗಿರುತ್ತೇವೆ, ನಿಮ್ಮ, ನಿಮ್ಮ ಮಗುವಿನ ರಕ್ಷಣೆ ಮಾಡುತ್ತೇವೆ. ಚಿಂತಿಸಬೇಡಿ, ಧೈರ್ಯದಿಂದ ಇರಿ, ಮುಂದಿನ ನಿಮ್ಮ ಜೀವನ ಚೆನ್ನೈ ನಗರಿಯಲ್ಲಿ ಕಟ್ಟಿಕೊಳ್ಳಲು ಬಂದ ನಿಮ್ಮ ನಿರ್ಧಾರವೆಂದಿಗೂ ಹುಸಿಯಾಗುವುದಿಲ್ಲ, ನಿಮ್ಮ ನಿರ್ಧಾರವೇ ನಿಮ್ಮ ಬದುಕು ಕಟ್ಟಿಕೊಡಲು ಆಸರೆಯಾಗುತ್ತದೆಯೆಂದು ಅವಳಿಗೆ ಧೈರ್ಯ ನೀಡಿದ.

ಮುನಿಯಮ್ಮನೂ ಇದೇ ಮಾತುಗಳನ್ನಾಡಿ ಸಹನಾಳನ್ನು ಸಂತೈಸಿದರು, ಸಹನಾ ಹೇಳಿದ ಕಥೆ ಇಬ್ಬರೂ ನಂಬಿದ್ರು, ಆ ನಂಬಿಕೆಯಲ್ಲೇ ಅವಳಿಗೆ ಧೈರ್ಯ ನೀಡಿ, ಸಾಂತ್ವಾನದ ಮಾತನ್ನಾಡಿ ಅವಳಲ್ಲಿದ್ದ ನಂಬಿಕೆಯನ್ನು ವಿಶ್ವಾಸವನ್ನು ಹುರಿದುಂಬಿಸಿದರು.

ಸಹನಾಳ ಸ್ಕ್ಯಾನಿಂಗ್ ನಡೆಯಿತು, ಮೊದಲ ಸ್ಕ್ಯಾನಿಂಗ್ ರಿಪೋರ್ಟ್ ಪ್ರಕಾರವೇ ಅವಳ ಗರ್ಭದಲ್ಲಿ ಅವಳಿ-ಜವಳಿ ಮಕ್ಕಳಿದ್ದವು, ಅಮಿತ್‌ಗೂ ಮುನಿಯಮ್ಮನಿಗೂ ಹರ್ಷವಾಯಿತು, ಅಮಿತ್ ಮಕ್ಕಳು ಆರೋಗ್ಯವಿದ್ದು ಏನೂ ತೊಂದರೆಯಿಲ್ಲವೆಂದು ತಿಳಿಸಿದರು, ಅಮಿತ್ ಮುನಿಯಮ್ಮನಿಗೆ ಈ ರಾತ್ರಿ ಸಹನಾಳ ಮನೆಯಲ್ಲೇ ಇರುವಂತೆ ತಿಳಿಸಿದರು. ಮುನಿಯಮ್ಮನೂ ಅದೇ ಸರಿ ಎಂದು ಅವಳ ಜೊತೆಯಾಗಿ ಇರುವುದಾಗಿ ಹೇಳಿದರು, ಸಹನಾ ತನ್ನನ್ನು ತಾನು ಸಂಬಾಲಿಸಿಕೊಂಡು ನಡೆದಳು.

ಆದರೆ ಅಮಿತ್, ಮುನಿಯಮ್ಮ ನ ಮನಸ್ಸಲ್ಲಿ ಈ ಕಥೆ ಗಟ್ಟಿಯಾಗಿ ಬೇರೂರಿತು, ಮುನಿಯಮ್ಮ ಮೊದಲನೇ ದಿನದಿಂದ ಸಹನಾಳ ನಡೆಯ ಬಗೆಗೆ ಅವಲೋಕನ ಮಾಡಿದರು, ಸದಾ ನೋವಿನಿಂದ ಏನೋ ಚಿಂತೆಯಲ್ಲೇ ಇರುತ್ತಿದ್ದ ಸಹನಾಳ ಮುಖ, ಮೊದಲಿಗೆ ಯಾರನ್ನು ನಂಬಲು ಲೆಕ್ಕಚಾರ ಮಾಡುತ್ತಿದ್ದ ಅವಳ ಮನಸ್ಥಿತಿ, ಗೃಹಪ್ರವೇಶದಂದು ಕುಂಕುಮವಿಲ್ಲದೆ ಬರಿಹಣೆಯಲ್ಲಿ ಬಂದದ್ದು, ಕುಂಕುಮವಿಟ್ಟಾಗ ಗಾಬರಿಯಿಂದ ನೋಡಿದ್ದು, ಅನೇಕ ಬಾರಿ ವಾಂತಿಮಾಡುತ್ತಿದ್ದದ್ದು, ಕೇಳಿದರೆ ಊಟ ವ್ಯತ್ಯಾಸ ಅಂದದ್ದು, ಸ್ವಲ್ಪ ಕೆಲಸ ಮಾಡಿದರೆ ಆಯಾಸವಾಗುತ್ತಿದದ್ದು ಎಲ್ಲಾ ಮುನಿಯುಮ್ಮನ ಕಣ್ಣ ಪರದೆಯಲ್ಲಿ ಹಾಗೇ ಬಂದು ಹೋಯ್ತು, ಆಗ ಎದ್ದಿದ್ದ ಎಲ್ಲಾ ಪ್ರಶ್ನೆಗಳಿಗೂ ಇಂದು ಉತ್ತರ ಸಿಕ್ಕಿತ್ತು. ಆದರೆ ಉತ್ತರದಲ್ಲಿ ಇಂತಹುದೊಂದು ಭಯಾನಕ ಕಥೆಯಿರುತ್ತದೆ ಎಂದು ಯಾರೂ ಊಹಿಸಿರಲಿಲ್ಲ, ಅದೇ ಯೋಚನೆಯಲ್ಲಿ ಮುನಿಯಮ್ಮನೂ ಮುಳುಗಿಬಿಟ್ಟರು.

ಅತ್ತ ಈ ಕಥೆ ಕೇಳಿದ ಮೇಲೆ ಅಮಿತ್ ಮನಸ್ಸು ಕೆಟ್ಟಿತು ಅವನಿಗೆ ನಂತರ ಕೆಲಸ ಮಾಡಲಾಗಲಿಲ್ಲ, ಅವನು ಸ್ಕ್ಯಾನಿಂಗ್ ಸೆಂಟರ್ ಬಾಗಿಲು ಹಾಕಿಕೊಂಡು ಮನೆಗೆ ಹೊರಟ, ಮನೆಗೆ ಬಂದ ಮಗನ ಮುಖದಲ್ಲಿದ್ದ ಬೇಸರ ಕಣ್ಣಂಚಲ್ಲಿದ್ದ ನೀರು ತಾಯಿಯಲ್ಲಿ ಪ್ರಶ್ನೆಗಳನ್ನು ಹುಟ್ಟಿಸಿತು, ಅಮ್ಮ ಮಗನಲ್ಲಿ ಪ್ರಶ್ನಿಸಿದಾಗ, ಸಹನಾಳ ಕಥೆಯನ್ನು ತನ್ನ ಅಮ್ಮನಿಗೆ ಹೇಳಿದ, ಆ ಕಥೆ ಅಮಿತ್ ಅಮ್ಮನ ಕಣ್ಣಲ್ಲೂ ನೀರು ತಂದಿತು, ಇದೆಲ್ಲಾ ಆ ಹೆಣ್ಣು ಮಗು ಹೇಗೆ ಸಹಿಸಿಕೊಂಡಿತು ಪಾಪ, ಮಾಡಿದ ಒಂದು ದುಡುಕು ನಿರ್ಧಾರ ಮನೆಯವರಿಂದ ಆಕೆಯನ್ನು ದೂರಮಾಡಿತು, ವಿಧಿ

ಈ ರೀತಿ ಅವಳ ಜೀವನದಲ್ಲಿ ಆಟವಾಡಬಾರದಿತ್ತು ಎಂದು ಅಮ್ಮನೂ ನೊಂದುಕೊಡರು, ಕನ್ನಡಿಗರ ಬಗೆಗಿನ ಆಕೆಯ ಅಭಿಮಾನ, ಒಂದು ಹೆಣ್ಣಾಗಿ ಸಹನಾಳ ಮನಸ್ಥಿತಿಯ ಬಗೆಗೆ ಚಿಂತಿಸಿದ ಅಮ್ಮಾ, ನಾವೆಲ್ಲಾ ಅವಳ ಜೊತೆಯಾಗಿ ಅವಳಿಗೆ ಸಹಕರಿಸೋಣ, ಆದದ್ದನ್ನು ಅವಳು ಮರೆತು ತನ್ನ ಜೀವನ ರೂಪಿಸಿಕೊಳ್ಳಲು ಅವಳಿಗೆ ಸಹಕರಿಸೋಣ ಮಗನೇ ಅಂದರು, ಅಮಿತ್ ಕೂಡ ನಾನು ಅದನ್ನೇ ಯೋಚಿಸಿದೆ ಅಮ್ಮ, ಆದರೆ ಭಗವಂತ ಎಲ್ಲರ ಜೀವನದಲ್ಲೂ ಏನೇನು ತಿರುವುಗಳು ಇಟ್ಟಿರುತ್ತಾನೆ, ಈಗ ಇರುವುದು ಎಲ್ಲವೂ ಕ್ಷಣಿಕ ಅಲ್ಲವೇ, ಯಾವಾಗ ಯಾರಿಗೆ ಏನಾಗುವುದೋ, ಯಾವುದೂ ನಾವು ಅಂದುಕೊಂಡಂತೆ ಆಗೊಲ್ಲ ಅಲ್ಲವೇ ಅಂತ ವಿಧಿಯ ಲೀಲೆಯನ್ನು ತನ್ನ ಅಮ್ಮನೊಂದಿಗೆ ವಿಮರ್ಶಿಸಿದನು.

ಮರುದಿನ ಬೆಳಕಾಗುವಷ್ಟರಲ್ಲಿ ಅಮಿತ್ ಹಾಗೂ ಅವನ ಅಮ್ಮ ಇಬ್ಬರೂ ಸಹನಾ ಮನೆಯ ಮುಂದೆ ಬಂದು ನಿಂತಿದ್ದರು, ಮುನಿಯಮ್ಮ ಇಬ್ಬರನ್ನೂ ಒಳಗೆ ಕರೆತಂದರು. ಸಹನಾಗೆ ಅಮಿತ್ ಅಮ್ಮನ ಪರಿಚಯ ಆಯಿತು, ಅಮಿತ್ ಅಮ್ಮನಿಗೆ ಗೊಂಬೆಯಂತೆ ಮುದ್ದಾಗಿದ್ದ ಸಹನಾ ಆ ವಯಸ್ಸಿಗೆ ಗಂಡನನ್ನು ಕಳೆದುಕೊಂಡಿದ್ದಾಳೆ ಎನ್ನುವುದು ನಂಬಲಾಗಲಿಲ್ಲ, ಕಣ್ತುಂಬಿ ಬಂದಿತು, ಆದರೆ ತನ್ನ ಕಣ್ಣೀರು ಅವಳ ವಿಶ್ವಾಸ ಕುಗ್ಗಿಸಬಾರದೆಂದು ಕಣ್ಣೀರನ್ನು ತಡೆದು ತಾಯಿಯಂತೆ ನಡೆದ ಘಟನೆಯೆಲ್ಲಾ ಗೊತ್ತಾಯ್ತಮ್ಮ, ಅಮಿತ್ ಹೇಗೆ ನನಗೆ ಮಗನೋ ನೀನು ನನ್ನ ಮಗಳಂತೇ, ಯಾರು ಇಲ್ಲ, ಒಂಟಿ ಅನಾಥೆಯೆಂದೆಲ್ಲಾ, ಬೇಸರ ಬೇಡ ನಾವು ನಿನ್ನ ಜೊತೆಯಿರುವಾಗ ನಿನಗೆ ಯಾರೂ ಯಾವ ಅಪಾಯ ಮಾಡಲಾಗದು, ನಿನಗೆ ಯಾವ ಅಳುಕು ಅಂಜಿಕೆ ಬೇಡ, ನೀನು ನಿನ್ನ ಮಗುವಿಗಾಗಿ ಇಲ್ಲಿ ಬಂದದ್ದು ನಿನ್ನ ದಿಟ್ಟತನ ಧೈರ್ಯ ತೋರುತ್ತದೆ, ಅದೇ ನಿನ್ನನ್ನು ಕಾಯುತ್ತದೆ, ನಿನಗೆಂದೂ ಕೆಡಕಾಗದು, ಈಗಾಗಲೇ ನಿನ್ನಿಂದ ಎಲ್ಲಾ ಕಿತ್ತುಕೊಂಡಿರುವ ವಿಧಿ ಇನ್ನು ನಿನ್ನಿಂದ ಏನೂ ಕಿತ್ತುಕೊಳ್ಳಲು ಸಾಧ್ಯವಿಲ್ಲ, ಅದಕ್ಕೆ ನಾವು ಬಿಡುವುದಿಲ್ಲ, ಧೈರ್ಯವಾಗಿ ಬದುಕು, ನಾನು ಆಗಾಗ ಬಂದು ನಿನ್ನನ್ನು ನೋಡಿಕೊಂಡು ಹೋಗುವೆ, ನಿನಗೂ ಬೇಸರವೆನಿಸಿದರೆ, ಏನಾದರೂ ಹೇಳಿಕೊಳ್ಳಬೇಕೆಂದರೆ ನಮ್ಮ ಮನೆಗೆ ಬಾ, ತಾಯಿಯಿಲ್ಲವೆಂಬ

ಕೊರಗು ಈ ಸಮಯದಲ್ಲಿ ಸಹಜವಾಗಿ ಕಾಡುತ್ತದೆ, ಆದರೆ ಎಲ್ಲರಿಗೂ ಒಬ್ಬ ತಾಯಿಯಿದ್ದರೆ ನಿನಗೆ ಇಬ್ಬರು ತಾಯಿಯಂದಿರು, ನಾನು ಮುನಿಯಮ್ಮ ನಿನ್ನನ್ನು ಮಗಳಂತೇ ಕಾಣುತ್ತೇವೆ, ಏನೇ ಸಹಾಯ ಬೇಕಾದರೂ ನಿಸ್ಸಂಕೋಚವಾಗಿ ಕೇಳು, ಬಸರಿ ಬಯಕೆಗಳಿದ್ದರೆ ಕೇಳು, ನನಗೆ ಕರ್ನಾಟಕದ ಎಲ್ಲಾ ಅಡುಗೆ ಚೆನ್ನಾಗಿಯೇ ಮಾಡಲು ಬರುತ್ತದೆ ಎಂದು ಮಮಕಾರದ ಮಾತನ್ನಾಡಿದರು, ಆ ಭರವಸೆಯ ಮಾತುಗಳಿಗೆ ಸಹನಾ ಋಣಿಯಾದಳು, ಅವರ ಕಾಲಿಗೆ ಬಿದ್ದು ಆಶೀರ್ವಾದ ಪಡೆಯಲು ಮುಂದಾದಳು, ಅಮ್ಮ.... ಇಲ್ಲ ನೀನು ಯಾರ ಕಾಲಿಗೂ ಬೀಳಬಾರದಮ್ಮ, ಗರ್ಭದಲ್ಲಿ ಮಗುವಿರುವಾಗ ನೀನೇ ದೇವತೆ, ಮುಕ್ಕೋಟಿ ದೇವರುಗಳು ನಿನ್ನ ಗರ್ಭದಲ್ಲಿರುತ್ತಾರೆ ಈ ಸಮಯದಲ್ಲಿ ನೀನು ಬೇರೆಯವರ ಕಾಲಿಗೆ ಬೀಳವುದು ತಪ್ಪು, ಮಗು ಗರ್ಭಥಲ್ಲಿರುವಾಗ ಯಾರ ಕಾಲಿಗೂ ಬೀಳಬೇಡ ಎಂದು ಹೇಳಿ, ನಮ್ಮೆಲ್ಲರ ಆಶೀರ್ವಾದ ಹಾರೈಕೆ ಎಂದಿಗೂ ನಿನ್ನ ಕಾವಲಿಗೆ ಇರುವುದು ಮಗಳೇ ಎಂದರು, ಅವರೇ, ಅಡುಗೆ ಮನೆಗೆ ನುಗ್ಗಿ ತಿಂಡಿ ತಯಾರು ಮಾಡಿ ಎಲ್ಲರಿಗೂ ಬಡಿಸಿದರು, ಅಂದಿನಿಂದ ಸಹನಾಳನ್ನು ಅವರು ಮಗಳೇ ಎಂದೇ ಕರೆದದ್ದು, ಹೆಸರಿಟ್ಟು ಕರೆದೇ ಇಲ್ಲ. ಕೋಟಿ ಕೋಟಿ ಹಣವಿರುವ ಶ್ರೀಮಂತೆ ಆಕೆ, ಅವರ ಹೃದಯ ಶ್ರೀಮಂತಿಕೆ ಸಹನಾಳನ್ನು ಬೆರಗಾಗುವಂತೆ ಮಾಡಿತು. ಅದಕ್ಕೆ ಅಮಿತ್‌ಗೂ ಅದೇ ಒಳ್ಳೆಯ ಸಂಸ್ಕಾರ ಎಂದು ಅನ್ನಿಸಲಾರಂಭಿಸಿತು.

ಈ ಕಥೆ ಬಾಯಿಂದ ಬಾಯಿಗೆ ಹರಡಿ ಆಸ್ಪತ್ರೆಯನ್ನೆಲ್ಲಾ ವ್ಯಾಪಿಸಿತು, ಎಲ್ಲರೂ ಸಹನಾ ಜೀವನದಲ್ಲಿ ವಿಧಿ ಮಾಡಿದ ಅನ್ಯಾಯಕ್ಕೆ ಬೇಸರ ವ್ಯಕ್ತಪಡಿಸಿದರು, ಎಲ್ಲರೂ ಅವಳ ಮುಂದಿನ ನಡೆಗೆ ಬೆಂಬಲವಾಗಬೇಕೆಂದೇ ಯೋಚಿಸಿದರು.

ಎಲ್ಲರ ಸಹಕಾರ ಜೊತೆಯಾದ್ದರಿಂದ ಸಹನಾಳಿಗೂ ಇನ್ನೂ ಧೈರ್ಯ ಬಂದಿತು, ಧೃತಿಗೆಡೆದೆ ತನ್ನ ಕೆಲಸ ಮಾಡಿಕೊಂಡು ಹೋದಳು, ಮುನಿಯಮ್ಮ ಸಮಯ ಸಿಕ್ಕಾಗ ಬಂದು ಇವಳ ಕೆಲಸಗಳಲ್ಲಿ ಸಹಾಯ ಮಾಡುತ್ತಿದ್ದರು, ಅಮಿತ್ ತಾಯಿಯೂ ವಾರಕ್ಕೆ ಹದಿನೈದು ದಿನಕ್ಕೊಮ್ಮೆ, ಬಂದು ಅವಳಿಗೆ ವಿವಿಧ ಅಡುಗೆ ಮಾಡಿಕೊಟ್ಟು ಹಾರೈಕೆ ಮಾಡುತ್ತಿದ್ದರು, ಇವಳಿಗೂ ಏನಾದರು ಬೇಸರವಾದರೆ

ಅಮಿತ್ ಅಮ್ಮನಲ್ಲಿ ಹೋಗಿ ಮಾತನಾಡಿ ಸಮಯ ಕಳೆದು ಬರುತ್ತಿದ್ದಳು, ವ್ಯಾವಹಾರಿಕವಾಗಿ ಏನಾದರೂ ಕೆಲಸಗಳಿದ್ದರೆ ಅಮಿತ್ ಮಾಡಿಕೊಡುತ್ತಿದ್ದ, ಹೀಗೆ ಅವಳಿಗೆ ಎಲ್ಲರೂ ಜೊತೆಯಾಗಿ ಅವಳ ಜೀವನದ ಭಾಗವಾಗಿ ಅವಳೊಂದಿಗೆ ಸಹಕರಿಸಿಕೊಂಡು ನಡೆದರು, ಹೀಗೆ ದಿನಗಳು ತಿಂಗಳುಗಳು ಉರುಳಿದವು.

ಹೀಗೆ ಅವಳಿಗೆ 7 ತಿಂಗಳಾಯ್ತು, ಅವಳಿ-ಜವಳಿ ಮಕ್ಕಳಿದ್ದರಿಂದ ಆಯಾಸ ಸುಸ್ತು ಅವಳನ್ನು ಕಾಡುತ್ತಿತ್ತು, ಆದರೆ ಮನೆಯಲ್ಲಿ ಒಬ್ಬಳೇ ಇರುವುದಕ್ಕಿಂತ ಕೆಲಸ ಮಾಡುತ್ತಿರುವುದು ಒಳ್ಳೆಯದೆಂದು ಭಾವಿಸಿ ಅವಳು ಕೆಲಸ ಮುಂದುವರೆಸಿದ್ದಳು.

ಹೀಗೆ ಒಂದು ದಿನ ನೈಟ್ ಡ್ಯೂಟಿ ಮಾಡುವಾಗ ಆಕೆ ಸುಸ್ತಾಗಿ ಬಿದ್ದುಬಿಟ್ಟಳು, ಅವಳನ್ನು ಪರೀಕ್ಷಿಸಿದಾಗ ಅವಳ ಬಿಪಿ ಜಾಸ್ತಿಯಾಗಿರುವುದು ಕಂಡು ಬಂದಿತು. ವಿಷಯ ತಿಳಿದ ತಕ್ಷಣ ಆ ರಾತ್ರಿಯೇ ಅಮಿತ್ ಅವರ ತಾಯಿಯೊಡನೆ ಆಸ್ಪತ್ರೆಗೆ ಬಂದ, ಬಿಪಿ ಸ್ವಲ್ಪ ಜಾಸ್ತಿಯಿದೆ ಎಂದು ಅವಳನ್ನು ಪರೀಕ್ಷಿಸಿದ ವೈದ್ಯರು ಹೇಳಿದರು. ಅಮಿತ್ ಅಮ್ಮ ಏನೂ ಅಪಾಯವಿಲ್ಲ ತಾನೇ ಎಂದು ಗಾಬರಿಯಿಂದ ಪ್ರಶ್ನಿಸಿದರು, ಅಮಿತ್ ಅವರಮ್ಮನಿಗೆ ಅವಳಿ-ಜವಳಿ ಮಕ್ಕಳಿದ್ದಾಗ ಹೀಗೆಲ್ಲಾ ಆಗುವ ಸಾಧ್ಯತೆ ಉಂಟು, ನೀನೇನೂ ಗಾಬರಿಯಾಗ ಬೇಡ, ಕೆಲಸದ ಒತ್ತಡ ಸ್ವಲ್ಪ ಆರೋಗ್ಯದಲ್ಲಿ ಏರುಪೇರು ತಂದಿರಬಹುದು, ನೀನು ಹೆದರಬೇಡ, ನಾವೆಲ್ಲಾ ನೋಡಿಕೊಳ್ಳುತ್ತೇವೆ ಎಂದು ಅಮ್ಮನಿಗೆ ಸಮಾಧಾನ ಮಾಡಿ ಒಳಗೆ ನಡೆದು ಪರೀಕ್ಷಿಸಿದ ವೈದ್ಯರೊಂದಿಗೆ ಇನ್ನೊಮ್ಮೆ ಎಲ್ಲಾ ವಿಚಾರಿಸಿದ, ಅವರ ಉತ್ತರವೂ ಅದೇ ಇತ್ತು, ಅವಳಿ-ಜವಳಿ ಮಕ್ಕಳು ಕೆಲಸದ ಒತ್ತಡಕ್ಕೆ ಸ್ವಲ್ಪ ಆರೋಗ್ಯದಲ್ಲಿ ವ್ಯತ್ಯಾಸವಾಗಿದೆ, ಇನ್ನೇನು ಹೆರಿಗೆ ದಿನಕ್ಕೆ ಎರಡು ತಿಂಗಳಿದೆ, ಅವರಿಗೆ ನೈಟ್ ಡ್ಯೂಟಿ ಕೊಡುವುದು ಬೇಡ, ಬೇಕಾದರೆ ಹಗಲು ರೋಗಿಗಳನ್ನು ನೋಡಲಿ, ನೈಟ್ ಡ್ಯೂಟಿ ಆಯಾಸ ತರುವುದು, ಹೆಚ್ಚು ಆಯಾಸ ತರುವ ಕೆಲಸಗಳನ್ನು ಮಾಡದಿದ್ದರೆ ಒಳ್ಳೆಯದು ಎಂದು ಅಭಿಪ್ರಾಯ ತಿಳಿಸಿದರು, ಅಮಿತ್‌ಗೂ ಅದೇ ಸರಿ ಎನಿಸಿತು. ಸರಿ ಈ ವಿಚಾರವಾಗಿ ಬೆಳಿಗ್ಗೆ ಸಂಸ್ಥೆಯ ಮುಖ್ಯಸ್ಥರಲ್ಲಿ, ಪ್ರಿಯಾ ಮೇಡಂ ಜೊತೆ ಮಾತನಾಡೋಣ ಅಂತ ಹೇಳಿದ, ಬಂದು ಅಮ್ಮನಿಗೂ ಇದೇ ವಿಚಾರ

ತಿಳಿಸಿದ, ಇಬ್ಬರೂ ಸಹನಾಳನ್ನು ಕಂಡು ವಿಚಾರಿಸಿಕೊಂಡು ಅಂದು ಅವಳನ್ನು ತಮ್ಮ ಮನೆಗೇ ಕರೆದುಕೊಂಡು ಹೋದರು.

ಅಮ್ಮ ಅವಳ ಹಾರೈಕೆ ಮಾಡಿದರು, ಇನ್ನು ಇಲ್ಲಿಯೇ ಇದ್ದು ಬಿಡಮ್ಮ, ಆಸ್ಪತ್ರೆಯಲ್ಲಿ ಬಿದ್ದೆ, ಎಲ್ಲರೂ ಇದ್ದರು ನೋಡಿದರು ಸರಿ ಹೋಯ್ತು, ನೀನು ಒಬ್ಬಳೇ ಮನೆಯಲ್ಲಿದ್ದಾಗ ಹಾಗಾಗಿದ್ದರೆ ನಿನ್ನನ್ನು ಯಾರು ನೋಡುತ್ತಿದ್ದರು ಎಂದು ಗಾಬರಿಯಿಂದ ಕೇಳಿದರು, ಅಮಿತ್‌ಗೂ ಅಮ್ಮನ ಮಾತು ಸರಿಯೆನಿಸಿತು, ಅವಳಿ-ಜವಳಿ ಮಕ್ಕಳಿದ್ದಾಗ ಇರುವ ತೊಂದರೆಗಳ ಅರಿವಿದ್ದ ಅಮಿತ್ ಕೂಡ ಅಮ್ಮನ ಮಾತಿಗೆ ತಲೆದೂಗಿ, ಹೌದು, ನೀವು ನಮ್ಮ ಮನೆಯವರಂತೇ, ಇಲ್ಲೇ ಇದ್ದು ಬಿಡಿ, ನಿಮ್ಮನ್ನು ಚೆನ್ನಾಗಿ ನೋಡಿಕೊಳ್ಳುತ್ತೀವಿ ಎಂದನು.ಆದರೆ ಸದಾ ಸ್ವಾಭಿಮಾನಿಯಾಗೇ ಬದುಕಿದ್ದ ಸಹನಾಗೆ ಮತ್ತೊಬ್ಬರ ಅನುಕಂಪದ ನೆರಳಲ್ಲಿ ಸದಾ ಬದುಕುವುದು ಅಸಾಧ್ಯವಾದ ಮಾತಾಗಿತ್ತು, ಅವಳು ಅವರಿಬ್ಬರ ಮಾತಿಗೆ ಒಪ್ಪಲಿಲ್ಲ.

ಇವಳೊಬ್ಬಳನ್ನೇ ಒಂಟಿಯಾಗಿ ಇಷ್ಟಾದ ಮೇಲೂ ಬಿಡುವುದು ತಪ್ಪೆಂದು ಅಮ್ಮ- ಮಗನಿಗೆ ಗೋಚರಿಸಿತು, ನಮ್ಮೊಂದಿಗಿರಲು ಆಕೆ ಒಪ್ಪುತ್ತಿಲ್ಲ, ಮನೆಯಲ್ಲಿ ಒಬ್ಬಳೇ ಇದ್ದಾಗ ಏನಾದರೂ ತೊಂದರೆಯಾಗಿಬಿಟ್ಟರೆ ಎಂಬ ಆತಂಕ ಕಾಡಿತು, ಏನು ಮಾಡುವುದು ಎಂದು ಯೋಚಿಸಿದಾಗ ಅವರ ಯೋಚನೆಗೆ ಬಂದದ್ದು ಮುನಿಯಮ್ಮ, ಮುನಿಯಮ್ಮ ಹೇಗೂ ಸಹನಾಳನ್ನು ಮಗಳೆಂದೇ ನೋಡಿಕೊಳ್ಳುತ್ತಾರೆ, ಅವರೊಂದಿಗೆ ಅವರ ಗಂಡನೊಂದಿಗೆ ಮಾತನಾಡಿ ಆಕೆಗೆ ಹೆರಿಗೆಯಾಗಿ ಮಕ್ಕಳು ವಯಸ್ಸಿಗೆ ಬರುವವರೆಗೂ ಸಹನಾಳ ಜೊತೆಯಿರಲು, ಕೇಳೋಣ, ಬೇಕಾದರೆ ಈ ಕೆಲಸಕ್ಕೆ ಮುನಿಯಮ್ಮನಿಗೆ ಸಹನಾ ಸಂಬಳ ಕೊಡಲಿ, ಆಗ ಇವರಿಗೆ ಸ್ವಾಭಿಮಾನವೂ ಕಾಡಲ್ಲ ಮುನಿಯಮ್ಮನ ಸಂಸಾರಕ್ಕೂ ಆಸರೆ ಆಗುವುದೆಂದು ಲೆಕ್ಕಚಾರ ಮಾಡತೊಡಗಿದರು, ಕೊನೆಗೆ ಇದೇ ನಿರ್ಧಾರಕ್ಕೆ ಬಂದರು.

ಮುನಿಯಮ್ಮ ಹಾಗೂ ಅವರ ಗಂಡನನ್ನು ಕರೆಸಿ ನಡೆದುದನ್ನೆಲ್ಲಾ ಹೇಳಿ ಸಹಾಯ ಮಾಡಬೇಕೆಂದು ಕೇಳಿದರು, ಸದಾ ತಮಗೆ ಆಶ್ರಯ ನೀಡಿದ್ದ ಅಮಿತ್ ಅವರ ಮನೆಯವರ ಮಾತಿಗೆ ಮುನಿಯಮ್ಮನ ಗಂಡ ಎಂದಿಗೂ ಎದುರಾಡುತ್ತಿರಲಿಲ್ಲ, ಹಾಗಾಗಿ ಅವನು ಸರಿ ಎಂದು

ಒಪ್ಪಿದ, ಮುನಿಯಮ್ಮ ಗಂಡ ಒಪ್ಪಿದ ಮೇಲೆ ತನ್ನ ಅಡಚಣೆಯೇನಿಲ್ಲ, ಮಗಳಂತೆ ಅಮ್ಮನನ್ನು ನೋಡಿಕೊಳ್ಳುವ ಜವಾಬ್ದಾರಿ ನನ್ನದು ಎಂದು ಒಪ್ಪಿಕೊಂಡರು. ಈ ನಿರ್ಧಾರಕ್ಕೆ ಸಹನಾಳು ಒಪ್ಪಿದಳು, ಹೇಗೋ ಈ ಸಮಸ್ಯೆಗೊಂದು ಪರಿಹಾರ ಹುಡುಕುವಲ್ಲಿ ಎಲ್ಲರೂ ಯಶಸ್ವಿಯಾದರು.

ಮುನಿಯಮ್ಮ ಬಂದ ಮೇಲೆ ಸಹನಾಳಿಗೆ ತಾನು ಒಂಟಿಯೆನ್ನುವುದೇ ಮರೆತಂತಾಯ್ತು, ಸದಾ ಸಹನಾಳೊಂದಿಗೆ ತಾಯಿಯಂತೆಯಿದ್ದು ತಾಯಿ–ಮಗುವಿಗೆ ಹಾರೈಕೆ ಮಾಡುತ್ತಿದ್ದರು, ಸಹನಾಳ ಯೋಗ–ಕ್ಷೇಮ ಅಚ್ಚುಕಟ್ಟಾಗಿ ನೋಡಿಕೊಳ್ಳುತ್ತಿದ್ದರು, ಒಟ್ಟಿಗೆ ಆಸ್ಪತ್ರೆಗೆ ಹೋಗಿ ಬರುತ್ತಿದ್ದರು, ಹೊಸದಾಗಿ ಇವರನ್ನು ಕಂಡ ಜನ ಇವರನ್ನು ತಾಯಿ–ಮಗಳೆಂದೇ ಭಾವಿಸಿದ್ದರು, ಹಾಗಿತ್ತು ಇವರ ಭಾಂದವ್ಯ ಒಡನಾಟ, ಮಕ್ಕಳಿಲ್ಲದ ಮುನಿಯಮ್ಮನಿಗೆ ಸಹನಾಳ ರೂಪದಲ್ಲಿ ಮಗಳನ್ನು ಕರುಣಿಸಿ ಅವಳು ಗರ್ಭಿಣಿಯಿರುವಾಗ ಅವಳ ಹಾರೈಕೆ ಮಾಡುವ ಸದಾವಕಾಶ ಕೊಟ್ಟಿದ್ದಾನೆ ಎಂದು ಆಸ್ಪತ್ರೆಯ ಸಿಬ್ಬಂದಿ ಮಾತನಾಡಿಕೊಳ್ಳುತ್ತಿದ್ದರು. ಮುನಿಯಮ್ಮನಿಗೆ ಈ ಕೆಲಸದಲ್ಲಿ ಖುಷಿಯಿತ್ತು, ಬಿಡುವಿದ್ದಾಗ ತನ್ನ ಮನೆಗೆ ಹೋಗಿ ತಂಗಿ ಮಕ್ಕಳನ್ನು ನೋಡಿ ಬರುತ್ತಿದ್ದರು. ಉಳಿದಂತೆ ಆಸ್ಪತ್ರೆಯಲ್ಲಿ ಕೆಲಸ, ಎಲ್ಲದಕ್ಕಿನ ಮುಖ್ಯ ಕೆಲಸ ಸಹನಾಳ ಕಾಳಜಿಯಾಗಿತ್ತು, ವಿಶಿಷ್ಟ, ಅಡುಗೆ ಮಾಡಿ ತಿನ್ನಿಸಿ ಸಹನಾಳನ್ನು ದಪ್ಪ ಮಾಡಿಬಿಟ್ಟಿದ್ದರು, ಜೊತೆಗೆ ಅಮ್ಮನಂತೇ ಅಮಿತ್ ಅಮ್ಮನೂ ಬಂದು ಮಗಳ ಕ್ಷೇಮ ಕುಶಲ ನೋಡಿಕೊಳ್ಳುತ್ತಿದ್ದರು.

ಹೀಗೆ ಒಂದು ದಿನ ಆಸ್ಪತ್ರೆಯಲ್ಲಿ ಕೆಲಸ ಮಾಡುತ್ತಿರುವಾಗ ಒಂದು 8ವರ್ಷದ ಅತ್ಯಾಚಾರಕ್ಕೆ ಒಳಗಾಗಿದ್ದ ಮಗುವನ್ನು ಆಸ್ಪತ್ರೆಗೆ ಚಿಕಿತ್ಸೆಗೆಂದು ಕರೆತಂದಿದ್ದರು, ಅಂದು ಸಹನಾಳೇ ಅಲ್ಲಿದ್ದರಿಂದ ಆಕೆಯೇ ಅಲ್ಲಿಗೆ ಮೊದಲು ಹೋದಳು, ಆ ಮಗುವಿನ ಸ್ಥಿತಿ ಕಂಡದ್ದೇ ಸಹನಾ ಕುಸಿದು ಬಿದ್ದುಬಿಟ್ಟಳು, ಮುಂಚೆ ಇಂತಹುದೇ ಎಷ್ಟೋ ರೋಗಿಗಳನ್ನು ಆಕೆ ನಿಭಾಯಿಸಿದ್ದರೂ ಅಂದು ಆ ಮಗುವಿನ ಸ್ಥಿತಿ, ಆ ವಯಸ್ಸಲ್ಲಿ ಮಗುವಿಗಾದ ಆಘಾತ, ಗರ್ಭದಲ್ಲಿ 2 ಮಕ್ಕಳನ್ನು ಹೊತ್ತಿದ್ದ ಸಹನಾಳಿಗೆ ಆಘಾತವುಂಟು ಮಾಡಿತ್ತು, ಎರಡು ನಿಮಿಷದ ನಂತರ ಎಚ್ಚರ ಗೊಂಡರೂ ಆ ಮಗುವನ್ನು ನಿಭಾಯಿಸುವ ಮನಸ್ಥಿತಿಯಿಲ್ಲದೇ ಹೊರನಡೆದಳು, ತಕ್ಷಣವೇ ಮತ್ತೊಬ್ಬ ವೈದ್ಯರು ಬಂದು ಈ ಪರಿಸ್ಥಿತಿಯಲ್ಲಿ ನೀವೇಕೆ

ಇಂತಹ ಕೇಸ್ ನೋಡಲು ಬಂದಿರಿ ಎನ್ನುತ್ತಾ ಆಕೆ ಆ ಮಗುವಿನ ಚಿಕಿತ್ಸೆ ಮಾಡಿದರು. ಈ ಚಿಕ್ಕ ಮಕ್ಕಳ ಮೇಲೆ ಅತ್ಯಾಚಾರವೆಂದರೆ ನಮಗೇ ನೋಡಲು ಕಷ್ಟ ಆಗುತ್ತದೆ, ಮೇಡಂ ತುಂಬು ಗರ್ಭಿಣಿ ಅವರನ್ನು ಇವಕ್ಕೆಲ್ಲಾ ಕರೀಬೇಡಿ ಎಂದು ಇದ್ದ ಸಿಸ್ಟರ್‌ಗಳಿಗೆ ತಿಳಿಸಿದರು, ಅವರೂ, ಹೌದು, ಸರಿ, ತಪ್ಪಾಯ್ತು ಎನ್ನುತ್ತಾ ಸುಮ್ಮನಾದರು, ಇತ್ತ ಸಹನಾಗೆ ಆ ಮಗುವಿನ ಸ್ಥಿತಿ ಸ್ವಲ್ಪ ಕಾಡಿತು, ಅಷ್ಟರಲ್ಲೇ ಮುನಿಯಮ್ಮ ಬಂದು ಮಾತನಾಡಿಸಿ ದೇವಸ್ಥಾನಕ್ಕೆ ಕರೆದುಕೊಂಡು ನಡೆದ ಘಟನೆ ಮರೆಸಲು ಪ್ರಯತ್ನಿಸಿದರು.

ಇನ್ನೇನು ಸಹನಾಳ ಹೆರಿಗೆ ದಿನಾಂಕ ಹತ್ತಿರವಾಯ್ತು, ಅಮಿತ್ ಅಮ್ಮ ಪುಟ್ಟದಾಗಿ ಮನೆಯಲ್ಲೇ ಶ್ರೀಮಂತ ಮಾಡಿದರು. ಸಹನಾ ಇವೆಲ್ಲಾ ಬೇಡವೆಂದರೂ ಅಮಿತ್ ಅಮ್ಮ ನಿನ್ನ ಮಕ್ಕಳ ಒಳಿತಿಗಾಗಿ ಇವೆಲ್ಲಾ ಮಾಡಬೇಕು, ಸುಮ್ಮನಿರು ನಿನಗೇನು ಅರ್ಥವಾಗಲ್ಲ ಅಂದು ಬುದ್ಧಿ ಹೇಳಿ, ಮಕ್ಕಳಿಗೆ ಮುತ್ತೈದೆಯರ ಆಶೀರ್ವಾದ ಸಿಗಲಿ ಎನ್ನುತ್ತಾ ಪುಟ್ಟದಾಗಿ ಶ್ರೀಮಂತ ಮಾಡಿಸಿ ಮಗಳನ್ನು ಹರಿಸಿದರು. ಇದೆಲ್ಲಾ ಸಹನಾಳಿಗೆ ಸಂತೋಷ ತಂದಿತು.

ಇನ್ನೇನು ಹೆರಿಗೆ ದಿನಾಂಕಕ್ಕೆ ಎರಡು ವಾರವಿದೆ ಎಂದಾಗಿನಿಂದ ಸಹನಾ, ಮುನಿಯಮ್ಮ ಇಬ್ಬರು ಕೆಲಸಕ್ಕೆ ರಜೆ ಹಾಕಿದರು, ವೈದ್ಯರ, ಕೆಲಸಗಾರರ ಮೇಲೆ ಸವಾರಿ ಮಾಡಿ ಕೆಲಸ ತೆಗೆದುಕೊಳ್ಳುವ ಖಾಸಗಿ ಆಸ್ಪತ್ರೆಗಳಿರುವಾಗ ಸೆಂಥಿಲ್ ನರ್ಸಿಂಗ್ ಹೋಂ ಇದಕ್ಕೆ ತದ್ವಿರುದ್ಧವಾಗಿತ್ತು, ಅವರು ಎಂದಿಗೂ ಕೆಲಸಗಾರರ ಮೇಲೆ ದಬ್ಬಾಳಿಕೆ ಮಾಡುತ್ತಿರಲಿಲ್ಲ, ಅವರ ವೈಯಕ್ತಿಕ ಜೀವನಕ್ಕೂ ಬೆಲೆ ಕೊಡುವ ದೊಡ್ಡಗುಣ ಸಂಸ್ಥೆ ಮುಖ್ಯಸ್ಥರಿಗಿತ್ತು, ಒಬ್ಬರಿಲ್ಲದಿದ್ದರೆ ಇನ್ನೊಬ್ಬರನ್ನು ಆ ಕೆಲಸಕ್ಕೆ ನಿಯೋಜಿಸಿ ಕೆಲಸವನ್ನೂ ಸರಾಗವಾಗಿ ಮುಂದುವರೆಸುವ ಚಾಣಾಕ್ಷ್ಯತನದಿಂದಲೇ ಅವರು ಹೆಚ್ಚುವರಿಯಾಗಿ ಕೆಲಸಗಾರರನ್ನು ನಿಯೋಜಿಸಿಕೊಂಡಿದ್ದರು, ಇದೆಲ್ಲಾ ಅರಿತಿದ್ದೇ ಸಹನಾ ಕೆಲಸಕ್ಕೆ ಅಲ್ಲಿಗೆ ಸೇರಿದ್ದಳು, ಸಂಸ್ಥೆಯೂ ಅವಳಿಗೆ ಸಹಕಾರ ನೀಡಿತ್ತು, ಹಾಗಾಗೇ ಏನೂ ತೊಂದರೆಯಿಲ್ಲದೆ ತುಂಬು ಗರ್ಭಿಣಿವರೆಗೂ ಆಕೆ ಅಲ್ಲಿ ಕೆಲಸ ಮಾಡುವುದು ಸಾಧ್ಯವಾಗಿತ್ತು. ಈಗ ಎಲ್ಲರೂ ಮಕ್ಕಳ ನಿರೀಕ್ಷೆಯಲ್ಲಿದ್ದರು.

ಹೆರಿಗೆ ನೋವು ಕಾಣಿಸಿತು, ಅಂದು ಮತ್ತೊಮ್ಮೆ ಸ್ಕ್ಯಾನಿಂಗ್ ನಡೆಯಿತು, ಹಿಂದಿನ ಸ್ಕ್ಯಾನಿಂಗ್‌ನಂತೆಯೇ ಮೊದಲನೇ ಮಗುವಿನ ಕಾಲು ಕೆಳಗಿತ್ತು, ಅದು ಸಹಜ ಹೆರಿಗೆಗೆ ಸೂಕ್ತವಲ್ಲ, ಸರಿ ಬೇರೆ ದಾರಿಯಿಲ್ಲದೆ ಸಿಸೇರಿಯನ್ ಮಾಡಲು ಡಾ|| ಪ್ರಿಯಾ ನಿರ್ಧರಿಸಿದರು.ಅಮಿತ್ ಅಮ್ಮ, ಮುನಿಯಮ್ಮ ಒಂದೇ ಸಮನೆ ಅವರ ಇಷ್ಟದೇವರನ್ನು ಪ್ರಾರ್ಥಿಸತೊಡಗಿದರು, ಸಹನಾಳನ್ನು ಓಟಿಯೊಳಗೆ ಕರೆದೊಯ್ದರು, ಇವರು ಮೂವರು, ಸಹನಾಳ ಹಿತೈಷಿಗಳು ಓಟಿ ಬಾಗಿಲಲ್ಲೇ ಪ್ರಾರ್ಥಿಸುತ್ತಾ ನಿಂತರು, ತಮ್ಮ ಆಸ್ಪತ್ರೆಯ ಸಿಬ್ಬಂಧಿಯಾದ್ದರಿಂದ ಎಲ್ಲರಿಗೂ ಒಂದು ಸಹಜ ಆತಂಕ ಕುತೂಹಲವೂ ಇತ್ತು, ಡಾ|| ಪ್ರಿಯಾ ಯಶಸ್ವಿಯಾಗಿ ಸಿಸೇರಿಯನ್ ಮುಗಿಸಿದರು, ಎರಡು ಮುದ್ದಾದ ಹೆಣ್ಣು ಮಕ್ಕಳು ಸಹನಾ ಗರ್ಭದಿಂದ ಹೊರಬಂದು ಭೂಲೋಕಕ್ಕೆ ಪಾದಾರ್ಪಣೆ ಮಾಡಿದವು, ತಾಯಿ–ಮಕ್ಕಳು ಆರೋಗ್ಯವಾಗಿದ್ದಾರೆ ಎಂಬ ಸುದ್ಧಿ ಕಿವಿಗೆ ಬಿದ್ದದ್ದೇ ಓಟಿಯ ಹೊರಗಿದ್ದವರೆಲ್ಲಾ ಖುಷಿಗೆ ಕುಣಿದಾಡಿದರು, ಮುನಿಯಮ್ಮ ಆಸ್ಪತ್ರೆಯ ಮುಂಭಾಗದಲ್ಲಿದ್ದ ಕಾರ್ತಿಕೇಯನ ಮೂರ್ತಿಗೆ ದೀಪ ಹಚ್ಚಿ ವಂದಿಸಿದರು, ಎಲ್ಲರಲ್ಲೂ ಖುಷಿ ಸಂತೋಷ ಮನೆಮಾಡಿತು.

ತಾಯಿ ಮಕ್ಕಳನ್ನು ವಾರ್ಡ್‌ಗೆ ವರ್ಗಾಯಿಸಲಾಯಿತು. ಎಲ್ಲರೂ ನಾ ಮುಂದು ತಾ ಮುಂದು ಎಂದು ಮಕ್ಕಳನ್ನು ನೋಡಲು ಬರಲಾರಂಭಿಸಿದರು ಡಾ||ಪ್ರಿಯಾ ಈಗಲೇ ಎಲ್ಲಾ ನುಗ್ಗಬೇಡಿ, ನಂತರದಲ್ಲಿ ನೋಡಿ ಆಕೆಗೂ ಆಯಾಸವಾಗಿರುತ್ತದೆ ಎಂದು ಹೇಳಿಹೊರಟರು, ಮೊದಲಿಗೆ ಕೇವಲ ಅಮಿತ್ ಅಮ್ಮ ಹಾಗೂ ಮುನಿಯಮ್ಮನಿಗೆ ಒಳಗೆ ಹೋಗಲು ಅವಕಾಶ ನೀಡಲಾಯಿತು, ಖುಷಿಗೆ ಮುನಿಯಮ್ಮನಿಗೆ ಆನಂದಭಾಷ್ಪ ಹುಕ್ಕಿ ಬಂತು, ಬಂದವಳೇ ಸಹನಾ ಹಣೆಗೆ ಮುತ್ತಿಕ್ಕಿ, ನೀ ಗೆದ್ದೆ ಅಮ್ಮ, ನೀ ಗೆದ್ದೆ ನೋಡು ನಿನ್ನ ಕುಡಿಗಳು ಎಷ್ಟು ಮುದ್ದಾಗಿವೆ ಅಂತ ಮಕ್ಕಳನ್ನು ಅವಳ ಕೈಲಿಟ್ಟರು. ಸಹನಾಗೆ ಖುಷಿ ದುಃಖ ಎರಡೂ ಉಕ್ಕಿ ಬಂದಿತು, ಇಲ್ಲಿಗೆ ಸಹನಾಳ ಹೋರಾಟದ ಬದುಕಲ್ಲಿ ಒಂದು ಜಯ ಸಿಕ್ಕಿತ್ತು, ಮಕ್ಕಳು ಯಾವುದೇ ತೊಂದರೆಯಿಲ್ಲದೆ ತಾಯಿಯ ಮಡಿಲು ಸೇರಿದ್ದವು, ಮಕ್ಕಳು ತುಂಬಾ ಮುದ್ದಾಗಿ ತಾಯಿಯನ್ನೇ ಹೋಲುವಂತಿದ್ದವು, ಮುದ್ದಾಡಲು ಇಬ್ಬರೂ ಅಜ್ಜಿಯರೂ ಸಜ್ಜಾಗೇ ನಿಂತಿದ್ದರು, ಇಬ್ಬರೂ ಮಕ್ಕಳನ್ನು ಮುದ್ದಾಡುವುದರಲ್ಲಿ ತೊಡಗಿದರು, ಸಹನಾ ಮೊಮ್ಮಕ್ಕಳು ಬಂದದ್ದೇ

ಮಗಳನ್ನು ಮರತೇ ಬಿಟ್ಟರಲ್ಲಾ ಅಂತ ಗೇಲಿ ಮಾಡಿದಳು, ಅಮಿತ್ ಹೂಂ, ಅಜ್ಜಿಯರಿಗೆ ಮೊಮ್ಮಕ್ಕಳು ಕೈಗೆ ಬಂದ್ರೆ ಬೇರೆ ಯಾರೂ ಕಣ್ಣಿಗೆ ಕಾಣಲ್ಲ ಅಂತ ತಮಾಷೆ ಮಾಡುತ್ತಾ ಬಂದ, ಅವನೂ ಮಕ್ಕಳನ್ನು ಎತ್ತಿ ಮುದ್ದಾಡಿದ, ಮಕ್ಕಳಿದ್ದರೆ ಸಮಯ ಹೋಗುವುದೇ ತಿಳಿಯಲ್ಲ ಎಂಬ ಮಾತಂತೆ ಮಕ್ಕಳ ಕಣ್ಣು ಕಿವಿ ಕೈಬಾಯಿ ಎಲ್ಲಾ ವರ್ಣಿಸುತ್ತಲೇ ಸಮಯ ಕಳೆದರು, ಸಹನಾಳಿಗೆ ಇವರು ತನ್ನನ್ನು ತನ್ನ ಮಕ್ಕಳನ್ನು ಮನೆಯವರಂತೇ ಭಾವಿಸಿ ಸಂಭ್ರಮ ಪಡುತ್ತಿರುವ ಪರಿ ಮನತುಂಬಿ ಬರುವಂತೆ ಮಾಡಿತು.

ಒಬ್ಬರಾದ ಮೇಲೆ ಒಬ್ಬರಂತೆ ಆಸ್ಪತ್ರೆ ಸಿಬ್ಬಂದಿ ಅಪಾರ್ಟ್‌ಮೆಂಟ್‌ನಲ್ಲಿನ ನಿವಾಸಿಗಳು, ಮುನಿಯಮ್ಮನ ಗಂಡ, ತಂಗಿ ಮಕ್ಕಳು ಅಮಿತ್ ತಂದೆ ಬಂಧು-ಬಳಗ ಎಲ್ಲಾ ಇವರನ್ನು ನೋಡಲು ಬಂದರು, ಬಂದವರೆಲ್ಲಾ ತಾಯಿ ಮಗುವನ್ನು ನೋಡಿ ಆಶೀರ್ವದಿಸಿ ಹೋದರು. ಬಂದವರಲ್ಲಿ ಒಂದು ಆಕರ್ಷಣೆಯಿತ್ತು, ಅಂದು ಮುನಿಯಮ್ಮ ಮಕ್ಕಳಿಲ್ಲ ಎಂದು ಕರೆತಂದಿದ್ದ ಆ ಹುಡುಗಿ ಈಗ 4 ತಿಂಗಳ ಗರ್ಭಿಣಿಯಾಗಿದ್ದಳು, ಸಹನಾಳ ಸಹಾಯ ಚಿಕಿತ್ಸೆಯ ಫಲವಾಗೇ ತಾನು ಗರ್ಭಿಣಿಯಾದ್ದರಿಂದ ತಾಯಿ ಮಕ್ಕಳಿಗೆ ಒಳ್ಳೆಯದಾಗಲೆಂದು ತನ್ನ ಗಂಡನ ಜೊತೆ ದೇವಸ್ಥಾನಕ್ಕೆ ಹೋಗಿ ಪ್ರಸಾದದೊಂದಿಗೆ ದಂಪತಿಗಳಿಬ್ಬರೂ ಸಹನಾ ಹಾಗೂ ಮಕ್ಕಳನ್ನು ಕಂಡು ಶುಭಹಾರೈಸಲು ಬಂದಿದ್ದರು, ಇಂತಹ ಕೆಲವು ಅಂಶಗಳು ಸಹನಾಗೆ ಬಹಳ ಸಂತೋಷ ತಂದುಕೊಡುತ್ತಿತ್ತು, ಇಂತಹ ಅಭಿನಂದನೆಗಳು ಎಲ್ಲರಿಗೂ ಸಿಗೋಲಮ್ಮ, ಇವೆಲ್ಲಾ ವೈದ್ಯರಿಗೆ ಸಿಗುವ ಕೆಲವು ಅಮೂಲ್ಯ ಕ್ಷಣಗಳು, ನೀವು ಮಾಡಿರುವ ಸೇವೆ ಹೀಗೆ ಪ್ರಶಂಸೆಯಾಗಿ ಶುಭ ಹಾರೈಕೆಗಳಾಗಿ ನಿಮ್ಮನರಸಿ ಬರುತ್ತವೆ ಎಂದು ಅಮಿತ್ ಅಮ್ಮ ವೈದ್ಯ ವೃತ್ತಿಯ ಮಹತ್ವ ಹೇಳುತ್ತಾ ಹೊಗಳಿದರು. ಇವೇ ನಾನು ಅಮಿತ್‌ನನ್ನು ವೈದ್ಯನನ್ನಾಗಿ ಮಾಡಲು ನನ್ನನ್ನು ಪ್ರೇರೇಪಿಸಿತು ಎಂದರು.

ಆಸ್ಪತ್ರೆಯಿಂದ ತಾಯಿ ಮಕ್ಕಳು ಮನೆಗೆ ಹೊರಡಲು ತಯಾರಾದರು, ಮುನಿಯಮ್ಮ ಅವರ ತಂಗಿ ಅಮಿತ್ ಅವರ ತಾಯಿ ಮಕ್ಕಳಿಬ್ಬರಿಗೂ ಆರತಿಯೆತ್ತಿ ಮನೆಗೆ ಕರೆದುಕೊಂಡರು, ದೇವರಿಗೆ ಪ್ರಾರ್ಥಿಸಿದರು.

ಸಿಸೇರಿಯನ್ ಜೊತೆಗೆ ಇಬ್ಬರು ಮಕ್ಕಳಾದ್ದರಿಂದ ಎಲ್ಲಾ ಸಂಬಾಲಿಸುವುದು ಇವರಿಬ್ಬರಿಗೇ ಕಷ್ಟವಾಯಿತು, ಒಂದು ಮಗು ಸಮಧಾನ

ಮಾಡುವುದರೊಳಗೆ ಮತ್ತೊಂದು ರಗಳೆ ಶುರುಮಾಡಿಬಿಡುತ್ತಿತ್ತು, ಸಹನಾಳಿಗೂ ಜಾಸ್ತಿ ಸಮಯ ಕೂತು ಬಗ್ಗೆಲ್ಲಾ ಮಾಡುವುದು ಕಷ್ಟವಾಗುತ್ತಿತ್ತು, ಇನ್ನೊಬ್ಬರನ್ನು ಕೆಲಸಕ್ಕೆ ತೆಗೆದುಕೊಳ್ಳುವ ನಿರ್ಧಾರಕ್ಕೆ ಬಂದರು, ಮನೆ ಕೆಲಸಕ್ಕೆ ಒಬ್ಬರು ಬಂದರೆ ನಾವು ಮಕ್ಕಳನ್ನು ನೋಡಿಕೊಳ್ಳಬಹುದೆಂದು ಮತ್ತೊಬ್ಬ ಹೆಂಗಸನ್ನು ಮನೆ ಕೆಲಸಕ್ಕೆ ನಿಯೋಜಿಸಿಕೊಂಡರು. ಆಕೆ ಮನೆಗೆಲಸ ಸಂಬಾಲಿಸುತ್ತಿದ್ದಳು, ಅಮಿತ್ ಅಮ್ಮನಿಗೂ ಮಕ್ಕಳ ಸೆಳೆತ ಕಾಡುತ್ತಿತ್ತು, ದಿನಕ್ಕೊಮ್ಮೆಯಾದರೂ ಬಂದು ಕೆಲಸಮಯ ಮಕ್ಕಳೊಂದಿಗೆ ಇರುತ್ತಿದ್ದರು, ಅವರಿದ್ದ ಸಮಯದಲ್ಲಿ ಮುನಿಯಮ್ಮ ಉಳಿದ ಕೆಲಸ ಮಾಡಿಕೊಂಡು ಹೋಗುತ್ತಿದ್ದರು. ಅಮಿತ್ ತಂದೆಯೂ ಏನೇ ಕೆಲಸವಿದ್ದರೂ ವಾರಕ್ಕೆ ಒಂದೆರಡು ದಿನವಾದರೂ ಮಕ್ಕಳನ್ನು ನೋಡಲು ಹೆಂಡತಿಯೊಂದಿಗೆ ಬರುತ್ತಿದ್ದರು. ಆ ಮಕ್ಕಳೇ ಆಗಿದ್ದವು, ಏನೋ ಆಕರ್ಷಣೆ, ಸೆಳೆತ ಒಮ್ಮೆ ನೋಡಿದರೆ ಮತ್ತೊಮ್ಮೆ ನೋಡುವಾಸೆ, ಕೆಲ ಸಮಯ ಆಡುವಾಸೆ ಹಾಗಾಗಿ ಜನ ಬಂದು ಹೋಗುವುದು ನಡೆಯುತ್ತಿತ್ತು, ಸಹನಾಳಿಗೆ ಸಮಯ ಹೋಗುವುದೇ ಗೊತ್ತಾಗುತ್ತಿರಲಿಲ್ಲ.

ಈ ಮಧ್ಯೆ ಒಂದು ದಿನ ಮುನಿಯಮ್ಮ ಸಹನಾಳಿಗೆ ನಿಮಗೆ ಮಕ್ಕಳಾಗಿರುವ ವಿಷಯ ನಿಮ್ಮ ಹಾಗೂ ನಿಮ್ಮ ಗಂಡನ ಮನೆಯವರಿಗೆ ಮುಟ್ಟಿಸಬಹುದಲ್ಲಾ ಎಂದರು. ಆ ಮಾತು ಕೇಳಿ ಸಹನಾ ಗೊಂದಲಕ್ಕೀಡಾದಳು, ಇಲ್ಲಾ ಇಲ್ಲಾ..... ಬೇಡ.... ಇವೆಲ್ಲಾ ಅವರಿಗೆ ಗೊತ್ತಾಗುವುದೇ ಬೇಡ, ನನಗೆ ಅವಶ್ಯಕತೆಯಿದ್ದಾಗ ಯಾರೂ ನನ್ನನ್ನು ನೋಡಿಲ್ಲ, ಈಗ ಅವರು ಬರುವುದೂ ಬೇಡ ಹಳೇ ನೆನಪುಗಳು ಕಾಡೋದು ಬೇಡ, ನೀವೆಲ್ಲಾ ಇದ್ದೀರಲ್ಲ ನನಗಷ್ಟೇ ಸಾಕು ಎಂದು ಕಣ್ಣೀರಿಡುತ್ತಾ ಮತ್ತೆಂದೂ ಈ ವಿಷಯ ತನ್ನಲ್ಲಿ ಮಾತನಾಡಬೇಡಿ ಎಂದು ಹೇಳಿ ಹೊರಟು ಹೋದಳು, ಸರಿ ಅವರಿಗೇಕೆ ನೋವು ಮಾಡುವುದೆಂದು ಮುನಿಯಮ್ಮನೂ ಆ ವಿಷಯ ಅಲ್ಲಿಗೆ ಕೈ ಬಿಟ್ಟರು.

ಮಕ್ಕಳನ್ನು ಸಂಬಾಲಿಸುವುದೇ ಅವರಿಗೆ ದಿನನಿತ್ಯದ ಕೆಲಸವಾಯ್ತು, ಅವುಗಳಿಗೆ ಸ್ನಾನ ಮಾಡಿಸಿ ಸಿಂಗಾರ ಮಾಡಿ, ಅತ್ತಾಗ ಸಂಬಾಲಿಸಿ, ರಗಳೆಯನ್ನು ನಿಭಾಯಿಸಿ, ಆಟವಾಡಿಸುತ್ತಾ ಚೆನ್ನಾಗಿ ಕಾಲಕಳೆಯುತ್ತಿದ್ದರು, ಮುನಿಯಮ್ಮ ಮಗಳ ಬಾಣಂತನವನ್ನು ಚೆನ್ನಾಗಿ ನಿರ್ವಹಿಸಿದರು. ಹೀಗೆ

ದಿನಗಳು ಉರುಳಿದವು ಮಕ್ಕಳು ಚೆನ್ನಾಗಿ ಆರೋಗ್ಯವಾಗಿ ದಷ್ಟ ಪುಷ್ಟವಾಗಿ ಬೆಳೆಯುತ್ತಾ ಹೋದವು, ನೋಡ ನೋಡುತ್ತಿದಂತೆ ದೊಡ್ಡವಾಗುತ್ತಾ ಹೋದವು.ಮಕ್ಕಳಿಗೆ 6 ತಿಂಗಳಾಯ್ತು, ಸಹನಾ ತಾನು ಮತ್ತೆ ಕೆಲಸಕ್ಕೆ ಹೋಗುವ ನಿರ್ಧಾರ ಮಾಡಿದಳು, ಕೇವಲ ಹಗಲಲ್ಲಾದರೂ ಕೆಲಸ ಮಾಡುತ್ತೇನೆ, ಮಕ್ಕಳನ್ನು ನೀವು ಸಂಬಾಲಿಸಲು ಸಾಧ್ಯವೆ, ನನಗೆ ಇನ್ನು ಹೆಚ್ಚು ದಿವಸ ಕೆಲಸ ಬಿಟ್ಟು ಇರುವುದು ಕಷ್ಟವಾಗುತ್ತೆ ಎಂದಳು, ಮುನಿಯಮ್ಮ, ಸರಿ ನೀವು ಹೋಗಿ, ನನಗೇನು ಅಲ್ಲೂ ಅದೇ ಕೆಲಸ, ಇಲ್ಲೂ ಅದೇ ಕೆಲಸ, ಮಕ್ಕಳೊಂದಿಗೆ ಇರುವುದು ನನಗೆ ಇಷ್ಟ ನಾನು ಮಕ್ಕಳನ್ನು ನೋಡಿಕೊಳ್ಳುವೆ ನೀವು ಕೆಲಸಕ್ಕೆ ಯಾವುದೇ ಭಯವಿಲ್ಲದೆ ಹೊರಡಿ ಎಂದರು. ಸಹನಾಳಿಗೆ ಕೆಲಸಕ್ಕೆ ಮರಳುವುದು ಬಲು ಸಂತೋಷವಾಯಿತು, ತನ್ನ ಕೆಲಸ ಮುಂದುವರೆಸಿದಳು.

ಸಹನಾ ಹೀಗೆ ಕೆಲಸಕ್ಕೆ ಹೋಗಿದ್ದಾಗ ಮಕ್ಕಳನ್ನು ಕಾಣಲು ಅಮಿತ್ ಅಮ್ಮ ಬಂದಿದ್ದರು, ಮುನಿಯಮ್ಮ ಅವರೂ ಹೀಗೆ ಮಾತನಾಡುತ್ತಾ ಕುಳಿತರು, ಅಮಿತ್ ಅವರ ಅಮ್ಮ ಸಹನಾ ಬಗೆಗೆ ಮಾತನಾಡುತ್ತಾ ಅವಳ ಜೀವನದ ಬಗೆಗೆ ಮಾತನಾಡುತ್ತಾ ಹೋದರು, ಹಾಗೇ ಮಾತಿನಲ್ಲಿ ನೀನು, ಅಮಿತ್‌ಗೆ ಸಹನಾಳ ವಿಷಯ ತಿಳಿಯುವ ಹಿಂದಿನ ದಿನ ಆಕೆಯನ್ನು ವಿವಾಹ ಆಗುವಂತೆ ಹೇಳಿದ್ದಂತೆ, ಮರುದಿನವೇ ಆಕೆ ಬಂದಾಗ ನೀನೇ ಏನೋ ಹೇಳಿ ಆಕೆಯನ್ನು ಕರೆತಂದೆಯೆಂದು ಅಮಿತ್ ಹೆದರಿಬಿಟ್ಟನಂತೆ, ಅಂದೇ ಆಕೆ ಬಂದು ನಡೆದದ್ದನ್ನು ಹೇಳಿದಾಗ ಇವೆಲ್ಲಾ ನೆನಸಿಕೊಂಡು ತುಂಬ ನೋವಾಯ್ತುಮ್ಮ ಅಂತ ಮೊನ್ನೆ ಮಾತಾಡುವಾಗ ಹೇಳ್ತಿದ್ದ ಎಂದರು, ಮುನಿಯಮ್ಮ.... ಅಮ್ಮಾ ಅದು, ಅವಾಗ ಇವ್ಯಾವು ನಂಗೆ ಗೊತ್ತಿರಲಿಲ್ಲ, ಒಳ್ಳೇ ಹುಡ್ಗಿ ಅಂತ ಹಾಗೇ ಮಾತಾಡಿಬಿಟ್ಟೆ, ನಿಮ್ಮ ಮಗ ಚೆನ್ನಾಗೇ ಪೂಜೆ ಮಾಡಿದ್ದರು ಎಂದು ಸಂಕೋಚದಲ್ಲಿ ಹೇಳಿದರು, ಇದೆಲ್ಲಾ ಗೊತ್ತಿದ್ದರೆ ನಾನು ಅದೆಲ್ಲಾ ಮಾತನಾಡುತ್ತಿರಲಿಲ್ಲ ಎಂದರು, ಅಮಿತ್ ಅವರ ಅಮ್ಮ ಅಯ್ಯೋ ಪರವಾಗಿಲ್ಲ ಆಕೆಯನ್ನು ಕಂಡರೆ ಯಾರಿಗಾದರೂ ಹಾಗೇ ಅನ್ನಿಸುತ್ತಿದೆ, ಎಲ್ಲಾ ಕಥೆ ಗೊತ್ತಾದ ಮೇಲೂ ನಾನು ಎಷ್ಟೋ ಬಾರಿ ಇಂತಹ ಹುಡುಗಿ ನನಗೆ ಸೊಸೆಯಾದರೆ ಎಷ್ಟು ಚೆಂದ ಎಂದು ಯೋಚಿಸಿರುವೆ, ಆದರೆ, ಇಂತಹ ಒಳ್ಳೆ ಹುಡುಗಿ ಪಡೆಯುವ ಭಾಗ್ಯ ನಮಗಿಲ್ಲ, ಅವಳು

ಯಾರಾದೋ ಪಾಲಾಗಿ ಬಿಟ್ಟಿದ್ದಾಳೆ, ಆ ಸ್ವರೂಪ ಪ್ರತಿರೂಪವಾಗಿ ಎರಡು ಕಂದಮ್ಮಗಳಿವೆ, ಈಗ ನಾವು ಎಲ್ಲಾ ಸಂಕೋಲೆ ಮೀರಿ ಅವಳನ್ನು ಸೊಸೆ ಮಾಡಿಕೊಳ್ಳಲು ಮುಂದಾದರೂ ಆಕೆ ಒಪ್ಪಲ್ಲ, ಸ್ವಾಭಿಮಾನಿ, ಗರ್ಭಿಣಿಯಿದ್ದಾಗ ಮನೆಯಲ್ಲೇ ಇರದ ಆಕೆ, ನಾನು ಕೇಳಿದರೂ ಒಪ್ಪಲ್ಲ ಅಂತಾನೇ ಎಷ್ಟೋ ಬಾರಿ ಆ ಆಲೋಚನೆ ಬಂದರೂ ಸುಮ್ಮನಾಗುತ್ತಿರುವೆ, ಒಂಟಿಯಾಗಿ ಗರ್ಭದಲ್ಲಿ ಮಕ್ಕಳನ್ನು ಹೊತ್ತು ತನ್ನವರನ್ನೆಲ್ಲಾ ಬಿಟ್ಟು ಬಂದಿರುವ, ಈಗಲೂ ಅವರ್‍ಯಾರು ಬೇಡವೆಂದು ಸ್ವತಂತ್ರವಾಗಿ ಬದುಕು ಕಟ್ಟಿಕೊಳ್ಳುತ್ತಿರುವುದು ನೋಡಿದರೆ ಅವಳು ಎಷ್ಟು ಛಲಗಾರ್ತಿಯೆಂದು ತಿಳಿಯುವುದು, ಹಾಗಾಗೇ ನನಗೆ ಆಸೆಯಿದ್ದರೂ ಯಾರಿಗೂ ಹೇಳದೆ ಸುಮ್ಮನಾದೆ, ಆಮೇಲೆ ಎಲ್ಲಿ ನಮ್ಮನ್ನೂ ದೂರಮಾಡುತ್ತಾಳೋ, ಅನ್ನೋ ಭಯ. ಯಾಕೋ ನಿನಗೆ ಹೇಳಬೇಕೆನಿಸಿತು, ಹೇಳಿದೆ, ಇದನ್ನು ಎಲ್ಲೂ ಮಾತನಾಡಬೇಡ, ಸೊಸೆ ಹುಡುಕಿದರಾಯ್ತು, ಇವಳು ಎಂದೆಂದಿಗೂ ಮನೆಮಗಳಾಗಿದ್ದರೆ ಸಾಕು ಎಂದರು, ಮುನಿಯಮ್ಮನಿಗೂ ಇವರ ಮಾತು ಸರಿಯೆನಿಸಿ ಏನೂ ಮಾತನಾಡದೇ ಸುಮ್ಮನಾದರು.

ಒಂದು ದಿನ ಮಹಾಬಲಿಪುರಂನಲ್ಲಿ ಸೆಂಥಿಲ್ ನರ್ಸಿಂಗ್ ಹೋಂನ ವೈದ್ಯರೊಬ್ಬರದು ಮದುವೆಯಿತ್ತು, ಎಲ್ಲರಂತೆ ಸಹನಾ, ಅಮಿತ್‌ಗೂ ಆಮಂತ್ರಣ ಬಂದಿತ್ತು, ಅಮಿತ್‌ಗೆ ಆ ವ್ಯಕ್ತಿ ಆತ್ಮೀಯರಲ್ಲಿ ಒಬ್ಬರಾಗಿದ್ದರು, ಹಾಗಾಗಿ ಎರಡುದಿನದ ಮುಂಚೆಯೇ ಮದುವೆ ಕಾರ್ಯಗಳಲ್ಲಿ ಭಾಗಿಯಾಗಲು ಹೋಗಿಬಿಟ್ಟನು. ಸಹನಾಳು ಹೋಗಬೇಕಿತ್ತು, ಮಕ್ಕಳಿದ್ದರಿಂದ ಮದುವೆ ದಿನ ಮುನಿಯಮ್ಮನೊಂದಿಗೆ ಬರುವುದಾಗಿ ಹೇಳಿದ್ದಳು, ಅಮಿತ್ ಅವರ ಟ್ರ್ಯಾನ್ಸ್‌ಪೋರ್ಟ್ ಏಜನ್ಸಿಯಿಂದ ವಾಹನ ಕಳುಹಿಸುವುದಾಗಿ ಹೇಳಿದ್ದನು, ತಯಾರಾಗಿ ಬರುವಂತೆ ಸೂಚಿಸಿದ್ದನು. ಆದರೆ ನಾಳೆ ಇನ್ನೇನು ಮದುವೆ, ಇಂದು ರಾತ್ರಿ ಕಿಡಿಗೇಡಿಗಳ ಗಲಾಟೆಯಿಂದಾಗಿ ತಮಿಳುನಾಡಿನಾದ್ಯಂತ ಟ್ರ್ಯಾನ್ಸ್‌ಪೋರ್ಟ್ ಏಜನ್ಸಿಯವರು ಮುಷ್ಕರಕ್ಕೆ ನಿಂತರು, ಯಾವುದಾದರೂ ವಾಹನ ರಸ್ತೆಗಿಳಿದರೆ ಕಲ್ಲು ತೂರಿ ಗಲಾಟೆಯೆಬ್ಬಿಸಲು ಮುಂದಾಗಿದ್ದರು, ಅಮಿತ್ ಈಗಾಗಲೇ ಅಲ್ಲಿದ್ದಿದ್ದರಿಂದ ಇದ್ದ ಎಲ್ಲಾ ಚಾಲಕರು ಮುಷ್ಕರಕ್ಕೆ ಹೋಗಿದ್ದರಿಂದ

ಹೇಗೆ ಹೋಗುವುದು ಎಂದು ತಲೆನೋವಾಯ್ತು, ಮುನಿಯಮ್ಮ, ಅಷ್ಟಕ್ಕೇಕೆ ತಲೆ ಕೆಡಿಸಿಕೊಳ್ಳುತ್ತಿದ್ದೀರಿ, ಮುಂಚೆಯೆಲ್ಲಾ ಏನು ಯಾವಾಗಲೂ ಕಾರಲ್ಲೇ ಓಡಾಡುತ್ತಿದ್ದೆವೇ.... ಹೇಗಿದ್ದರು ಮುಷ್ಕರ ಮಾಡುತ್ತಿರುವುದು ಖಾಸಗಿ ವಾಹನದವರು, ಸರ್ಕಾರಿ ಬಸ್‌ಗಳು ಓಡಾಡುತ್ತಿವೆ, ನಮ್ಮ ಚೆನ್ನೈನಲ್ಲಿ ಸರ್ಕಾರಿ ಬಸ್ಸಿಗೇನು ಬರನೇ, ಅದೂ ಮಹಾಬಲಿಪುರಂಗೇನು ಕ್ಷಣಕ್ಕೊಂದು ಬಸ್ಸು ಸಿಗುತ್ತದೆ ಎಂದರು, ಸಹನಾ ಸರಿ, ಈ ಮಕ್ಕಳನ್ನು ಹೊತ್ತುಕೊಂಡು ಬಸ್ಸಿನಲ್ಲಿ ಹೋಗೋದು ಕಷ್ಟವಲ್ಲವೇ ಎಂದಾಗ ಮುನಿಯಮ್ಮ, ನಾವೆಲ್ಲಾ ಬಸ್ಸಿನಲ್ಲೇ ಓಡಾಡಿ ಬೆಳೆದಿದ್ದು, ಈಗ ಕಾರು, ಟ್ಯಾಕ್ಸಿಯೆಲ್ಲಾ ಬಂದಿರೋದು, ಈಗೇನು ಮಕ್ಕಳಿಗೂ 8 ತಿಂಗಳಾಗಿದೆ ಸಂಬಾಲಿಸಬಹುದು, ಅವಕ್ಕೆ ಬೇಕಾದ ಎಲ್ಲಾ ಸಾಮಗ್ರಿ ಸರಿಮಾಡಿಕೊಳ್ಳಿ, ನಾನಿದೇನಲ್ಲ ಕರೆದುಕೊಂಡು ಹೋಗುವೆ ಎಂದರು. ಮುನಿಯಮ್ಮ ಹೇಳಿದ ಮೇಲೆ ಇನ್ನೇನು ಭಯ, ಆಯ್ತು ಅಂತ ಸಹನಾ ಒಪ್ಪಿ ಎಲ್ಲಾ ತಯಾರಿ ಮಾಡಿಕೊಂಡಳು.

ಮರುದಿನ ಬೆಳಿಗ್ಗೆ ಬೇಗ ತಯಾರಾಗಿ ಮಕ್ಕಳನ್ನು ತಯಾರಿಮಾಡಿಕೊಂಡು ಬಸ್‌ನಲ್ಲಿ ಪ್ರಯಾಣ ಪ್ರಾರಂಭಿಸಿದರು, ಮಹಾಬಲಿಪುರಂ ತುಸು ದೂರದ ಪ್ರಯಾಣವೇ ಮಕ್ಕಳು ಮೊದಲ ಬಾರಿ ಬಸ್ ಏರಿದ್ದರು ಇಬ್ಬರೂ ಅಮ್ಮ- ಅಜ್ಜಿ ತೊಡೆ ಮೇಲೆ ಆರಾಮವಾಗಿ ನಿದ್ರಿಸಿದ್ದರು, ಅವು ಅಷ್ಟು ಆರಾಮವಾಗಿ ಇದ್ದದ್ದು ಸಹನಾಗೆ ಆಶ್ಚರ್ಯವಾಯಿತು, ನಗುತ್ತಾ ಮುನಿಯಮ್ಮನನ್ನು ನೋಡಿ ನನ್ನ ಮಕ್ಕಳು ನನ್ನ ಮಾತು ಕೇಳುವುದಕ್ಕಿಂತ ನಿಮ್ಮ ಮಾತಿಗೆ ಬೆಲೆಕೊಡುತ್ತವೆ ಎಂದು ಹೇಳಿದಳು, ಮುನಿಯಮ್ಮ ಹಂಗೇನಿಲ್ಲಮ್ಮ ಎಂದು ನಾಚುತ್ತಾ ಕುಳಿತಳು.

ಇನ್ನೇನು ಮಹಾಬಲಿಪುರಂ ಹತ್ತಿರವಾಗುತ್ತಿದ್ದಂತೇ ಒಂದು ಮಗುವಿಗೆ ಎಚ್ಚರವಾಯಿತು, ಅಳುತ್ತಾ ರಂಪ ಶುರುಮಾಡಿತು, ಮುನಿಯಮ್ಮನ ಕೈನಿಂದ ಸಹನಾ ಮಗು ಎತ್ತಿಕೊಂಡು ಸಮಾಧಾನ ಮಾಡಲು ಮುಂದಾಗುತ್ತಿದ್ದಳು, ಒಂದೇ ಸಮನೆ ಅಳುತ್ತಿದ್ದ ಮಗು ಅಲ್ಲೇ ಪಕ್ಕದಲಿ ನಿಂತಿದ್ದ ಒಬ್ಬ ವ್ಯಕ್ತಿಯ ಕೈಹಿಡಿದುಕೊಂಡು ತಕ್ಷಣ ಅಳು ನಿಲ್ಲಿಸಿ ಬಿಟ್ಟಿತು, ಅದು ಸಹನಾಳಿಗೆ ಆಶ್ಚರ್ಯವಾಯಿತು, ಯಾರಿರಬಹುದೆಂದು ತಿರುಗಿ ನೋಡಿದಳು, ಆದರೆ ಅದು ಯಾವ ಪರಿಚಯ

ಮುಖವಾಗಿರಲಿಲ್ಲ, ಸುಮ್ಮನೆ, ಹೇಗೋ ಮಗು ಸುಮ್ಮನಾಯಿತಲ್ಲ ಅಂತ ಸುಮ್ಮನಾದಳು.

ಆದರೆ ಯಾರ ಕೈಯನ್ನು ಮಗು ಹಿಡಿಯಿತೋ ಆ ವ್ಯಕ್ತಿಗೆ ಆಶ್ಚರ್ಯ ಕಾದಿತ್ತು, ಸಹನಾಳನ್ನು ಕಂಡದ್ದೇ ಆ ಮಕ್ಕಳನ್ನು ಕಂಡದ್ದೇ ಅವನು ಆಶ್ಚರ್ಯಚಕಿತನಾದನು, ಆ ಮಗು ಅವನ ಕೈಯನ್ನು ಬಿಟ್ಟಿರಲಿಲ್ಲ, ಚೆನ್ನೈನಿಂದಲೂ ಅವನು ಬಸ್ಸಿನಲ್ಲೇ ಇದ್ದರೂ ಮಗು ಕೈಯಿಡುವವರೆಗೂ ಅವರನ್ನು ಗಮನಿಸಿರಲಿಲ್ಲ, ಮಗು ಕೈಯಿಡಿದ ಮೇಲೆ, ಸಹನಾಳನ್ನು ಕಂಡ ಮೇಲೆ ಅವನಿಗೆ ಪ್ರಶ್ನೆ ಮೇಲೆ ಪ್ರಶ್ನೆ ಕಾಡತೊಡಗಿತು. ಇಬ್ಬರೂ ಮಕ್ಕಳ ಎಡಗೈ ಮೇಲಿರುವ ಮಚ್ಚೆಗಳನ್ನೇ ದಿಟ್ಟಿಸಿ ನೋಡುತ್ತಾ ನಿಂತನು, ಬಸ್ ನಿಲ್ದಾಣದಲ್ಲಿ ಬಂದು ನಿಂತಿತು, ಆದರೂ ಮಗು ಕೈ ಬಿಡಲಿಲ್ಲ, ಮಗುವಿಗೆ ಆ ವ್ಯಕ್ತಿ ಇಷ್ಟವಾಗಿರಬೇಕು ಎರಡು ನಿಮಿಷ ಎತ್ತಿಕೊಳ್ಳಲಿ ನಂತರ ಸುಮ್ಮನಾಗಬಹುದೆಂದು, ಮಗುವನ್ನು ಬಸ್ಸು ಇಳಿಯುವ ತನಕ ಎತ್ತಿಕೊಳ್ಳುವಂತೆ ಆ ವ್ಯಕ್ತಿಯನ್ನು ಕೇಳಿ ಇನ್ನೊಂದು ಮಗುವನ್ನು ಇವರು ಎತ್ತಿಕೊಂಡು ಬಸ್ ಇಳಿಯುತ್ತಾ ಬಂದರು, ಆ ವ್ಯಕ್ತಿಗೆ ಮಗು ಎತ್ತಿಕೊಂಡಿದ್ದೇ ಮೈ ಮನಸ್ಸಲ್ಲಿ ಸಂಚಲನವಾದಂತಾಯಿತು. ಮಕ್ಕಳನ್ನೂ ಸಹನಾಳನ್ನು ನೋಡಿಕೊಂಡೇ ಆ ವ್ಯಕ್ತಿ ಬಸ್ ಮೊದಲಿಗೆ ಇಳಿದನು, ಅವನ ಹಿಂದೆ ಇವರಿಬ್ಬರು ಬಸ್ ಇಳಿದರು.

ಇತ್ತ ಇವರನ್ನು ಕರೆದುಕೊಂಡು ಹೋಗಲು ಅಮಿತ್ ಬಸ್ ನಿಲ್ದಾಣದಲ್ಲಿ ಕಾಯುತ್ತಿದ್ದನು, ಅವನು ಮಗು ಎತ್ತಿಕೊಂಡು ಇಳಿದದ್ದು ಅಮಿತ್‌ಗೆ ಆಶ್ಚರ್ಯವಾಯಿತು, ಬಂದವನೇ ಏನಿದು ಮೂವರೂ ಒಟ್ಟಿಗೆ ಬಂದರಲ್ಲಾ, ಇವನೇಕೆ ಮಗು ಎತ್ತಿಕೊಂಡಿರುವನು, ನೀವೆಲ್ಲಾ ಪರಿಚಯಸ್ಥರೇ ಎಂದು ಪ್ರಶ್ನಿಸಿದನು, ಅಮಿತ್ ಪ್ರಶ್ನೆ ಈ ಮೂವರಲ್ಲಿ ಪ್ರಶ್ನೆಯನ್ನು ಹುಟ್ಟುಹಾಕಿತು, ಮೂವರೂ ಒಬ್ಬರನ್ನೊಬ್ಬರ ಮುಖ ನೋಡಿಕೊಳ್ಳುತ್ತಾ ನಿಂತರು, ಮುನಿಯಮ್ಮ, ಈ ವ್ಯಕ್ತಿ ನಿಮಗೆ ಗೊತ್ತಾ, ಅದು ಏನಾಯ್ತೆಂದರೆ ಅಂತ ಬಸ್ಸಿನಲ್ಲಿ ಆದ ಘಟನೆಯನ್ನು ಅಮಿತ್‌ಗೆ ಹೇಳಿದಳು. ಅಮಿತ್, ಹೌದಾ ಆಶ್ಚರ್ಯ ವಾಗಿದೆಯೇ ಎನ್ನುತ್ತಾ, ಹೌದು, ಈತ ನನ್ನ ಸ್ನೇಹಿತ 'ಸಂಜಯ್' ಅಂತ ಹೆಸರು, ಕನ್ನಡಿಗನೇ, ಇಂಜಿನಿಯರ್, ಏನೋ ಕೆಲಸದ ಮೇಲೆ ಇಲ್ಲಿ ಬಂದಿದ್ದಾನೆ, ಏನೋ ತುರ್ತು ಕೆಲಸವಿದೆ ಮಾತನಾಡಬೇಕು ಅಂದ, ಹಾಗಾಗಿ ಇಲ್ಲಿಗೆ ಬರಲು

ಹೇಳಿದ್ದೆ, ಹೇಗಿದ್ದರೂ ನಿಮಗಾಗಿ ಇಲ್ಲಿ ಬಂದೇನಲ್ಲ ಇವನು ಬಂದರೆ ಇವನನ್ನೂ ಕರೆದುಕೊಂಡೆ ಹೋದರಾಯ್ತು ಎಂದಿದ್ದೆ, ಒಳ್ಳೆಯದಾಯ್ತು, ಎಲ್ಲಾ ಒಟ್ಟಿಗೆ ಬಂದಿರಿ, ಯಾರು ಯಾರಿಗಾಗಿಯೂ ಕಾಯುವಂತಿಲ್ಲ ಎಂದನು.

ಮತ್ತೆ ಏನಪ್ಪ ಸಂಜಯ್ ಸಮಾಚಾರ ಎಂದದ್ದೇ, ಓ ಇವರ ಪರಿಚಯವಾಗಲಿಲ್ಲ ನಿನಗೆ ಅಂದದ್ದೇ, ಇವರು ಮುನಿಯಮ್ಮ ಅಂತ, ನಮ್ಮಲ್ಲೇ ಕೆಲಸ ಮಾಡುತ್ತಾರೆ, ನಮ್ಮ ಅಮ್ಮನ ಥರಾ, ಇನ್ನು ಇವರು ಡಾ॥ಸಹನಾ, ನಮ್ಮ ಆಸ್ಪತ್ರೆಯ ಕನ್ಸಲ್‌ಟೆಂಟ್ ಗೈನಕಾಲಜಿಸ್ಟ್, ಮತ್ತಿವು ಅವರ ಇಬ್ಬರು ಮುದ್ದು ಮಕ್ಕಳು ಎಂದು ಪರಿಚಯ ಮಾಡಿಕೊಟ್ಟನು, ಸಹನಾ ಮುನಿಯಮ್ಮ ಸಂಜಯ್‌ನ ನೋಡಿ ನಗುತ್ತಾ ನಮಸ್ಕರಿಸಿದರೆ, ಸಹನಾಳ ಹೆಸರು ಕೇಳಿದ್ದೇ, ಗೈನಕಾಲಜಿಸ್ಟ್ ಎಂದು ಗೊತ್ತಾದದ್ದೇ ಸಂಜಯ್ ದಿಗ್ಭ್ರಮಿತನಾದ, ಒಂದು ಗೊಂದಲದ ಛಾಯೆ ಮುಖದಲ್ಲಿ ಪ್ರಾರಂಭವಾಯಿತು, ಮುನಿಯಮ್ಮ, ಸಹನಾಳಿಗೆ ಅವರಿಂದ ಮಗುವನ್ನು ತೆಗೆದುಕೊಳ್ಳಲು ಹೇಳಿದರು, ಆದರೆ ಆ ಮಗು ಅವರ ಅಂಗಿ ಹಿಡಿದದ್ದೇ ಇವರ ಬಳಿ ಬರದೆ ಅಳತೊಡಗಿತು, ಅದೇಕೆ ಹೀಗೆ ಮಾಡುತ್ತಿದೆಯೆಂದು ಇವರಿಗೆ ಅರ್ಥವಾಗಲಿಲ್ಲ. ಮುನಿಯಮ್ಮ ಸಹನಾಳನ್ನು ಕುರಿತು ಇವರೂ ಕನ್ನಡಿಗರೇ ನಿಮಗೇನಾದರೂ ಪರಿಚಯವುಂಟೇ ಎಂದರು ಸಹನಾ ಇಲ್ಲ ಇವರನ್ನು ನೋಡಿದ್ದೇ ಇದೇ ಮೊದಲು ಎಂದಳು, ಮುನಿಯಮ್ಮ, ಅಮಿತ್ ಅವರನ್ನು ನೋಡಿ, ನಿಮ್ಮ ಅಮ್ಮ ಬಂದು ಹೋಗಿ ಹೋಗಿ ಮಗುವಿಗೆ ನಿಮ್ಮಮ್ಮನ ಗಾಳಿ ಬೀಸಿದೆ, ಕನ್ನಡಿಗರೆಂಬ ಸೆಲೆ ತಿಳಿದಿದ್ದೇ ಕೈಬಿಡಲು ಒಪ್ಪುತ್ತಿಲ್ಲ ಎಂದು ತಮಾಷೆ ಮಾಡಲಾರಂಭಿಸಿದರು, ಎಲ್ಲರು ನಗುತ್ತಾ ಕಾರು ಹತ್ತಿ ಮದುವೆ ಮನೆಗೆ ಹೋದರು, ಮದುವೆ ಮನೆ ತುಂಬಾ ಮಗು ಸಂಜಯ್ ಜೊತೆಗೇ ಇತ್ತು. ಸಂಜಯ್ ಗೊಂದಲದಲ್ಲೇ ಮತ್ತೆ ಸಹನಾ ಮಕ್ಕಳನ್ನು ನೋಡುತ್ತಾ ತನ್ನಲೆದ್ದಿದ್ದ ಪ್ರಶ್ನೆಗಳಿಗೆ ಉತ್ತರ ಹುಡುಕುತ್ತಾ ಕುಳಿತ, ಮದುವೆ ಕಾರ್ಯವೆಲ್ಲಾ ಮುಗಿಯಿತು, ಅಮಿತ್ ತನ್ನ ಕಾರಿನಲ್ಲೇ ಸಹನಾ ಮುನಿಯಮ್ಮಳನ್ನು ಮನೆಗೆ ಬಿಡಲು ಬಂದ, ಆ ವೇಳೆಗೆ ಮಗು ಮಲಗಿತ್ತು, ಸಂಜಯ್‌ನಿಂದ ಮಗು ತೆಗೆದುಕೊಂಡು ಅವರು ಮನೆಗೆ ಹೋದರು. ಮಕ್ಕಳು ಸಹನಾ ಮುನಿಯಮ್ಮ ಎಲ್ಲಾ ಇದ್ದುದರಿಂದ ಸಂಜಯ್ ಜೊತೆ ಅಮಿತ್‌ಗೆ

ಸರಿಯಾಗಿ ಮಾತನಾಡಲಾಗಿರಲಿಲ್ಲ, ಸಂಜಯ್ ಕಂಪನಿ ಅಮಿತ್ ಟ್ರ್ಯಾನ್ಸ್‌ಪೋರ್ಟ್ ಏಜನ್ಸಿಗೆ ಸಂಬಂಧವಿತ್ತು, ಹಾಗಾಗಿ ಇವರಿಬ್ಬರಿಗೂ ಪರಿಚಯವಾಗಿತ್ತು, ಇಬ್ಬರೂ ಒಂದೇ ವಯಸ್ಸಿನಾದವರಿಂದ ಬೇಗ ಹೊಂದಾಣಿಕೆ ಮೂಡಿ ಸ್ನೇಹವಾಗಿತ್ತು, ಕೆಲಸದ ಸಲುವಾಗಿ ನಡೆದ ಮಾತುಗಳಿಂದ ಪರಿಚಯವಾದರೂ ಒಳ್ಳೆ ಸ್ನೇಹಿತರಾಗಿದ್ದರು, ಅಮಿತ್ ಕರ್ನಾಟಕಕ್ಕೆ ಹೋದರೆ ಸಂಜಯ್ ಜೋಡಿಯಾಗಿರುತ್ತಿದ್ದ, ಹಾಗಾಗಿ ಏನೋ ಕೆಲಸದ ಮೇಲೆ ಬಂದಿದ್ದ ಸಂಜಯ್‌ಗೆ ಚೆನ್ನೈನಲ್ಲಿ ಅಮಿತ್ ಸಹಾಯದ ಅವಶ್ಯಕತೆಯಿತ್ತು, ಹಾಗಾಗಿ ಅವನಿದ್ದಲ್ಲಿಗೇ ಹುಡುಕಿಕೊಂಡು ಹೋಗಿದ್ದ.

ಅಮಿತ್ ಸಂಜಯ್ ಕುರಿತು, ಏನಾಯ್ತು ಸಪ್ಪಗಿದ್ದೀಯಾ, ಚೆನ್ನೈನ ಸೆಕೆ, ಪ್ರಯಾಣ ಸುಸ್ತಾಯಿತೇ, ಚೆನ್ನೈ ಹಾಗೇ ರಣ ಬಿಸಿಲು, ಸುಡುವ ಸೆಕೆ, ಮೊದಲ ಬಾರಿಗೆ ನೀನು ಇಲ್ಲಿಗೆ ಬಂದದ್ದು, ನಾನೇ ನಿನ್ನಲ್ಲಿಗೆ ಜಾಸ್ತಿ ಕೆಲಸದ ಸಲುವಾಗಿ ಬಂದಿದ್ದು ಎನ್ನುತ್ತಾ, ಕಂಪನಿ ಸಲುವಾಗಿ ಏನು ಕೆಲಸವಿಲ್ಲ ಎಂದರು ಅಪ್ಪ, ಏನು ಇಲ್ಲಿಗೆ ಬಂದದ್ದು, ನನ್ನಿಂದ ಏನು ಸಹಾಯ ಬೇಕು, ಬೇರೆ ಏಜೆನ್ಸಿಯಲ್ಲಿ ಕೆಲಸವುಂಟೇ ಎಂದು ಪ್ರಶ್ನಿಸಿದನು, ಸಂಜಯ್ ಇಲ್ಲ ಇಲ್ಲ ನಾನು ವೈಯಕ್ತಿಕ ಕೆಲದ ಮೇಲೆ ಬಂದಿದ್ದೆ ಎನ್ನತ್ತಾ ನೀನು ಈಗ ಡ್ರಾಪ್ ಮಾಡಿದೆಯೆಲ್ಲಾ ಡಾ॥ ಸಹನಾ, ಅವರು ಇಲ್ಲಿಗೆ ಬಂದು ಎಷ್ಟು ದಿನವಾಯ್ತು, ಅವರ ಗಂಡ ನಿಮ್ಮಲ್ಲೇ ಕೆಲಸ ಮಾಡುತ್ತಾರಾ ಎಂದು ಪ್ರಶ್ನಿಸಿದ, ಅಮಿತ್, ನಿನಗೇನಾದರೂ ಅವರ ಪರಿಚಯವುಂಟೇ, ಏಕೆಂದರೆ ಅವರು ಕನ್ನಡಿಗರೇ, ಅವರ ಆಸ್ಪತ್ರೆಯಲ್ಲಿ ಒಳ್ಳೆ ಹೆಸರು ಮಾಡಿದ್ದ ಡಾಕ್ಟರ್, ನೀನೇನಾದರೂ ನೋಡಿರಬಹುದೇನೋ ಅಂದೆ ಅಷ್ಟೆ, ಅವರು ಇಲ್ಲಿಗೆ ಬಂದು ಸುಮಾರು ಒಂದೂವರೆ ವರ್ಷ ಆಗ್ತಾಬಂತು, ಇನ್ನು ಅವರ ಗಂಡ ಅದೊಂದು ದುರಂತ ಕಥೆ ಎನ್ನುತ್ತಾ ದಾರಿಯುದ್ದಕ್ಕೂ ಸಹನಾಳ ಕಥೆಯನ್ನು ಸಂಜಯ್‌ಗೆ ಹೇಳುತ್ತಾ ಹೋದನು, ಅಮಿತ್ ಕಥೆ ಹೇಳಲಾರಂಭಿಸಿದೇ ಸಂಜಯ್‌ನಲ್ಲಿ ಅನೇಕ ಗೊಂದಲಗಳ ಅಲೆಯೇ ಎದ್ದಿತು.ಇದ್ಯಾವುದೂ ಅವನ ನಂಬಿಕೆಗೆ ಒಪ್ಪುವಂತಿರಲಿಲ್ಲ, ಪ್ರಶ್ನೆಗಳ ಮೇಲೆ ಪ್ರಶ್ನೆಗಳು ಬುಗಿಲೆದ್ದವು, ಅಮಿತ್ ಮನೆ ಬಂತು, ಅಷ್ಟರಲ್ಲಿ ಸಹನಾ ಕಥೆ ಹೇಳಿ ಮುಗಿಸಿದ್ದ ಅಮಿತ್ ಸಂಜಯ್ ಮುಖದಲ್ಲಿ

ಗೊಂದಲ ಗಮನಿಸಿದನು, ಆದರೆ ಅದು ಅವನಿಗೆ ಸಹನಾ ಕಥೆ ಕೇಳಿ ಆದ ನೋವೆಂದೆನಿಸಿತು, ಸಂಜಯ್ ಕಡೆ ತಿರುಗಿ ಗೊತ್ತು ಯಾರೇ ಈ ಕಥೆ ಕೇಳಿದರೂ ಅವರಿಗೆ ಬೇಸರವೆನಿಸುತ್ತದೆ, ಆದರೆ ವಿಧಿಬರಹ ಅಂದವನೇ, ನೀನು ಬಂದ ವಿಷಯ ಹೇಳು ಅಂದನು. ಸಂಜಯ್ ನಾನು ಸ್ವಲ್ಪ ಆಯಾಸಗೊಂಡಿದ್ದೇನೆ ನನಗೆ ಸ್ವಲ್ಪ ವಿಶ್ರಾಂತಿಬೇಕು ನಂತರ ಮಾತನಾಡುತ್ತೇನೆ ಅಂದ, ಸರಿ ಎಂದದ್ದೇ ಅಮಿತ್ ಅವನನ್ನು ಕೋಣೆಗೆ ಬಿಟ್ಟು ಇವನ ಕೆಲಸ ಮುಂದುವರಿಸಿದ.

ಸಂಜಯ್‌ಗೆ ಅಮಿತ್ ಹೇಳಿದ ಕಥೆ ತರ್ಕಕ್ಕೆ ಸಿಲುಕದಂತೆ ಕಾಡಿತು, ಏನು ಅರ್ಥವಾಗದೆ, ಒಂದಕ್ಕೊಂದು ತಾಳೆಯಾಗದೆ ತಳಮಳ ಗೊಂದಲ, ತಲೆಕೆಟ್ಟಿಹೋಯ್ತು, ಸಹನಾಳ ಮುಖ, ಮಕ್ಕಳು, ಮಕ್ಕಳ ಎರಡೂ ಕೈ ಮೇಲಿದ್ದ ಮಚ್ಚೆ, ನಂತರ ಅಮಿತ್ ಹೇಳಿದ ಕಥೆ ಒಂದಕ್ಕೊಂದು ಅವನಿಗೆ ಸಂಬಂಧ ಸಿಗದೆ ಹುಚ್ಚಿಡಿದಂತಾಯ್ತು, ಮನಸ್ಸಿಗೆ ಸಮಾಧಾನವಿಲ್ಲದಂತಾಯ್ತು, ಮನಸ್ಸಲ್ಲಿ ಪ್ರಶ್ನೆ ಗಳ ಸುರಿಮಳೆಯೇ ಸುರಿದಂತಾಯ್ತು, ಅನೇಕ ಊಹಾಪೋಹಗಳು ಅವನನ್ನು ಸುತ್ತಿಕೊಂಡವು, ಸುಮಾರು 2 ಘಂಟೆ ಕಾಲ ಈ ಗೊಂದಲದಲ್ಲೇ ಒದ್ದಾಡಿದ, ತಡೆಯಲಾಗಲಿಲ್ಲ ಅವನಿಗೆ ಅವನ ಪ್ರಶ್ನೆಗಳಿಗೆ ಉತ್ತರ ಬೇಕಿತ್ತು, ಯಾರಿಗೂ ಹೇಳದೆ ಸಹನಾ ಮನೆಯತ್ತ ಹೊರಟುಬಿಟ್ಟ ಸಹನಾ ಮನೆ ಬಾಗಿಲು ಬಡಿದ, ಮುನಿಯಮ್ಮ ಕೆಲಸದ ನಿಮಿತ್ತ ಹೊರಗೆ ಹೋಗಿದ್ದರು, ಸಹನಾ ಮಕ್ಕಳೊಂದಿಗೆ ಮನೆಯಲ್ಲಿದ್ದಳು, ಯಾರಿರಬಹುದೆಂದು ಬಾಗಿಲು ತೆಗೆದಳು, ಸಂಜಯ್ ಬಾಗಿಲ ಬಳಿ ನಿಂತಿದ್ದ, ಇವಳಿಗೆ ಆಶ್ಚರ್ಯವಾಯಿತು, ನಂತರ ಮಗು ತೆಗೆದುಕೊಂಡಾಗ ಅವರ ವಸ್ತುವೇನಾದರೂ ನಮ್ಮ ಬ್ಯಾಗ್ ಸೇರಿತೇ, ಅದಕ್ಕೆ ಬಂದಿರಬಹುದೆಂದುಕೊಂಡು, ಮನೆ ಬಾಗಿಲಿಗೆ ಬಂದವರನ್ನು ಅಲ್ಲೇ ನಿಲ್ಲಿಸಬಾರದು, ಅಮಿತ್ ಸ್ನೇಹಿತರು ಬೇರೆ ಎಂದು ಒಳಗೆ ಕರೆದಳು, ಕೂರುವಂತೆ ಹೇಳಿ, ನೀರು ತರಲು ಓಳಗೆ ಹೋದಳು.

ಅವಳು ಬಂದದ್ದೇ ಸಂಜಯ್, ಸಂತೋಷ್ ನೀವು ಯಾವ ರಿಜಿಸ್ಟರ್ ಆಫೀಸ್‌ನಲ್ಲಿ ಮದುವೆಯಾದಿರಿ, ಯಾವ ನರ್ಸಿಂಗ್ ಹೋಂನಲ್ಲಿ ಕೆಲಸ ಮಾಡುತ್ತಿದ್ದಿರಿ, ಎನ್ನುತ್ತಾ ಗಡುಸು ದನಿಯಲ್ಲಿ ಪ್ರಶ್ನಿಸಿದ, ಪ್ರಶ್ನೆಗೆ

ಗದರಿದ ಸಹನಾ... ಅದು ಅದು ಸಂತೋಷ್ ನಾನು ಎನ್ನತ್ತಾ ನಡುಗು ದನಿಯಲ್ಲಿ ಏನೋ ಒಂದು ಬಾಯಿಗೆ ಬಂದ ಉತ್ತರ ಹೇಳಿಬಿಟ್ಟಳು, ಅಲ್ಲಿಗೆ ಸಂಜಯ್ ನಿಲ್ಲಿಸಿ, ಸುಳ್ಳು, ಅಪ್ಪಟ ಸುಳ್ಳು, ಈ ಸುಳ್ಳು ನೀವು ಎಲ್ಲರಿಗೂ ಹೇಳಿ ನಂಬಿಸಿರಬಹುದು, ಆದರೆ ನನಗಲ್ಲ, ನೀವು ಸಂತೋಷ್‌ನನ್ನು ಮದುವೆಯೇ ಆಗಿಲ್ಲ, ನಿಮ್ಮಿಬ್ಬರ ಮದುವೆಯೇ ನಡೆಯಲಿಲ್ಲ ಎಂದು ಗುಡುಗಿದನು, ಆ ವಿಷಯ ಕೇಳಿದ ಸಹನಾ ತತ್ತರಿಸಿ ಹೋದಳು, ಕೈಲಿದ್ದ ಲೋಟ ನೆಲಕ್ಕೆ ಜಾರಿಬಿದ್ದಿತು, ಅವಳು ಏನು...... ಏ...... ನು...... ಏ...... ನು...... ಸು...... ಸು...... ಳ್ಳಾ...... ನಾನೇಕೆ...... ಸುಳ್ಳೇಳಲಿ...... ನೀವ್ಯಾ...... ಕೆ...... ಹೀಗೆ...... ಹೇಳುತ್ತಿ...... ದ್ದೀರಾ ಅಂತ ಭಯದಿಂದಲೇ ಪ್ರಶ್ನಿಸಿದಳು.

ಸಂಜಯ್ ನೀವು ಹೇಳುತ್ತಿರುವುದು ಸುಳ್ಳು, ನೀವು ಸಂತೋಷ್ ಪ್ರೀತಿಸಿದ್ದು ನಿಜ ಆದರೆ ನಿಮ್ಮ ಮದುವೆಯಾಗಿರಲಿಲ್ಲ ಎಂದನು, ಸಹನಾ...... ಇದೆಲ್ಲಾ ನಿಮಗೇಗೆ ಗೊತ್ತು ಅಂದಳು...... ಅವಳಿಗೆ ಭಯ...... ಆತಂಕ...... ಕುತೂಹಲ...... ಸಂಜಯ್, ನನಗೆ ಎಲ್ಲಾ ಗೊತ್ತು, ಏಕೆಂದರೆ ನೀವು ಕಟ್ಟಿರುವ ಕಥೆಯಲ್ಲಿರುವ ಸಂತೋಷ್ ಬೇರ್ಯಾರೂ ಅಲ್ಲ, ನನ್ನ ಅಣ್ಣ ನನ್ನ ಅಣ್ಣ ಎಂದು ಬಿಟ್ಟನು.

ಅಲ್ಲಿಗೆ ಸಹನಾ ನಾಟಕಕ್ಕೆ ಪರದೆ ಬಿತ್ತು, ಸಹನಾ ತನ್ನ ಮುಖವಾಡ ಬಯಲಾಗುವ ಸಮಯ ಬಂತು, ಯಾವುದಾಗಬಾರದೆಂದು, ಯಾರ ಕಣ್ಣಿಗೆ ಬೀಳಬಾರದೆಂದು ಆಕೆ ಬಂದಿದ್ದಳೋ ಅದು ನೆಲಕಚ್ಚಿತ್ತು. ಅವಳ ಆಲೋಚನೆಯೆಲ್ಲಾ ಅಲ್ಲಿಗೆ ತಲೆಕೆಳಗಾಗಿತ್ತು, ಅಲ್ಲೇ ಕುಸಿದು ಬಿದ್ದಳು.

ಸಂಜಯ್ ಏಕೆ ಎಲ್ಲರಲ್ಲೂ, ಸುಳ್ಳು ಹೇಳಿದ್ದೀರಾ ನೀವು ಎಲ್ಲಿ ಹೋದಿರಿ, ನಿಮಗೇನಾಯ್ತು ಎಂದು ನಾವು ಹುಡುಕಾಡಿದೆವು, ನಿಮ್ಮ ಮನೆಯವರೆಲ್ಲಾ ನಿಮ್ಮನ್ನು ಹುಡುಕಿ ತಲೆಗೆಡಿಸಿಕೊಂಡಿದ್ದಾರೆ, ಏಕೆ ಹೀಗೆ ಮಾಡಿದಿರಿ, ಸಂತೋಷ್‌ನ ಮಕ್ಕಳೆಂದು ಹೇಳಿರುವ ಈ ಮಕ್ಕಳು ನಿಜವಾಗಿಯೂ ಯಾರವು ಹೇಳಿ ಬಾಯ್ಬಿಡಿ ಎಂದು ಅವನೂ ಗೋಳಿಟ್ಟನು.

ಎಲ್ಲಾ ತಿಳಿದಿದ್ದ ಇವನ ಮುಂದೆ ಸಹನಾಳಿಗೆ ಗುಟ್ಟು ಮಾಡಲು ಅವಕಾಶವಿರಲಿಲ್ಲ, ಅವಳ ಸುಳ್ಳಿನ ಕಥೆ ಮುಂದುವರೆಸಲು ಇನ್ನು ಸಾಧ್ಯವಿರಲಿಲ್ಲ, ಯಾವುದನ್ನು ಯಾರಿಗೂ ಹೇಳಲಾಗದೆ, ಹೇಳಬಾರದೆಂದು ಇಷ್ಟು ದಿನ ಮನಸ್ಸಲ್ಲಿಟ್ಟುಕೊಂಡು ಆಕೆ ಕೊರಗಿದ್ದಳೋ, ಆ ರಹಸ್ಯ ರಟ್ಟಾಗುವ ಸಂಧರ್ಭ ಬಂದೇಬಿಟ್ಟಿತು, ಯಾವ ರೀತಿಯಲ್ಲೂ ಸತ್ಯವನ್ನು ಮುಚ್ಚಿಡಲಾಗದಾಗ, ಬಚ್ಚಿಟ್ಟಿದ್ದ ವಿಷಯ ಬಾಯ್ಬಿಡಲು ಮುಂದಾದಳು.

ಹೌದು, ನಾನು ಸುಳ್ಳು ಹೇಳಿದೆ, ಒಂದು ಕಥೆ ಹೇಳಿ ಎಲ್ಲರನ್ನೂ ನಂಬಿಸಿ ಮೋಸಮಾಡಿದೆ, ಆದರೆ ಹಾಗೆ ಮಾಡದೆ ನನಗೆ ಬೇರೆ ದಾರಿಯಿರಲಿಲ್ಲ, ನಡೆದ ಸತ್ಯ ಹೇಳಿದರೆ ಯಾರೂ ನನ್ನ ಮಾತು ನಂಬುವುದಿಲ್ಲ, ನನ್ನನ್ನು ದೂಷಿತಳಾಗಿ ನೋಡುತ್ತಾರೆ ಎಂಬ ಭಯದಿಂದಲೇ ನಾನು ಸುಳ್ಳು ಹೇಳಿದೆ ಎಂದು ಅಳುತ್ತಾ ಮುಚ್ಚಿಟ್ಟಿದ್ದ ಘೋರ ಸತ್ಯ ಬಾಯ್ಬಿಟ್ಟಳು.

ನಾನು ಪಿಜಿ ಮುಗಿಸಿದ್ದೇ ನನ್ನ ಊರಲ್ಲಿ ನನ್ನವೃತ್ತಿ ಪ್ರಾರಂಭಿಸಿದೆ, ವೃತ್ತಿಯಲ್ಲಾಗಲಿ, ಮನೆಯಲ್ಲಾಗಲಿ ಯಾವ ಸಮಸ್ಯೆಯಿರಲಿಲ್ಲ, ನಾನು ನನ್ನ ಕೆಲಸದಲ್ಲಿ ಒಳ್ಳೆಯ ಹೆಸರು ಮಾಡಿ ಜೀವನ ಸಾಗುತ್ತಿತ್ತು.

ಅದೊಂದು ದಿನ ನಾನು ಹೆರಿಗೆ ಮುಗಿಸಿ ನನ್ನ ಕೋಣೆಯಲ್ಲಿ ಕುಳಿತ್ತಿದ್ದೆ, ಇಬ್ಬರು ಬುರ್ಕಾ ದಾರಿ ಯುವತಿಯರು ನನ್ನ ಕೋಣೆಗೆ ಬಂದು, ಅವರ ಅಕ್ಕನಿಗೆ ಹೆರಿಗೆಯಾಗಿದೆಯೆಂದು ಖುಷಿಯಿಂದ ಲಡ್ಡು ನೀಡಿದರು, ನಾನು ಒಂದು ಲಾಡು ತೆಗೆದುಕೊಂಡೆ ಇಲ್ಲಾ ಇನ್ನೊಂದು ತಗೋಳಿ, ಇಡೀ, ಆಸ್ಪತ್ರೆಯವರೆಲ್ಲಾ, ನಮ್ಮನ್ನು ಪ್ರೀತಿಯಿಂದ ಆದರಿಸಿದ್ದೀರಾ ಎಂದರು, ಆಗ ತಾನೇ ಹೆರಿಗೆ ಮುಗಿಸಿ ಬಂದಿದ್ದ ನನಗೂ ಹಸಿವಾಗಿತ್ತು, ಎರಡೂ ಲಾಡು ತೆಗೆದುಕೊಂಡು ತಿಂದೆ, ನನಗಷ್ಟೇ ಗೊತ್ತು, ಆಮೇಲೆ ಏನಾಯಿತು ಎನ್ನುವ ಪರಿವೇ ಇಲ್ಲ, ಎಚ್ಚರವಾದಾಗ ನಾನೊಂದು ಹೋಟೆಲ್‌ನ ಕೋಣೆಯ ಮಂಚದ ಮೇಲಿದ್ದೆ, ಬಟ್ಟೆಯೆಲ್ಲಾ, ಚೆಲ್ಲಾಪಿಲ್ಲಿಯಾಗಿ ಬಿದ್ದಿತ್ತು, ಅದನ್ನೆಲ್ಲಾ ಕಂಡ ನನಗೆ ನನ್ನೊಂದಿಗೆ ಆಗಬಾರದ್ದು ಆಗಿದೆ ಎಂದರ್ಥವಾಯಿತು, ಯಾರೋ ಮೋಸವಾಗಿ ನನ್ನನ್ನು ಇಲ್ಲಿ ಕರೆತಂದು ಅತ್ಯಾಚಾರ ಮಾಡಿದ್ದಾರೆಂದು ಅರ್ಥವಾಯ್ತು ನಾನು ಹೆದರಿಹೋದೆ ಇಡೀ ಕೋಣೆಯಲ್ಲಿ ನನಗೆ ಎಚ್ಚರವಾದಾಗ ನಾನೊಬ್ಬಳೇ ಇದ್ದೆ, ಬೇರೆ ಯಾರೂ ಇದ್ದ ಸುಳಿವೂ ಸಿಗಲಿಲ್ಲ, ದಿಕ್ಕೇ

ತೋಚದಂತಾಯಿತು, ಮುಂದೇನು ಮಾಡಲೆಂದೇ, ಅರ್ಥವಾಗಲಿಲ್ಲ ಅಲ್ಲೇ ಗೋಡೆಗೆ ಹೊರಗಿ ಮೂಲೆಯಲ್ಲಿ ಅಳುತ್ತಾ ಕುಳಿತುಬಿಟ್ಟೆ, ನಿಜವಾಗಿಯೂ ಯಾರಾದರೂ ಏನಾದರೂ ಮಾಡಿದ್ದಾರೋ, ಅಥವಾ ಸುಮ್ಮನೆ ಎದುರಿಸಲು ಹೀಗೆ ನನ್ನನ್ನು ಮಲಗಿಸಿ ಹೋಗಿದ್ದಾರೆಯೇ, ನಿಜವಾಗಿ ಅಲ್ಲಿ ಏನಾಯ್ತು, ಏನಾಗಿರಬಹುದು, ಯಾರಾದರೂ ನನಗೇಕೆ ಹೀಗೆ ಮಾಡಬೇಕು, ನಾನಾಗಲೀ, ನನ್ನ ಮನೆಯವರಾಗಲಿ ಎಂದೂ ಯಾರೊಂದಿಗೂ ದ್ವೇಷ ಬೆಳೆಸಿಕೊಂಡವರಲ್ಲ, ಏನಾಗಿರಬಹುದು, ಯಾಕಾಗಿರಬಹುದು ಎನ್ನುವ ಪ್ರಶ್ನೆಗಳು, ಊಹಾಪೋಹಗಳು, ನನಗೇ ಗೊತ್ತಿಲ್ಲದೆ ತಪ್ಪಾಗಿ ಹೋಯ್ತು ಎನ್ನುವ ಆತಂಕ, ಭಯ, ರೋಧನೆ, ಗಂಟೆಗಟ್ಟಲೆ ಅಲ್ಲೆ ಯೋಚಿಸಿ ಯೋಚಿಸಿ ಅಳುತ್ತಾ ಕುಳಿತುಬಿಟ್ಟೆ, ಆದರೆ ಯಾವುದಕ್ಕೂ ಉತ್ತರ ಸಿಗಲಿಲ್ಲ, ಅಲ್ಲ್ಯಾರು ಉತ್ತರಿಸಲು ಇರಲಿಲ್ಲ, ಅಂದು ನನ್ನಲ್ಲಾದ ಕಳವಳ, ನಾನು ಪಟ್ಟ ಯಾತನೆ, ನನ್ನಲ್ಲಿದ್ದ ಗೊಂದಲ ನನ್ನನ್ನು ಬಿಟ್ಟು ಯಾರಿಗೂ ಅರ್ಥವಾಗದು, ಅಳುತ್ತಾ ಅಳುತ್ತಾ ಸುಸ್ತಾಗಿ ಹೋದೆ, ನಂತರ ಮೊದಲಿಂದಲೂ ಸ್ವಲ್ಪ ಹುಚ್ಚು ಧೈರ್ಯದಲ್ಲೇ ಬೆಳೆದಿದ್ದ ನಾನು ಗಟ್ಟಿ ಮನಸ್ಸು ಮಾಡಿ ಅದೇನಾಗಿದೆ ಯಾರಿಂದಾಗಿದೆ ತಿಳಿಯಬೇಕು ಎಂದು ಅಲ್ಲಿಂದ ಭಂಡ ಧೈರ್ಯಮಾಡಿ ಕೋಣೆಯಿಂದ ಹೊರಬಂದೆ, ಸುತ್ತಲೂ ಯಾರಾದರೂ ಅನುಮಾನಾಸ್ಪದವಾಗಿ ಕಾಣುತ್ತಾರೆಯೇ ಎಂದು ಕಣ್ಣಾಡಿಸಿದೆ, ಆ ಸಂದರ್ಭಕ್ಕೆ ಎಲ್ಲರನ್ನೂ ಮನಸ್ಸು ಅನುಮಾನಿಸತೊಡಗಿತು, ಇವರಿರಬಹುದು, ಅವರಿರಬಹುದು ಎಂದು ಅಲ್ಲಿ ಇದ್ದವರೆನ್ನೆಲ್ಲಾ ತೋರಿಸಿ ನನಗೆ ಅನ್ಯಾಯ ಮಾಡಿದ ಪಾಪಿಯನ್ನು ಹುಡುಕಲಾರಂಭಿಸಿತು, ಆದರೆ ಯಾರೆಂದು ಸ್ಪಷ್ಟವಾಗಿ ತಿಳಿಯಲೇ ಇಲ್ಲ, ಹೋಟೆಲ್ ರಿಸಪ್ಶನ್ ಬಳಿ ಕೇಳಿದರೆ ತಿಳಿಯಬಹುದುದೆಂದು ಅಲ್ಲಿಗೆ ಓಡಿದೆ, ಆದರೆ ಅಲ್ಲೂ ಮೋಸವಾಗಿತ್ತು ಆ ಕೋಣೆಯನ್ನು ನನ್ನ ಹೆಸರಿಗೇ ನಿಯೋಜಿಸಲಾಗಿತ್ತು. ಅವನ್ಯಾರಿರಬಹುದೆಂಬ ಕೋಪ ಆವೇಶ ಕುತೂಹಲ ಇನ್ನು ಕೆರಳಿತು, ನಾನು ಕೋಣೆ ನಿಯೋಜಿಸಲು ಯಾರು ಹೇಳಿದ್ದರೆಂದೂ ಕೇಳಿದೆ, ಅವರು ಎಲ್ಲಾ ಪರಿಶೀಲಿಸಿ ಅವರಿಗ್ಯಾರೋ ಕರೆ ಮಾಡಿ ತಿಳಿಸಿದ್ದರು, ಬೆಳಿಗ್ಗೆ ಒಬ್ಬ ವ್ಯಕ್ತಿ ಬಂದು ಕೋಣೆ, ನಿಯೋಜನೆ ಬಗ್ಗೆ ವಿಚಾರಿಸಿ ಕೀ ಪಡೆದು ಹೋಗಿದ್ದರು, ಈಗ ಕೆಲಹೊತ್ತಿನ ಮುಂಚೆ ಉಳಿದ ಹಣ ನೀಡಿ ನೀವು ವಿಶ್ರಾಂತಿಸುತ್ತಿರುವುದಾಗಿ ನಿಮಗೆ

ಎಚ್ಚರವಾದ ಮೇಲೆ ರೂಂ ಖಾಲಿ ಮಾಡುತ್ತೀರೆಂದು ಹೇಳಿದರು ಎಂದರು, ನನಗೆ ಕೋಪ ಆಕ್ರೋಶ ತಡೆಯಲಾಗಲಿಲ್ಲ, ಯಾರೋ ಬೇಕೆಂದೇ ಹೀಗೆ ಮಾಡಿದ್ದಾರೆ ಯಾರಿರಬಹುದೆಂದು ಆದದ್ದನ್ನು ಮರೆತು ತನಗೆ ಅನ್ಯಾಯ ಮಾಡಿದವರನ್ನು ಹುಡುಕಲು ಮುಂದಾಗಿ ಬಿಟ್ಟೆ, ಹೋಟೆಲ್ ಸಿಬ್ಬಂದಿಗೆ ಆದದ್ದನ್ನು ಹೇಳಲಾಗದಿದ್ದರೂ ಬಂದ ವ್ಯಕ್ತಿ ತನ್ನದೊಂದು ವಸ್ತು ಅಪಹರಿಸಿಬಿಟ್ಟಿದ್ದಾರೆ, ಅವರನ್ನು ಹುಡುಕಲು ಸಹಕರಿಸಿ ಎಂದು ಬೇಡಿದೆ, ಅವರು ಪೋಲಿಸ್‌ಗೆ ದೂರು ನೀಡಲು ಹೇಳಿದರು, ನಾನು ಅದೇ ಸರಿಯೆಂದುಕೊಂಡೆ, ಮೊದಲಿಗೆ ಆಸ್ಪತ್ರೆಗೆ ಹೋಗಿ ಆ ಬುರ್ಖಾ ದಾರಿಗಳನ್ನು ನೋಡೋಣ ಎಂದು ಆಸ್ಪತ್ರೆಗೆ ಬಂದೆ, ಹೆರಿಗೆ ಕೊಠಡಿಯಲ್ಲಿದ್ದ ಸಿಸ್ಟರ್‌ಗೆ ವಿಚಾರಿಸಿದೆ ಸಿಸ್ಟರ್ ಇಂದು ನಮ್ಮಲ್ಲಿ ಯಾವ ಮುಸ್ಲಿಂ ಹೆಂಗಸಿನ ಹೆರಿಗೆಯೇ ಆಗಿಲ್ಲವೆಂದರು, ನಿನ್ನೆ ಎಂದೆ, ಈ ಮೂರು ದಿನದಲ್ಲಿ ಯಾವ ಮುಸ್ಲಿಂ ಹೆಂಗಸಿನ ಹೆರಿಗೆ ಆಗಿಲ್ಲವೆಂದು ಆಗ ಸಿಸ್ಟರ್ ಹೇಳಿದ ಮಾತು, ನನಗೆ ಸ್ಪಷ್ಟವಾಗಿ ಅರ್ಥಮಾಡಿಸಿತು, ಬೇಕೆಂದೇ ಯಾರೋ ಷಡ್ಯಂತ್ರ ರೂಡಿಸಿ ಮೋಸಗೊಳಿಸಿ ನನ್ನ ಬಾಳು ಹಾಳು ಮಾಡಿದ್ದಾರೆಂದು ನನಗೆ ಅರ್ಥವಾಯಿತು, ಅಲ್ಲಿಗೆ ನನಗೆ ನನಗಾದ ಅನ್ಯಾಯ ಅರ್ಥವಾಯಿತು, ಮುಂದೆ ದಾರಿಯೇ ಕಾಣದಂತಾಯಿತು, ಏನು ಮಾಡಲಿ ಎಂದು ಅರ್ಥವಾಗದೇ ಗೊಂದಲದಲ್ಲಿ ಮುಳುಗಿಬಿಟ್ಟೆ, ಕತ್ತ ಲಾಗಿ ಹೋಗಿತ್ತು, ಮನೆಗೆ ಹೋಗುವ ಧೈರ್ಯ ಬರಲಿಲ್ಲ, ಇದನ್ಯಾರಿಗೂ ಹೇಳುವ ಬಾಯಿ ಬರಲಿಲ್ಲ, ಆಸ್ಪತ್ರೆಯಲ್ಲೇ ಇಡೀ ರಾತ್ರಿ ನರಳಾಡಿದೆ, ಕೊರಗಿದೆ ನನ್ನೊಂದಿಗೆ ಈ ಆಟವಾಡಿದ ಆ ವಿಧಿಯನ್ನು ಶಪಿಸಿ ಶಪಿಸಿ ನನ್ನ ಆಕ್ರೋಶ ತೋರಿದೆ, ಆದ ಎಲ್ಲಾ ಘಟನೆ ಬುದ್ಧಿಯನ್ನು ಮಂಕುಮಾಡಿ, ಕಣ್ಣನ್ನು ಕುರುಡಾಗಿಸಿಬಿಟ್ಟಿತು, ಯಾರಿಗಾದರೂ ಹೇಳಿದ್ದರೂ, ಯಾರ ಸಹಾಯ ಕೇಳಿದ್ದರೂ ನಡೆಯುತ್ತಿತ್ತು, ನಾನು ಅದನ್ನೂ ಮಾಡದೇ, ನನ್ನಲ್ಲಿ ಯಾವ ಆಧಾರವೂ ಇಲ್ಲದಾಗ ಯಾರಿಗೆ ಯಾರ ಮೇಲೆ ದೂರೇಳುವುದು ಎನ್ನತ್ತಾ ಆದ ನಾಟಕಕ್ಕೆ ಮೂಕಪ್ರೇಕ್ಷಕಳಾಗಿ ಕುಳಿತುಬಿಟ್ಟೆ.

ರಾತ್ರಿಯೆಲ್ಲಾ ಕಳೆದು ಬೆಳಕಾಯ್ತು, ಮನೆಗೆ ಹೋದೆ, ಅಮ್ಮ ಎದುರಾದರು, ನೈಟ್ ಡ್ಯೂಟಿ ಮುಗಿಸಿ ಸುಸ್ತಾಗಿ ಮಗಳು

ಬಂದಿದ್ದಾಳೆಂದು ಅಮ್ಮ ಬಂದರು, ಯಾಕಮ್ಮ ತುಂಬಾ ಸುಸ್ತಾಗಿದೆಯಾ? ಕಣ್ಣೆಲ್ಲಾ ಕೆಂಪಗಾಗಿದೆ, ರಾತ್ರಿಯೆಲ್ಲಾ ನಿದ್ದೆಯಿಲ್ಲವಾ ಎಂದು ಕನಿಕರದಿಂದ ಕೇಳಿದರು, ಅಮ್ಮನನ್ನು ಅಪ್ಪಿ ಎಲ್ಲಾ ಹೇಳಿಬಿಡೋಣ ಎನಿಸುವ ಮನಸ್ಸು, ಆದರೆ ಅಮ್ಮನಿಗೆ ನಾನೆಂದರೆ ಹುಚ್ಚು ಮಮಕಾರ, ಅಮ್ಮ ಸಹಿಸಲ್ಲ, ಅವಳಿಗೇನಾದರೂ ಆಗಿಬಿಟ್ಟರೆ ಎಂಬ ಭಯ ನನ್ನ ಬಾಯಿ ಕಟ್ಟಿ ಹಾಕಿತು, ಹೂಂ ಕೆಲಸ ಅಂದದ್ದೇ, ಕೋಣೆ ಸೇರಿಬಿಟ್ಟೆ, ಸುಸ್ತಾಗಿದೆಯೆಂದು ಅಮ್ಮ ಸುಮ್ಮನಾಗಿದ್ದರು, ಮಗಳು ಕೆಟ್ಟು ಹೋಗಿದ್ದಾಳೆಂದಿದ್ದರೆ ಅಲ್ಲಿ ಮತ್ತೊಂದು ಅನಾಹುತವಾಗಿಬಿಡುತ್ತಿತ್ತು, ಹೀಗಾಗಲೇ ನನ್ನನ್ನು ಕಳೆದುಕೊಂಡು ಬೆಂಡಾಗಿದ್ದ ನನಗೆ ಅಮ್ಮನನ್ನು ಕಳೆದುಕೊಳ್ಳುವ ಶಕ್ತಿಯಿರಲಿಲ್ಲ, ನಾನು ಬಾಯಿಗೆ ಬೀಗ ಹಾಕಿಕೊಂಡು ಸುಮ್ಮನಾಗಿಬಿಟ್ಟೆ, ಸತ್ಯವನ್ನು ಎದೆಯಲ್ಲಿ ಇಟ್ಟುಕೊಂಡು ಕೊರಗಿದೆ.

ಆದರೆ ಈ ನೋವಿಗೆ ಕಾರಣನಾದವನನ್ನು ನನಗೆ ಅನ್ಯಾಯ ಮಾಡಿದವನನ್ನು ಹುಡುಕಿ ಯಾಕೀಗೆ ಮಾಡಿದನೆಂದು ಪ್ರಶ್ನಿಸಬೇಕು, ಮನಸ್ಸಿನಲ್ಲಿರುವ ಪ್ರಶ್ನೆಗಳಿಗೆ ಉತ್ತರ ಹುಡುಕಬೇಕೆಂದು ಮನಸ್ಸು ಕಾಡತೊಡಗಿತು, ಅದೇ ಕುತೂಹಲದ ಬೆನ್ನೇರಿ ಆ ರಹಸ್ಯ ಬೇಧಿಸಲು ಹುಚ್ಚಿಯಂತೆ ಹೊರಟೆ, ಅಲ್ಲಿ ಸಿಕ್ಕಿದ್ದು ಬರೀ ನಿರಾಶೆ, ನನಗೆ ಮೋಸ ಮಾಡಿದವನು ಬಲು ಚಾಲಕಿದ್ದ, ಚಾಣಾಕ್ಷ್ಯದಿಂದ ಒಂದು ಸುಳಿವು ಸಿಗದಂತೆ ಕೆಲಸ ಮುಗಿಸಿದ್ದ, ಹೋಟೆಲ್‌ನಲ್ಲಿ ಯಾವ ಮಾಹಿತಿಯೂ ಸಿಗಲಿಲ್ಲ, ನನ್ನ ಹೆಸರಲ್ಲೇ ಕೋಣೆಯಿತ್ತು, ಹಣ ನೀಡಿ ಕೀ ಪಡೆದ ವ್ಯಕ್ತಿಯ ಪತ್ತೆ ಹಚ್ಚೋಣವೆಂದರೆ ಕಣ್ಣಿಗೆ ಕೂಲಿಂಗ್ ಗ್ಲಾಸ್, ತಲೆಗೆ ಟೋಪಿ ಎಲ್ಲಾ ಧರಿಸಿದ್ದರು, ಸರಿಯಾಗಿ ಗುರುತಿಸಲು ಸಾಧ್ಯವಿಲ್ಲವೆಂದು ಹೋಟೆಲ್ ಸಿಬ್ಬಂದಿ ಕೈ ಚೆಲ್ಲಿದ್ದರು, ರೂಂ ನಿಯೋಜನೆಗೆ ಬಂದಿದ್ದ ಕರೆ ಜಾಡನ್ನು ಹಿಡಿದು ಹೋಗೋಣವೆಂದರೆ ಕರೆ ಅಲ್ಲೇ ಪಕ್ಕದಲ್ಲಿದ್ದ ಒಂದು ರೂ ಕಾಯಿನ್ ಬೂತ್ನಿಂದ ಬಂದಿತ್ತು, ಆ ಘಟನೆ ನಡೆದ ಹಿಂದಿನ ಎರಡು ದಿನದಿಂದ ಹೋಟೆಲ್ ಸಿಸಿ ಕ್ಯಾಮರಾಗಳು ಬಂದಾಗಿದ್ದವು, ಎಷ್ಟೇ ಹುಡುಕಲು ನಾ ಮುಂದಾದರೂ ಅಲ್ಲಿ ಒಂದೇ ಒಂದು ಸುಳಿವು ಸಿಗಲಿಲ್ಲ ಅಲ್ಲಿ ನಾನು ಮಾಡಿದ ಎಲ್ಲಾ ಪ್ರಯತ್ನಗಳು ವಿಫಲವಾದವು.

ಮತ್ತೆ ನನ್ನ ಹುಡುಕಾಟ ನನ್ನ ಆಸ್ಪತ್ರೆಯಲ್ಲಿ ಮುಂದುವರೆಯಿತು, ಆದರೆ ಆಶ್ಚರ್ಯವೆಂದರೆ ನಮ್ಮ ಆಸ್ಪತ್ರೆಯ ಸಿಸಿ ಕ್ಯಾಮರಾಗಳು ಬಂದ್

ಆಗಿದ್ದವು. ಆ ಇಬ್ಬರೂ ಹೆಂಗಸರು ರೂಂಗೆ ಬಂದದ್ದನ್ನು ಕೆಲವರು ಗಮನಿಸಿದ್ದರು, ಇನ್ನೂ ಕೆಲವರ ಪ್ರಕಾರ ಸ್ಟ್ರೆಚ್ಚರ್‌ನಲ್ಲಿ ಒಂದು ಮುಸ್ಲಿಂ ಹುಡುಗಿಯನ್ನು ಹೊರಗೆ ಕರೆದೊಯ್ಯಲಾಯಿತು, ಕೇಳಿದಾಗ ಆಕೆಗೆ ನಡೆಯಲಾಗುತ್ತಿಲ್ಲ ಹಾಗಾಗಿ ಹೀಗೆ ಕರೆದುಕೊಂಡು ಹೋಗುತ್ತಿದ್ದೇವೆ ಎಂದು ಆತುರವಾಗಿ ಹೇಳಿದ ನೆನಪು, ಆದರೆ ಅಂದು ಅಲ್ಲಿ ನಿಜವಾಗಿ ಯಾರು ಬಂದು ನನ್ನನ್ನು ಕರೆದೋಯ್ದುರೆಂದು ಯಾರಿಗೂ ಸ್ಪಷ್ಟವಾಗಿ ಗೊತ್ತಾಗಿಲ್ಲವೆಂದು ನನಗರ್ಥವಾಯಿತು, ನಾನೇಕೆ ಆ ದಿನದ ಹಿಂದೆ ಬಿದ್ದಿರುವೆ ಎಂದು ಗುಸುಪಿಸು ಶುರುವಾಯ್ತು, ನಾನೇ ನನ್ನದೊಂದು ವಸ್ತು ಕಳೆದುಹೋಗಿದೆ ಅದಕ್ಕೇ ಎಲ್ಲಾ ವಿಚಾರಿಸುತ್ತಿರುವೆ, ಬಂದವರು ಅದನ್ನು ಕದ್ದಿರಬೇಕು ಎನ್ನುತ್ತಾ ವಿಚಾರಿಸುತ್ತಿರುವೆ ಎಂದು ಎಲ್ಲರ ಬಾಯಿ ಮುಚ್ಚಿಸಿದೆ.

ಆದರೆ ಆ ವಸ್ತು ನನ್ನ ಮಾನ ನನ್ನ ಘನತೆಯೆಂದು ಹೇಳುವ ಧೈರ್ಯ ಬರಲೇ ಇಲ್ಲ, ಅದನ್ನು ಅಪಹರಿಸಿದವನೂ ಸಿಗಲಿಲ್ಲ, ಅವನೆಷ್ಟು ಬುದ್ಧಿವಂತನೆಂದರೆ ಆ ದಿನ ಆಸ್ಪತ್ರೆಯಿಂದ ಹೋಟೆಲ್‌ನವರೆಗೂ ಸಿಗ್ನೆಲ್‌ನ ಸಿಸಿ ಕ್ಯಾಮರಾಗಳನ್ನು ಬಂದಾಗಿಸಿದ್ದ, ಅವನ ಚಾಣಾಕ್ಷತನದ ಮುಂದೆ ಬದ್ಧಿವಂತಿಕೆಯ ಮುಂದೆ ನಾನು ಸೋತು ಹೋಗಿದ್ದೆ, ನನ್ನ ಕೈಲಾದ ಏನೇ ಪ್ರಯತ್ನ ಮಾಡಿದರೂ ನನಗೆ ಆ ಪಾಪಿಯನ್ನು ಕಂಡು ಹಿಡಿಯಲಾಗಲಿಲ್ಲ.

ಈ ಘಟನೆಗೆಲ್ಲಾ ಮುಂಚೆಯೇ, ನಾನು ನಿಮ್ಮಣ್ಣ ಪ್ರೀತಿಸಿದ್ದೆವು, ಕಾನ್‌ಫರನ್ಸ್‌ನಲ್ಲಾದ ಪರಿಚಯ ಕೇವಲ ಮೊಬೈಲ್‌ನಿಂದ ಮುಂದುವರೆದು ಪ್ರೀತಿಯಾಗಿತ್ತು, ಇಬ್ಬರ ಮನೆಯಲ್ಲೂ ಸಮ್ಮತಿ ಸಿಕ್ಕಿತ್ತು, ನಾವು ಕೇವಲ 2–3 ತಿಂಗಳಿನ ಪರಿಚಯವನ್ನೇ ಪ್ರೇಮ ಮಾಡಿಕೊಂಡು ವಿವಾಹಕ್ಕೆ ಮನೆಯವರನ್ನೂ ಒಪ್ಪಿಸಿಬಿಟ್ಟಿದ್ದೆವು, ಇಬ್ಬರಿಗೂ ಪ್ರಾಣಕ್ಕಿಂತ ಹೆಚ್ಚಿನ ಪ್ರೀತಿ ಇನ್ನೊಬ್ಬರ ಮೇಲಿತ್ತು, ಭವಿಷ್ಯದ ಬಗೆಗೆ ಅನೇಕ ಕನಸಿತ್ತು, ನಾನು ಓಬಿಜಿ ಅವರು ಮಕ್ಕಳ ತಜ್ಞರಾದ್ದರಿಂದ ಒಂದು ಹೆರಿಗೆ ಹಾಗೂ ಮಕ್ಕಳ ಆಸ್ಪತ್ರೆ ತೆಗೆಯಬೇಕೆಂದೆಲ್ಲಾ ಕನಸು ಕಟ್ಟಿಕೊಂಡಿದ್ದೆವು.

ಆದರೆ ಈ ಘಟನೆಯಾದ ವೇಳೆ ನಿಮ್ಮಣ್ಣ ಕೆಲಸದ ನಿಮಿತ್ತ ದೆಹಲಿಗೆ ಹೋಗಿದ್ದರು, ಅಲ್ಲಿ ಒಂದೆರಡು ತಿಂಗಳಷ್ಟು ಸಮಯ ಅವರಿಗೆ ಕೆಲಸವಿತ್ತು, ಫೋನ್‌ನಲ್ಲೂ ಅಷ್ಟು ಮಾತನಾಡಲಾಗುತ್ತಿರಲಿಲ್ಲ,

ಹಾಗೆಯೇ ನನಗೂ ಅವರಿಗೆ ದನಿಕೊಟ್ಟು ಮಾತನಾಡುವ ಶಕ್ತಿಯಿರಲಿಲ್ಲ, ನಾನು ಅವರಿಗೆ ಏನೂ ಹೇಳದೆ ಸುಮ್ಮನಾಗಿಬಿಟ್ಟಿದ್ದೆ.

ಯಾರಿಗೂ ಹೇಳಲು ನನ್ನಲ್ಲಿ ಯಾವ ಸಾಕ್ಷಾಧಾರವಿರಲಿಲ್ಲ ಒಂದು ಸಾಕ್ಷಿ ಸಿಕ್ಕಿದ್ದರೂ ಆ ಪಾಪಿಯನ್ನು ಹಿಡಿದು ಬಲಿಹಾಕುತ್ತಿದ್ದೆ, ಒಂದೂ ಸುಳಿವು ಬಿಡದೇ ಆ ಪಾಪಿ ನನ್ನಿಂದ ತಪ್ಪಿಸಿಕೊಂಡಿದ್ದ.

ಯಾವಾಗ ಅವನನ್ನು ಹುಡುಕುವ ಎಲ್ಲಾ ಪ್ರಯತ್ನ ವಿಫಲವಾಯ್ತೋ, ಆದದ್ದನ್ನು ಮರೆತು ಬದುಕೋಣ, ಹೇಗೂ ಈ ವಿಷಯ ನನ್ನನ್ನು ಬಿಟ್ಟು ಯಾರಿಗೂ ಗೊತ್ತಿಲ್ಲ ಅಂತ ಸುಮ್ಮನಾಗಿ ಬಿಟ್ಟೆ, ಆದರೆ ನನ್ನ ಮನಸ್ಸು ಈ ಸ್ಥಿತಿಗೆ ಬರುವಷ್ಟರಲ್ಲಿ ತಡವಾಗಿಬಿಟ್ಟಿತು. ಬೇರೆಯವರಿಗೆ ಹತ್ತಾರು ಸಲಹೆ ನೀಡುವ ವೈದ್ಯಳಾಗಿ ಆ ಘಟನೆಯಿಂದ ತಕ್ಷಣವೇ Emergency Pill (ತುರ್ತು ಗರ್ಭನಿರೋಧಕ ಮಾತ್ರೆ) ತೆಗೆದುಕೊಳ್ಳುವುದು, ಮರೆತುಬಿಟ್ಟಿದ್ದೆ ಆದ ಅನ್ಯಾಯದ ನೋವು ಅವನ ಹುಡುಕಾಟದ ಭರಾಟೆಯಲ್ಲಿ ಮೆದುಳು ನಿಷ್ಕ್ರಿಯವಾಗಿ ಅಲ್ಲಿ ನಾನು ಎಡವಿಬಿಟ್ಟಿದ್ದೆ, ಇದು ನನಗೆ ಅರ್ಥವಾಗುವಷ್ಟರಲ್ಲಿ ನಾನು ಗರ್ಭಿಣಿಯೇನೋ ಅನ್ನೋ ಅನುಮಾನದ ವಾಸನೆ ನನ್ನನ್ನು ವ್ಯಾಪಿಸಿತು, ಆ ಅನುಮಾನ ಸುಳಿದದ್ದೇ ನಾನು ಇನ್ನೂ ಕುಗ್ಗಿ ಹೋದೆ, ಮನಸ್ಸಿಲ್ಲದ ಮನಸ್ಸಲ್ಲಿ ಕೈ ನಡುಗಿಸಿಕೊಂಡೇ Pregnancy test ಮಾಡಿಕೊಂಡೆ, ಬಂದ ಫಲಿತಾಂಶ ಅಂದು ನಡೆದ ಅತಾಚುರ್ಯ ನನ್ನ ಗರ್ಭದಲ್ಲಿ ಫಲಬಿತ್ತಿದೆಯೆಂದು ನನಗೆ ತಿಳಿಸಿತು. ಅಲ್ಲಿಗೆ ನನಗೆ ಹುಚ್ಚಿಡಿದಂತಾಯಿತು, ಯಾರದೋ ತಪ್ಪಿಗೆ ನಾನು ಬಲಿಯಾಗಿಬಿಟ್ಟಿದ್ದೆ, ನಿಜವಾಗಿಯೂ ಅಂದು ಒಂದು ಅವಘಡ ಸಂಭವಿಸಿದೆ ಎನ್ನುವುದು ನನಗೆ ಖಾತರಿಯಾಯಿತು.

ಇಷ್ಟೆಲ್ಲಾ ಆದರೂ ನನ್ನಷ್ಟು ಮಂಡೂ ಯಾರೂ ಇರುವುದಿಲ್ಲ, ಬೇರೆ ಯಾರೇ ಹೆಣ್ಣು ಮಗುವಾಗಿದ್ದರೂ ಪ್ರಾಣಹಾನಿಗೆ ಮುಂದಾಗಿರುತ್ತಿದ್ದಳು ಅಥವಾ ಯಾರಿಗಾದರೂ ಹೇಳಿ ಸಹಾಯ ಕೇಳಿರುತ್ತಿದ್ದಳು.

ಆದ ದಿನವೇ ಯಾರಿಗಾದರೂ ಹೇಳಿದ್ದರೂ ಸರಿಹೋಗುತ್ತಿತ್ತು, ನಾನು ಸಾಕ್ಷಿ ಸಮೇತ ನಿರೂಪಿಸಿ ಅವನಿಗೆ ಶಿಕ್ಷೆ ಕೊಡಿಸಬೇಕೆಂಬ ಹುಚ್ಚು ಪ್ರಯತ್ನ ಮಾಡಲೋಗಿ ಅಲ್ಲೂ ಸೋತು ಹೋಗಿದ್ದೆ, ಈಗ ಯಾವುದನ್ನೂ ನಿರೂಪಿಸಲು ನನ್ನಲ್ಲ್ಯಾವ ಸಾಕ್ಷಿಯಿರಲಿಲ್ಲ ಎಲ್ಲಾ ನಡೆದು

ಗರ್ಭಿಣಿಯಾದಾಗ ಹೇಳಿದರೆ, ಇದೊಂದು ಕಟ್ಟುಕಥೆ ಎಂದೇ ಯಾರಾದರೂ ಹೇಳುವುದು, ಏನೂ ಆಧಾರವಿಲ್ಲದೆ ಈ ಕಥೆ ಯಾರು ನಂಬುತ್ತಾರೆ, ನನ್ನದೇ ತಪ್ಪೆಂದು, ನನ್ನ ನಡತೆ ಸರಿಯಿಲ್ಲವೆಂದೇ ಮಾತನಾಡುತ್ತಾರೆ, ನನ್ನನ್ನೇ ದೂಷಿಸುತ್ತಾರೇ ಏನು ಮಾಡಲಿ, ಘಟನೆಯಾದ ದಿನವೇ, ಹೇಳದೆ ತಪ್ಪು ಮಾಡಿದೆಯೆಂದು ಪಶ್ಚಾತ್ತಾಪದಿಂದ ಕೊರಗಿದೆ, ಮತ್ತೆ ಅದೇ ಹುಚ್ಚು ಧೈರ್ಯ ಅಬಾರ್‌ಶನ್ ಮಾತ್ರೆಯನ್ನು (Mtp kit) ತರಲು ಪ್ರೇರೇಪಿಸಿತು, ಹೋದೆ ತಂದೆ.

ಮಾತ್ರೆ ಕೈಲಿ ಹಿಡಿದದ್ದೇ ನನ್ನ ಆತ್ಮಸಾಕ್ಷಿ ನನ್ನನ್ನು ಪ್ರಶ್ನಿಸಿತು, ಸದಾ ಅಬಾರ್‌ಶನ್ ವಿರುದ್ಧವಾಗಿಯೇ ನಾನು ಮಾತನಾಡಿದ್ದೆ, ಯಾರೇ ಯಾವುದೇ ಕಾರಣಕ್ಕಾಗಿ ಅಬಾರ್‌ಶನ್‌ಗಾಗಿ ನನ್ನಲ್ಲಿ ಬಂದಿದ್ದರೂ ಗರ್ಭಪಾತ ಮಹಾಪಾಪ, ಒಂದು ಜೀವವನ್ನು ಕೊಲ್ಲುವುದು ಪಾಪ ಎಂದೆಲ್ಲಾ ಭಾಷಣ ಬಿಗಿದು ಕಳುಹಿಸುತ್ತಿದ್ದೆ. ಯಾವ ಜೀವವನ್ನಾದರೂ ಕೊಲ್ಲುವುದು ಪಾಪ ಎನ್ನುವುದು ನನ್ನ ನಂಬಿಕೆ, ಹಾಗಾಗಿಯೇ ಮಾಂಸಹಾರಿಯಾಗಿದ್ದರೂ ಬುದ್ಧಿ ಬಂದ ಮೇಲೆ ಮಾಂಸ ತಿನ್ನುವುದೇ ನಿಲ್ಲಿಸಿಬಿಟ್ಟಿದೆ, ಗೈನಕಾಲಜಿಸ್ಟ್ ಆದರೂ ಎಂದೂ ಗರ್ಭಪಾತ ಮಾಡದೆ, ಆ ಕೆಲಸ ತಪ್ಪೆಂದಲೇ ವಾದಿಸಿ ಅವಶ್ಯಕತೆಯಿರುವ ಕೇಸ್ ಗಳನ್ನು ಬೇರೆಯವರಿಗೆ ಕಳುಹಿಸಿ ನಾನು ಚಿಗುರನ್ನು ಚಿವುಟುವ ಕೆಲಸದಿಂದ ದೂರವಿರುತ್ತಿದೆ, ಈ ಎಲ್ಲಾ ಅಂಶಗಳು ಕಣ್ಮುಂದೆ ಹರಿದು ಹೋಯಿತು, ಇದೆಲ್ಲಾ ನೆನಪಾಗಿದ್ದೇ ಇಂದು ನಾನು ಮಾಡಲೊರಟ ಕೆಲಸದ ಬಗ್ಗೆ ನನ್ನ ಮನಸ್ಸು ಪ್ರಶ್ನಿಸಲಾಯಿತು, ಗರ್ಭದಲ್ಲಿರುವ ಕಂದನನ್ನು ಕೊಲ್ಲುವುದು ತಪ್ಪೆಂದು ಒಂದೆಡೆ ಎನಿಸಿದರೆ, ಮತ್ತೊಂದು ಮನಸ್ಸು ಅದು ಯಾರದೋ ಮೋಸಕ್ಕೆ ಚಿಗುರಿದ ಚಿಗುರು, ಅದನ್ನು ಕೊಂದರೇನು ತಪ್ಪು, ಯಾರದೋ ತಪ್ಪಿಗೆ ನಾನೇಕೆ ಬಲಿಯಾಗಬೇಕು, ನಾನು ಮಾಡುತ್ತಿರುವುದು ತಪ್ಪಲ್ಲ ಎಂದೇಳುತ್ತಿತ್ತು, ಮತ್ತೊಂದು ಮನಸ್ಸು ತಪ್ಪೇನಾಗಿದ್ದರೂ ಗರ್ಭದಲ್ಲಿರುವುದು ನನ್ನ ಮಗು ಆ ಕಂದಮ್ಮ ಏನು ತಪ್ಪು ಮಾಡಿದೆ, ಅದನ್ನು ಕೊಲ್ಲುವುದು ಪಾಪ, ಅದನ್ನು ಕೊಂದರೆ ತಪ್ಪಾಗುವುದು, ಎಂದೇಳಲಾರಂಭಿಸಿತು, ನನ್ನ ಆದರ್ಶ ನನ್ನ ನಿಲುವೇ ಅಂದು ಹಿಂಸೆ ನೀಡಲಾರಾಂಭಿಸಿತು. ಅತ್ತ ಆದರ್ಶ ಇತ್ತ ವಾಸ್ತವ ಯಾವುದಕ್ಕೆ ಕಟ್ಟುಬೀಳಲಿ ಎನ್ನುವ ಗೊಂದಲ, ಏನು ಮಾಡಲಿ ಎಂಬುದೇ

ತಿಳಿಯಲಿಲ್ಲ, ಮತ್ತೆ ಒಂದು ನಿಲುವುಗೆ ಬರಲಾಗದೆ ಒದ್ದಾಡಿದೆ, ಮಾತ್ರೆ ತೆಗೆದುಕೊಳ್ಳಲು ಗಟ್ಟಿ ಮನಸ್ಸು ಮಾಡಿ, ನೀರು ಬಾಯಿಗೆ ಹಾಕಿಕೊಂಡೆ, ಮಾತ್ರೆ ಬಾಯಿ ಸೇರಬೇಕು, ಆದರೆ ನನ್ನ ಆತ್ಮಸಾಕ್ಷಿ ಬಿಡಲೇ ಇಲ್ಲ, ನನ್ನನ್ನು ಚುಚ್ಚಿ ಕೊಂದುಬಿಟ್ಟಿತು, ಆ ನಿರ್ಧಾರವನ್ನು ನೆರವೇರಿಸಲಾಗಲಿಲ್ಲ, ಮಾತ್ರೆ ಬಾಯಿಗೆ ಬೀಳಲಾಗಲಿಲ್ಲ, ಕೈಯಿಂದ ಜಾರಿ ನೆಲಕ್ಕೆ ಬಿದ್ದುಬಿಟ್ಟಿತು, ಮತ್ತೆ ಅದನ್ನು ತೆಗೆದುಕೊಂಡು ನುಂಗುವ ಮನಸ್ಸು ನನಗೆ ಬರಲೇ ಇಲ್ಲ, ನನ್ನ ಆದರ್ಶಗಳ ಕಟ್ಟುಪಾಡಿಗೆ ನಾನು ಬಂಧಿಯಾಗಿಬಿಟ್ಟಿದ್ದೆ, ನನ್ನ ಕುಡಿಯಿದೆಂದು ಮನಸ್ಸು ಹೇಳಲಾರಂಭಿಸಿ ಕರುಳಬಳ್ಳಿ ಕತ್ತರಿಸಲು ಮನಸ್ಸಾಗಲಿಲ್ಲ, ಆ ನಿರ್ಧಾರದೊಂದಿಗೆ ನಾನು ಮತ್ತೊಂದು ಅಪಾಯವನ್ನು ನನ್ನ ಬದುಕಿಗೆ ಬರಮಾಡಿಕೊಂಡಿದ್ದೆ, ಮಾತ್ರೆಯನ್ನು ಕಸದ ಬುಟ್ಟಿಗೆ ಎಸೆದು ಮನೆಗೆ ಬಂದುಬಿಟ್ಟೆ.

ಇತ್ತ ಮನೆಯಲ್ಲಿ ನನ್ನ ನಿಮ್ಮಣ್ಣನ ಮದುವೆ ಮಾತುಕಥೆ ಮೊದಲಾಗಿತ್ತು, ಇನ್ನೆರಡು ವಾರದಲ್ಲಿ ನಿಮ್ಮಣ್ಣ ಬರುವನಿದ್ದ, ಅವನು ಬಂದದ್ದೇ, ನಿಶ್ಚಿತಾರ್ಥ ಎಂದೆಲ್ಲಾ ಮಾತುಕಥೆಗಳು ಶುರುವಾದವು, ನಾನೇ ಇಷ್ಟಪಟ್ಟಿದ್ದ ಮದುವೆ ನನ್ನ ಮದುವೆ ಬಹುದಿನಗಳ ಕನಸಿನ ಬಗೆಗೆ ಅವರು ಮಾತನಾಡುತ್ತಿದ್ದರೆ, ನನಗೆ ಮುಳ್ಳು ಚುಚ್ಚಿದಂತಾಗುತ್ತಿತ್ತು, ನನ್ನಂತವಳನ್ನು ಸಂತೋಷ್‌ಗೆ ಹೇಗೆ ಅರ್ಪಿಸಿಕೊಳ್ಳಲಿ ಎನ್ನುತ್ತಾ ನನ್ನ ಬಗೆಗೆ ನಾನು ಅಸಹ್ಯಪಟ್ಟುಕೊಂಡೆ, ಅವರು ಖುಷಿ ಖುಷಿಯಾಗಿ ಮದುವೆ ವಿಷಯ ಮಾತಾಡುತ್ತಿದ್ದರೆ, ನನಗೆ ಅಲ್ಲಿ ಇರುವುದೇ ಉಸಿರು ಕಟ್ಟಿದಂತಾಯಿತು. ನನ್ನ ರೂಂಗೆ ಹೋಗಿಬಿಟ್ಟೆ.

ಆಗ ರೂಂನಲ್ಲಿ ಕೂತಾಗ ನನ್ನ ಮನಸ್ಸಿನಲ್ಲೊಂದು ಕಳವಳ ಶುರುವಾಯಿತು, ಮಗುವನ್ನು ಸಾಯಿಸಲಾಗದೆ ಕೈಚೆಲ್ಲಿ ಬಂದಿದ್ದೆ, ಈ ಮಗುವನ್ನು ಗರ್ಭದಲ್ಲಿ ಹೊತ್ತು ಮುಂದಿನ ಜೀವನ ಹೇಗೆ, ಎಲ್ಲವನ್ನೂ ನಿಮ್ಮಣ್ಣನಿಗೆ ಹೇಳಿ ಸಲಹೆ ಪಡೆಯೋಣ ಎನಿಸಿದರೂ, ಅದು ಅವರು ನಂಬುವರೇ ಅವರು ನನ್ನನ್ನು ಅನುಮಾನದಿಂದ ನೋಡಿದರೆ, ಅವರಲ್ಲ ಯಾರಾದರೂ ಈ ಕಥೆಯನ್ನು ಕೇಳಿದರೂ ಯಾರೂ ನಂಬಲ್ಲ, ನನ್ನನ್ನೇ ಅನುಮಾನಿಸುತ್ತಾರೇ, ಅನುಮಾನದ ಕಣ್ಣುಗಳನ್ನು ಹೇಗೆ ಎದುರಿಸುವುದು. ನಾನು ಎಂದೂ ಯಾರ ಮುಂದೆಯೂ ತಲೆ ತಗ್ಗಿಸಿ ನಡೆದವಳಲ್ಲ, ಸ್ವಾಭಿಮಾನದಿಂದ ಬದುಕಿದವಳು, ಇಂದು ಹೇಗೆ ತಲೆ

ತಗ್ಗಿಸಲಿ, ಅನುಮಾನದ ಮಾತುಗಳನ್ನು ಹೇಗೆ ಸಹಿಸಲಿ, ಒಂದು ವೇಳೆ ನನ್ನ ಮನೆಯವರು ನನ್ನನ್ನು ನನ್ನ ಮಾತನ್ನು ನಂಬಿದರೂ, ಈ ಮಗು ಬೆಳೆಯಲು ಬಿಡಲ್ಲ, ನಾನು ನನ್ನ ಆದರ್ಶವನ್ನು ಬಲಿಹಾಕಿ ಮಗುವನ್ನು ಕೊಂದುಬಿಡಬೇಕಾಗುತ್ತದೆ, ಎಲ್ಲಾ ಆದರ್ಶ ಕೊಂದು ಬೇರೆಯವರ ಅನುಮಾನದ ನೆರಳಲಿ ಹೇಗೆ ಬದುಕಲಿ, ಅದು ನನ್ನನ್ನು ಉಸಿರುಗಟ್ಟಿಸುತ್ತದೆ, ನನ್ನನ್ನು ಅಷ್ಟು ಪ್ರೀತಿಸುವ ಸಂತೋಷ್‌ಗೆ ಈ ಕೆಟ್ಟಮುಖ ತೋರಿಸಬಾರದು, ನಡೆದದ್ದನ್ನು ಒಪ್ಪಿ ಅವನು ನನ್ನ ಕೈಹಿಡಿದರೂ ಅಥವಾ ಎಲ್ಲಾ ಮುಚ್ಚಿಟ್ಟು ನಾನು ಅವನನ್ನು ಮದುವೆಯಾದರೂ ಆ ಪಾಪಪ್ರಜ್ಞೆ ನನ್ನನ್ನು ಕಾಡದೆಬಿಡದು, ಇಂತಹುದೆಂದು ಬದುಕು ಬದುಕಬೇಕೇ, ಇಲ್ಲಿದ್ದರೆ ಗೊತ್ತಿರುವವರ ಮಧ್ಯೆ ಅವರಿಗೆ ನೋವಾಗದಂತೆ ಅವರ ನಿರ್ಧಾರಕ್ಕೆ ನನ್ನ ಆದರ್ಶ ಬಲಿಹಾಕಿ ಬದುಕಬೇಕು, ನನ್ನ ನಿಲುವಿಗೆ ಎದುರಾಗಿ ನಡೆದು ಹೇಗೆ ಬದುಕುವುದು ಎಂದು ನನಗೆ ನಾನೇ ಪ್ರಶ್ನೆ ಹಾಕಿಕೊಂಡೆ, ಆ ಕ್ಷಣಕ್ಕೆ ನನ್ನ ಮನಸ್ಸಿಗೆ ಬಂದ ನಿರ್ಧಾರ ನನ್ನನ್ನು ಅಲ್ಲಿಂದ ಹೊರಡುವಂತೆ ಮಾಡಿತು, ಮನೆಯವರೆಲ್ಲಾ ಹೊರಗೆ ಹೋಗಿದ್ದಾಗ ನನ್ನ ಫೈಲ್‌ತೆಗೆದುಕೊಂಡು ನನ್ನ ದಾಖಲೆಗಳನ್ನೆಲ್ಲಾ ತೆಗೆದುಕೊಂಡು ನನ್ನ ಬಟ್ಟೆಯೆಲ್ಲಾ ಜೋಡಿಸಿಕೊಂಡೆ, ನನ್ನದೊಂದು ಕನಸಿನ ಬೆನ್ನೇರಿ ಹೊರಡುತ್ತಿರುವೆ ಎಂದು ಒಂದು ಕಾಗದ ಬರೆದಿಟ್ಟು, ನನ್ನ ಹುಡುಕುವ ಪ್ರಯತ್ನ ಬೇಡ, ನನ್ನ ಕೆಲಸವಾದ ಮೇಲೆ ನಾನೇ ಬರುವೆ ಎಂದು ಪತ್ರದಲ್ಲಿ ನಮೂದಿಸಿ ಹುಚ್ಚು ಧೈರ್ಯ ಮಾಡಿ ಮುಂದೇನು ಮುಂದಿನ ನಡೆಯೇನು ಎಂಬ ಅರಿವೇಯಿಲ್ಲದೆ, ಅಂದು ನಾನು ನನ್ನ ಆದರ್ಶದ ಬೆನ್ನೇರಿ ನನ್ನನ್ನು ಪ್ರೀತಿಸುವವರನ್ನೆಲ್ಲಾ ತೊರೆದು, ನೋವಿಗೆ ಧೂಡಿ ಮನೆಯಿಂದ ಹೊರಬಂದುಬಿಟ್ಟೆ.

ಹೊರಗೇನೋ ಬಂದೆ, ಎಲ್ಲರನ್ನೂ ತ್ಯಜಿಸಿ ಹೊರನಡೆದ ನನಗೆ ಎಲ್ಲಿಗೆ ಹೋಗುವುದು ಎಂಬುದು ತಿಳಿಯಲೇ ಇಲ್ಲ, ಆಗ ನನಗೆ ನೆನಪಾದ ಒಬ್ಬ ವ್ಯಕ್ತಿ ಪರಮೇಲು, ನನ್ನ ಪಿಜಿ ಜೀವನದಲ್ಲಿ ನನ್ನ ಪ್ರಾಣ ಸ್ನೇಹಿತೆ, ನಡೆದದನ್ನು ಅವಳಿಗೆ ಹೇಳಿ ಅವಳ ಸಹಾಯ ಪಡೆಯೋಣವೆಂದು ಅವಳ ಆಸ್ಪತ್ರೆಯ ಬಳಿ ಹೋದೆ, ಆದದೆಲ್ಲಾ ಅವಳಿಗೆ ಹೇಳಿದೆ, ಆವಳು ನನ್ನ ಸ್ಕ್ಯಾನಿಂಗ್ ಮಾಡಿದಳು, ಅವಳಿ-

ಜವಳಿ ಮಕ್ಕಳಿರುವುದಾಗಿ ಹೇಳಿದಳು, ನನಗೆ ನಾನು ಮಾಡಿದ ಕೆಲವು ತಪ್ಪು ತಿಳಿಸಿ, ಸುಮ್ಮನೆ ಅಬಾರ್‌ಶನ್ ಮಾಡಿಸಿಕೊಂಡು ಆದದ್ದೆಲ್ಲಾ ಮರೆತು ಸಂತೋಷ್‌ನೊಂದಿಗೆ ಬಾಳು, ಇಲ್ಲಿ ನಿನ್ನದ್ಯಾವುದೇ ತಪ್ಪಿಲ್ಲ ಎಂದು ಬುದ್ಧಿ ಹೇಳಿದಳು, ಆದರೆ ಮೊದಲೇ ಭ್ರೂಣ ಹತ್ಯೆಗೆ ಒಪ್ಪಿರದ ಮನಸ್ಸು ಎರಡು ಮಕ್ಕಳಿದ್ದಾರೆ ಎಂದು ತಿಳಿದ, ಮೇಲೆ ಯಾವುದೇ ಕಾರಣಕ್ಕೂ ಅದರ ಬಗೆಗೆ ಯೋಚಿಸಲೂಬಾರದೆಂದು ಗಟ್ಟಿ ನಿರ್ಧಾರ ಮಾಡಿಬಿಟ್ಟಿತು, ನನ್ನ ಮಾತು ಹುಚ್ಚು ಹಠದಂತೆ ಪರಮೇಲುಗೆ ಕಂಡರೂ ನನ್ನ ಜೊತೆ ಹೆಚ್ಚು ಒಡನಾಟ ಇದ್ದ ಆಕೆಗೆ ನನ್ನ ಮನಸ್ಥಿತಿ ಅರ್ಥವಾಯಿತು. ಈ ನಿರ್ಧಾರದೊಂದಿಗೆ ನಾನು ಇಲ್ಲಿ ಮುಂದಿನ ಜೀವನಕ್ಕೆ ಕಾಲಿಟ್ಟರೆ ಸಮಾಜ ನನ್ನನ್ನು ಕೀಳಾಗಿ ನೋಡುವುದೆಂದು ಆಕೆಯೂ ಚಿಂತಿಸತೊಡಗಿದಳು, ನಂತರ ಎಲ್ಲಾ ಯೋಚಿಸಿ ಮುಂದೆ ಏನಾಗಬಹುದೆಂದು ದೂರದೃಷ್ಟಿಯಿಂದ ತಾಳೆ ಹಾಕಿ, ಅವಳೇ ನನಗೊಂದು ಸಲಹೆ ನೀಡಿದಳು, ಮೂಲತಃ ತಮಿಳಿಗಳಾದ ಆಕೆ ಎಂಬಿಬಿಎಸ್ ಚೆನ್ನೈನಲ್ಲೇ ಮುಗಿಸಿದ್ದಳು, ಚೆನ್ನೈ ಬಗ್ಗೆ ಆಕೆಗೆ ಅರಿವಿತ್ತು, ನನ್ನನ್ನು ಹುಡುಕಿಕೊಂಡು ಯಾರೂ ಅಲ್ಲಿಗೆ ಬರಲು ಸಾಧ್ಯವಿಲ್ಲ ಎಂಬ ನಂಬಿಕೆಯಲ್ಲಿ ತನ್ನ ಗುರುವಾದ ಡಾ|| ಪ್ರಿಯರವರಿಗೆ ಮಾತನಾಡಿ ಸಹನಾಗೆ ಅಲ್ಲಿ ಕೆಲಸ ಕೊಡಿಸಬೇಕೆಂದು ಮನವಿ ಮಾಡಿದಳು, ಸೆಂಥಿಲ್ ನರ್ಸಿಂಗ್ ಹೋಂನ ಬಗೆಗೂ ಅಲ್ಲಿ ಕೆಲಸದವರಿಗೆ ಕೊಡುವ ಗೌರವ ಎಲ್ಲಾ ಅರಿತು ನನ್ನನ್ನು ಇಲ್ಲಿಗೆ ಬಂದು ಭವಿಷ್ಯ ಕಂಡುಕೋ ಎಂದು ಪ್ರೇರೇಪಿಸಿದಳು. ನನಗೂ ಅವಳು ಹೇಳಿದ್ದೇ ಸರಿ ಎನಿಸಿತು, ಆದರೂ ಅವಳು ಮತ್ತೆ ಮತ್ತೆ ಬೇಕಾದರೆ ನಿಮ್ಮ ಮನೆಯವರೊಡನೆ ಮಾತನಾಡುತ್ತೇನೆ, ಇನ್ನೊಮ್ಮೆ ಆಲೋಚಿಸಿ ನಿರ್ಧಾರ ತೆಗೆದುಕೋ ಅಂದಳು, ಆದರೆ ನನ್ನ ನಿರ್ಧಾರಕ್ಕೆ ನಾನು ಗಟ್ಟಿಯಾಗಿ ಬದ್ಧಳಾಗಿದ್ದೆ, ಅವಳ ಮನವೊಲಿಸುವ ಪ್ರಯತ್ನ ವಿಫಲವಾಯ್ತು, ಅವಳಿಗೆ ಯಾರಿಗೂ ನನ್ನ ವಿಷಯ ಹೇಳಿದಂತೆ ಪ್ರಮಾಣ, ಮಾಡಿಸಿಕೊಂಡು ಮನಸ್ಸು ಮಾಡಿ ಅಲ್ಲಿಂದ ಹೊರಟು ಚೆನ್ನೈನತ್ತ ಮುಖ ಮಾಡಿದೆ.

ಇಲ್ಲಿಗೆ ಬಂದ ಮೇಲೆ ದೇವರ ದಯೆಯಿಂದ ಮುನಿಯಮ್ಮ ಅಮಿತ್ ಡಾ|| ಪ್ರಿಯಾ ಅಂತಹ ಒಳ್ಳೆಯವರ ಪರಿಚಯವಾಯ್ತು, ಅವರ ಸಹಕಾರದಿಂದ ಒಳ್ಳೆಯದಾಗೇ ನನ್ನ ಚೆನ್ನೈ ಜೀವನ ಮೊದಲಾಯ್ತು,

ಆದರೆ ನಾನು ಒಬ್ಬಳೇ ಇರುವುದು ಎಲ್ಲರಿಗೂ ಪ್ರಶ್ನೆಯಾಯಿತು, ಗುಸುಪಿಸು ಮಾತು ಶುರುವಾಯ್ತು, ನಾನು ಎಲ್ಲರಿಗೂ ಏನು ಹೇಳುವುದು ಎಂದು ಯೋಚನೆ ಮಾಡಿದೆ, ಇತ್ತ ನನ್ನ ಮಕ್ಕಳು ದೊಡ್ಡವಾಗುತ್ತಾ ಬರುತ್ತಿದ್ದವು, ಹೆಚ್ಚು ದಿನ ಗುಟ್ಟು ಮಾಡಲು ಸಾಧ್ಯವಿಲ್ಲ ಎಂದು ನನಗರ್ಥವಾದಾಗ, ನಿಜ ಹೇಳಿಬಿಡೋಣ ಅಂದುಕೊಂಡೆ, ಆದರೆ ಮತ್ತದೇ ಪ್ರಶ್ನೆ, ನಾ ಹೇಳುವ ಕಥೆ ಜನ ನಂಬುತ್ತಾರಾ, ಹೇಗೋ ನನ್ನನ್ನು ನಂಬಿ ನನ್ನನ್ನು ವಿಶ್ವಾಸದಿಂದ ಕಾಣುತ್ತಿದ್ದಾರೆ, ಹೀಗೆಲ್ಲಾ ಆಗಿದೆಯೆಂದರೂ ನಂಬದೆ ಅನುಮಾನಿಸಿ ದೂರಮಾಡುತ್ತಾರೆ ಎನ್ನುವ ಅಳುಕು ಕಾಡಿತು, ಆದರೆ ಏನೂ ಹೇಳದೆ ಇರಲಾಗುತ್ತಿರಲಿಲ್ಲ, ಏನು ಮಾಡಲಿ ಎಂದು ಚಿಂತೆಯಲ್ಲಿ ಮುಳುಗಿದೆ.

ನಾನು ಇಲ್ಲಿಗೆ ಬಂದರೂ ಪರಮೇಲುನೊಂದಿಗೆ ಸಂಪರ್ಕದಲ್ಲಿದ್ದೆ, ಇಲ್ಲಾಗುವುದೆಲ್ಲಾ ಅವಳಿಗೆ ಹೇಳುತ್ತಿದ್ದೆ, ಅವಳೇ ಈ ಸಮಸ್ಯೆಗೂ ಒಂದು ಪರಿಹಾರ ಕೊಟ್ಟಳು, ಇಬ್ಬರೂ ಸೇರಿ ಒಂದು ಸುಳ್ಳಿನ ಕಥೆ ಸೃಷ್ಟಿಸಿದೆವು, ನಾನು ಮೊದಲು ಮೆಚ್ಚಿದ್ದು ಸಂತೋಷ್‌ನನ್ನು ನಿಮ್ಮ ಅಣ್ಣನನ್ನು, ಆದ್ದರಿಂದ ಆ ಕಥೆಯಲ್ಲಿ ಅವನನ್ನೇ ನಾಯಕನನ್ನಾಗಿ ಮಾಡಿ ಒಂದೊಳ್ಳೆ ಕಥೆ ಸೃಷ್ಟಿಸಿ ಹೇಳಿದೆ, ಎಲ್ಲರೂ ನಮ್ಮ ಪುಣ್ಯಕ್ಕೆ ನಾವೇಳಿದ ಕಥೆ ನಂಬಿದರು, ನನಗೆ ಎಷ್ಟೋ ನಿರಾಳವಾಯಿತು, ಎಷ್ಟೋ ಭಾರಿ ಇಷ್ಟು ಪ್ರೀತಿ ತೋರುವ ನಂಬಿಕೆಯಿಟ್ಟಿರುವ ಜನಕ್ಕೆ ನಾನು ಮೋಸಮಾಡುತ್ತಿದ್ದೇನೆ ಎಂಬ ಪಾಪಪ್ರಜ್ಞೆ ಕಾಡಿದರೂ ಎಲ್ಲರೂ ನನ್ನನ್ನು ಅಸಹ್ಯ ಪಡುವುದಕ್ಕಿಂತ ಇದೇ ಸರಿಯೆಂದು ನನಗೆ ನಾನೇ ಸಮಾಧಾನ ಮಾಡಿಕೊಂಡೆ, ಏನು ಮಾಡುವುದು ನನಗೆ ಬೇರೆ ದಾರಿಯಿರಲಿಲ್ಲ, ಗೊತ್ತು ಹಾಗೆ ಸುಳ್ಳಾಡಬಾರದು, ನಾನು ಸಂತೋಷ್ ಹೆಸರು ಉಪಯೋಗಿಸಿಕೊಳ್ಳಬಾರದಿತ್ತು, ಆದರೆ ಇವು ಯಾರದೋ ಮಕ್ಕಳು ಎಂದು ನನಗೆ ಯೋಚನೆಗೆ ಬಂದಾಗ ಮನಸ್ಸಿಗೆ ನೋವಾಗುತ್ತಿತ್ತು, ಮಕ್ಕಳ ಮೇಲೆ ಕೋಪ ಬರುತ್ತಿತ್ತು, ಹಾಗಾಗೇ ನಾನು ಮೆಚ್ಚಿದ್ದ ಮನಸ್ಸಲ್ಲಿ ಪ್ರೀತಿಯಿಂದ ಪೂಜಿಸಿದ್ದ ಸಂತೋಷ್‌ನನ್ನೇ ನನ್ನ ಗಂಡನೆಂದು ಅನ್ನಿಸಿಕೊಳ್ಳಲಾರಂಭಿಸಿದೆ, ಅವನದೇ ಮಕ್ಕಳು ನನ್ನ ಗರ್ಭದಲ್ಲಿವೆ ಎಂದು ನನ್ನನ್ನು ನಾನು ನಂಬಿಸಿಕೊಂಡೆ, ಹೊರಗಿದ್ದವರು ಅದನ್ನೇ ನನಗೆ ಹೇಳುತ್ತಿದ್ದರೆ ನನಗೆ ಮಕ್ಕಳ ಬಗೆಗೆ ಪ್ರೀತಿ ಮೂಡಿಸುತ್ತದೆ ಎಂದು ಈ

ನಿರ್ಧಾರ ಮಾಡಿ, ಈ ಕಥೆ ಸೃಷ್ಟಿಸಿ ಎಲ್ಲರನ್ನೂ ನಂಬಿಸಿ ಮೋಸ ಮಾಡಿ ನನ್ನ ಸ್ವಾರ್ಥಕ್ಕಾಗಿ ಜೀವನ ಕಟ್ಟುಕೊಳ್ಳುವ ಪ್ರಯತ್ನ ಮಾಡಿದೆ, ನಿಮ್ಮ ಅಣ್ಣನ ಹೆಸರನ್ನು ದುರುಪಯೋಗ ಮಾಡಿಕೊಂಡು ನನ್ನ ಪ್ರೀತಿಗೂ ಮೋಸ ಮಾಡಿಬಿಟ್ಟೆ, ನನ್ನನ್ನು ಕ್ಷಮಿಸಿ ನನ್ನನ್ನು ಕ್ಷಮಿಸಿ ಎನ್ನುತ್ತಾ ಮನಸ್ಸಲ್ಲಿದ್ದ ಕಹಿ ಸತ್ಯ ಹೊರಗಾಕಿ ಒಂದೇ ಸಮನೆ ಅಳತೊಡಗಿದಳು.

ಎಲ್ಲಾ ಕೇಳಿದ ಸಂಜಯ್ ಹಾಗಾದರೆ ಈ ಮಕ್ಕಳು ಅಂದಾದ ಘಟನೆಗೆ ಹುಟ್ಟಿದವೇ? ನೀವು ಯಾರನ್ನೋ ಮದುವೆಯಾಗಿ ಹುಟ್ಟಿದವಲ್ಲವೇ?...... ಎಂದು ಮತ್ತೆ ಮತ್ತೆ ಕೇಳಿದನು.

ಸಹನಾ ಹೌದು ಹೌದು, ಇವು ಅಂದಾದ ಅನಾಹುತದಿಂದ ಹುಟ್ಟಿದ ಮಕ್ಕಳೇ, ನಾನು ಯಾರನ್ನೂ ಮದುವೆಯಾಗಿಲ್ಲ, ಯಾರೊಂದಿಗೂ ಕೆಟ್ಟದಾಗಿ ನಡೆದುಕೊಂಡಿಲ್ಲ, ಇವು ನಿಜವಾಗಿಯೂ ಅಂದಾದ ಘಟನೆಯ ಪ್ರತಿಫಲ, ಇಷ್ಟೆಲ್ಲಾ ಹೇಳಿದ ಮೇಲೂ ದಯಮಾಡಿ ನನ್ನನ್ನು ಅನುಮಾನಿಸದಿರಿ ಎಂದು ಕೈಮುಗಿದು ಕಣ್ಣೀರಿಡುತ್ತಾ ಗೋಳಿಟ್ಟಳು.

ಈ ಮಾತು ಕೇಳಿದ್ದೆ ಸಂಜಯ್ ಮುಖದಲ್ಲಿ ಕಳವಳ ಮರೆಯಾಗಿ ನಗು ಮೂಡಿತು, ನಂಗೊತ್ತಿತ್ತು, ಇವು ಸಂತೋಷ್ ಮಕ್ಕಳಲ್ಲ...... ನನ್ನ ಅನುಮಾನ ಹುಸಿಯಾಗಲಿಲ್ಲ...... ಕೈಲಿ ಮಚ್ಚೆ ನೋಡಿದಾಗಲೇ ನನಗೆ ಅನಿಸಿತು, ಕೊನೆಗೂ ನನ್ನ ಅನುಮಾನವೇ ನಿಜವಾಯ್ತು ಎನ್ನುತ್ತಾ ಮಕ್ಕಳೆಡೆಗೆ ಹೋದವನೇ ಮಕ್ಕಳನ್ನು ಎತ್ತಿಕೊಂಡನು. ಅದಕ್ಕೇ ಅದಕ್ಕೇ ನಿಮ್ಮನ್ನು ನೋಡಿದಾಗ ಏನೋ ಖುಷಿಯಾಗಿದ್ದು, ನಿಮ್ಮನ್ನು ಎತ್ತಿಕೊಂಡಿದ್ದೇ ನನ್ನ ಮೈಲಿ ಸಂಚಲನವಾಯ್ತು, ನಿನಗೆ ಗೊತ್ತಾಯ್ತಲ್ಲಾ ಮಗಳೇ...... ಗೊತ್ತಾಯ್ತಲ್ವಾ ನಾನೇ ನಾನೇ ನಾನೇ ನಿನ್ನ ತಂದೆಯೆಂದು ಎಂದು ಮಗುವನ್ನುಅಪ್ಪಿ ಮುದ್ದಾಡಿದನು.

ಮಕ್ಕಳನ್ನೇ ನೋಡಿಕೊಂಡು ನಡೆದ ಕಥೆಯನ್ನು ಸಹನಾಗೆ ಹೇಳಲಾರಂಭಿಸಿದನು. ನಿಜ ನಿಮ್ಮ ಜೀವನ ಹಾಳು ಮಾಡಿದವನು ಪಾಪಿ ಮಹಾ ಪಾಪಿ, ನೀವು ಹೇಳಿದಂತೆ ಬಲು ಚಾಲಾಕಿ, ಆ ಚಾಲಾಕಿತನವೇ ಈ ಎಲ್ಲಾ ಅನಾಹುತಕ್ಕೆ ಎಡೆಮಾಡಿಕೊಟ್ಟಿದ್ದು, ನಾನು ಸಂತೋಷ್‌ನ ತಮ್ಮನಾದರೂ ನನ್ನಲ್ಲಿ ಎಳ್ಳಷ್ಟು ಅವನ ಗುಣವಿರಲಿಲ್ಲ, ನಾನು ಹುಟ್ಟಿನಿಂದಲೂ ಹಠಮಾರಿ, ಪುಡಾರಿ, ಅಣ್ಣ ಎಷ್ಟು ಒಳ್ಳೆಯವನು,

ಅಪರಂಜಿ ಗುಣದವನು, ಓದಿನಿಂದ ಎಲ್ಲದರಲ್ಲೂ ಮುಂದು, ನಾನು ಎಲ್ಲದಕ್ಕೂ ತದ್ವಿರುದ್ಧ ತರಲೆ, ಹಠ, ನಾನುಅಂದುಕೊಂಡದ್ದೇ ಮಾಡಿತೀರಬೇಕೆಂಬ ಹುಚ್ಚು ಹಠ, ಅಪ್ಪ-ಅಮ್ಮನಿಗೆ ನನ್ನ ತರಲೆ ಹಠ ನೋಡಿ ನೋಡಿ ಸಾಕಾಗಿ ನನ್ನನ್ನು ಹಾಸ್ಟೆಲ್‌ಗೆ ಹಾಕಿಬಿಟ್ಟರು, ಅಲ್ಲಿಗೆ ಹೋದದ್ದೇ ನನಗೆ ಸ್ವತಂತ್ರ್ಯ ಸಿಕ್ಕಿದಂತಾಯಿತು, ನನ್ನ ಹಠ ಬೆಳೆಯುತ್ತಾ ಹೋಯಿತು, ಸವಾಲುಗಳೆಂದರೆ ಇಷ್ಟ, ಸವಾಲಿನಲ್ಲಿ ಗೆದ್ದು ಗೆದ್ದು ಸೋಲಿಲ್ಲದ ಸರದಾರನಂತೆ ಬೀಗುತ್ತದೆ, ನನಗೊಂದೂ ಬಿರುದು ಸಿಕ್ಕು ನನ್ನ ಸ್ನೇಹಿತೆರಲ್ಲಾ ನನಗೆ 'ಸವಾಲುಗಳ ಸರದಾರ ಸಂಜಯ್' ಎಂದೇ ಕರೆಯುತ್ತಿದ್ದರು, ಅವರು ಹಾಗೆಲ್ಲಾ ಕರೆದಿದ್ದೇ ನಾನು ಹುಬ್ಬಿ ಹೋದೆ, ಹುಚ್ಚು ಹುಚ್ಚು ಸವಾಲುಗಳನ್ನು ತೆಗೆದುಕೊಂಡು ಗೆಲ್ಲುತ್ತಿದೆ. ಇಂಜಿನಿಯರಿಂಗ್ ಓದಿ ಮುಗಿಸಿದ್ದರೂ ಕೆಲಸ ಕಾರ್ಯವಿಲ್ಲದೆ ಪುಡಾರಿಯಂತೆ ಹುಡುಗರ ಗುಂಪು ಕಟ್ಟಿಕೊಂಡು ಕುಡಿಯುತ್ತಾ, ಊರೆಲ್ಲಾ ಸುತ್ತಾಡುತ್ತಾ ಪೋಲಿಯಂತೆ ಇರುತ್ತಿದೆ, ಇದೆಲ್ಲಾ ಕಂಡು ಸೋತಿದ್ದ ನನ್ನ ತಂದೆ-ತಾಯಿಯೂ ನನ್ನನ್ನು ಮನೆಯಿಂದ ಹೊರ ಹಾಕಿದರು ನನ್ನಿಂದ ಅಣ್ಣನಿಗೆ ಮನೆಯವರಿಗೆ ಅವಮಾನವಾಗುವುದೆಂದೂ ಅವರು ಹೊರಹಾಕಿದ್ದು, ನನಗೆ ಇನ್ನೂ ಸ್ವತಂತ್ರ್ಯ ಸಿಕ್ಕಿ ನಾನು ಆಡಿದ್ದೇ ಆಟದಂತಾಯ್ತು, ನನ್ನ ಸ್ನೇಹಿತರೂ ನನಗೆ ಹತ್ತಿಸಿ ಕೊಡುತ್ತಿದ್ದದ್ದು, ನನ್ನಂತ ಸರದಾರರ್‍ಯಾರಿಲ್ಲವೆಂಬ ಹುಚ್ಚು ಹಿಡಿಸಿತು ಅದೇ ಅಮಲಿನಲ್ಲಿ ಸವಾಲಾಕಿದವರ ಎದುರು ಗೆದ್ದು ಹಣ ಸಂಪಾದಿಸಲಾರಂಭಿಸಿದೆ.

ಹೀಗೆ ಒಂದು ದಿನ ಗೆಳೆಯರೆಲ್ಲಾ ಗುಂಡಾಕಿಕೊಂಡು ಪಾರ್ಟಿ ಮಾಡುತ್ತಾ ಮೋಜು ಮಸ್ತಿ ಮಾಡುತ್ತಿದ್ದೆವು, ಅಂದು ನನ್ನ ಸ್ನೇಹಿತನೊಬ್ಬ ನನ್ನನ್ನು ಚೆನ್ನಾಗಿ ಕೆಣಕಿದ, ಏನು ಭಾರಿ ಮೆರೆಯುತ್ತಿದ್ದೀಯಾ, ನಿನಗೆ ಸವಾಲಾಕಿ ಗೆದ್ದವರೇ ಇತಿಹಾಸದಲ್ಲಿ ಇಲ್ಲ ಅಂತೆಲ್ಲಾ ನಿನ್ನ ಬಗ್ಗೆ ಭಾರಿ ಹೊಗಳಿಕೆ ಎಲ್ಲೆಡೆ, ಅಷ್ಟೊಂದು ಧೈರ್ಯನಾ ನಿಂಗೆ, ಏನೇ ಹೇಳಿದರೂ ಮಾಡಿಬಿಡ್ತೀಯಾ ಅಂತೆಲ್ಲಾ, ಛೇಡಿಸಿದನು ಅವನ ಮಾತಿಗೆ ನನ್ನ ಇನ್ನೊಬ್ಬ ಗೆಳೆಯ ಮತ್ತೆ ಇವನ್ಯಾರು ಹೆಸರಲ್ಲೇ ಇದೆ 'ಸವಾಲುಗಳ ಸರದಾರ ಸಂಜಯ್' ಏನೇ ಸವಾಲಾದರೂ ಚಿಟಿಕೆಯೊಡೆಯುವುದರೊಳಗೆ ಮುಗಿಸಿ ಸೈ ಅನ್ನಿಸಿಕೊಳ್ತಾನೆ ಅಂದನು. ಅವನ ಮಾತು ಕೇಳಿ ಇವನಿಗೆ ರೇಗಿ ಹೋಯ್ತು ಸುಮ್ನೆ ಬಡಾಯಿ ಬೇಡ, ತಾಕತ್ತಿದ್ದರೆ ನಾನೊಂದು

ಸವಾಲೇಳುವೆ, ಮಾಡಿ ತೀರಿಸಲೇಳು, ಅದನ್ನು ಅವನು ಮಾಡಿದರೆ ನೀನದೇನು ಹೇಳಿದೆಯಲ್ಲಾ ಏನದು ಹಾಂ...... 'ಸವಾಲುಗಳ ಸರದಾರ ಸಂಜಯ್' ಅಂತ ಒಪ್ತೀನಿ ಇಲ್ಲ ಅಂದರೆ ಸರದಾರ ಸರದಾರ ಅಲ್ಲ ಸೂಜಿದಾರವಾಗಿಬಿಡ್ತಾನೆ ಅಂತ ಗೇಲಿ ಮಾಡಿದನು, ಅವನ ಮಾತುಗಳು ನನ್ನನ್ನು ನನ್ನ ಗೆಳೆಯರನ್ನೂ ಕೆರಳಿಸಿತು, ಅದೇನು ನಿನ್ನ ಸವಾಲು ಹೇಳು, ನಮ್ಮ ಸಂಜು ಅದನ್ನು ಗೆದ್ದು ಸೂಜಿದಾರ ಅಲ್ಲ ಸರದಾರ ಎಂದು ನಿರೂಪಿಸುತ್ತಾನೆ ಎಂದನು. ಅವನ ಮಾತು ಕೇಳಿದ್ದೇ ಅವರು ನೀನೊಂದು ಹೆಣ್ಣಿನ ಜೊತೆ ಒಂದು ಘಂಟೆ ಏಕಾಂತವಾಗಿ ಕಾಲಕಳೆಯಬೇಕು, ಆದರೆ ಆ ಹೆಣ್ಣಿಗೆ ಆ ಕೆಲಸ ಮಾಡಿದವರ್‍ಯಾರು ಎನ್ನುವ ಒಂದು ಚೂರು ಸುಳಿವೂ ಸಿಗಬಾರದು, ಎಲ್ಲೂ ನೀನೇ ಅವಳನ್ನು ಕೆಡಿಸಿದೆ ಎಂದು ಸುಳಿವೂ ಸಿಗದಂತೆ ಬುದ್ಧವಂತಿಕೆಯಿಂದ ನೀನು ಕೆಲಸ ಮಾಡಿದರೆ ನೀನು ಸರದಾರನೆಂದು ಒಪ್ಪುತ್ತೇನೆ, ಇಲ್ಲವಾದರೆ ನೀನು ಬೊಗಳೆ ದಾಸಯ್ಯ ಎಂದು ನಗಲಾರಂಭಿಸಿದನು, ಒಂದು ಹೆಣ್ಣಿನ ಮಾನ ಪ್ರಾಣದ ವಿಷಯವಾದ್ದರಿಂದ ನನ್ನ ಕೆಲವು ಸ್ನೇಹಿತರು ನನಗೆ ಬೇಡ ಎಂದರು, ಆದರೆ ನನ್ನನ್ನು ಅವನ ಮಾತುಗಳು ಕೆಣಕಿದ್ದವು, ನನಗೆ ಯಾವ ಬಾಂಧವ್ಯದ ಬೆಲೆ ಗೊತ್ತಿರಲಿಲ್ಲ, ಕೇವಲ ಗೆಲ್ಲುವ ಕುದುರೆಯಾಗಿದ್ದ ನಾನು ಪ್ರತಿಷ್ಠೆಯಿಂದ ನನಗೆ ಈ ಸವಾಲಿಗೆ ಒಪ್ಪಿಗೆಯಿದೆ, ಯಾವ ಹೆಣ್ಣು ಎಂದೆ, ಅವರು ನಿಮ್ಮ ಫೋಟೋ ನೀಡಿ ನೀವಿರುವ ವಿಳಾಸ ನೀಡಿದರು, ಅದನ್ನು ಕಂಡದ್ದೇ ಹೆಣ್ಣಿಗೇನು ಅವಳನ್ನು ಸೃಷ್ಠಿಸಿದ ಆ ವಿಧಿಗೂ ಗೊತ್ತಾಗದ ಹಾಗೆ ಕೃತ್ಯ ಮಾಡಿಮುಗಿಸುವೆ, ಒಂದು ವಾರ ಕಾಲಾವಕಾಶ ಕೊಡು ಮುಂದಿನ ವಾರ ಇದೇ ಜಾಗ ಇದೇ ಸಮಯ ಯಾವ ಬಾಯಿಯಿಂದ ಬೊಗಳೆ ದಾಸಯ್ಯನೆಂದೆಯೋ ಅದೇ ಬಾಯಿ ನನ್ನನ್ನು ಹೊಗಳಿ 'ಸವಾಲುಗಳ ಸರದಾರ ಸಂಜಯ್' ಎಂದು ಬಿರುದು ನೀಡಬೇಕು ಎಂದು ಹೇಳಿ ಸೊಕ್ಕಿನಿಂದ ಅಲ್ಲಿಂದ ಹೊರಟುಬಂದೆ.

ಅವನ ಮಾತುಗಳೇ ನಾನೆಲ್ಲಿ ಹೋದರೂ ಬೆಂಬಿಡದೆ ಕಾಡುತ್ತಿತ್ತು, ನನ್ನ ಅಹಂಕಾರಕ್ಕೆ ಪ್ರಶ್ನೆಯಾಗಿಬಿಟ್ಟಿತು, ಅದೇ ಅಮಲಿನಲ್ಲಿ ಎರಡು–ಮೂರು ದಿನ ನಿಮ್ಮ ಪ್ರತಿಯೊಂದು ಹೆಜ್ಜೆ ಗಮನಿಸಿದೆ, ನೀವೆಷ್ಟು ಬುದ್ಧಿವಂತರೆಂದು ನನಗಾಗ ತಿಳಿಯಿತು, ನಿಮ್ಮನ್ನು ಮೋಸಗೊಳಿಸಬೇಕಾದರೆ ನಾನೆಷ್ಟು ಚಾಲಾಕಿತನ ತೋರಬೇಕೆಂದು

ಅರ್ಥವಾಯಿತು. ನಾನೊಂದು ಷಡ್ಯಂತ್ರ ಮಾಡಿದೆ, ಅದಕ್ಕೆ ನನ್ನ ಕೆಲವು ಸ್ನೇಹಿತರು ಕೈಜೋಡಿಸಿದರು, ನಿಮ್ಮ ಆಸ್ಪತ್ರೆ, ಹೋಟೆಲ್, ಟ್ರಾಫಿಕ್ ಎಲ್ಲ ವಿಭಾಗದಲ್ಲೂ ಜನರಿಗೆ ಕೈಬಿಸಿ ಮಾಡಿ ನಮ್ಮ ಕೆಲಸ ಆಗುವವರೆಗೂ ನಮಗೆ ಕೈಜೋಡಿಸಲು ಒಪ್ಪಿಸಲಾಯಿತು, ಎಲ್ಲವೂ ನಾವಂದು ಕೊಂಡಂತೇ ಆಯಿತು, ಮೃಗದಂತೆ ನಾನು ನಿಮ್ಮನ್ನು ಅಪಹರಿಸಿ ನನ್ನ ಕೆಲಸ ಮುಗಿಸಿ ನಿಮ್ಮನ್ನು ಆ ಕೋಣೆಯಲ್ಲಿ ಬಿಟ್ಟು ಹೊರಟು ಬಿಟ್ಟೆ. ಹಾಕಿದ್ದ ಸವಾಲಲ್ಲಿ ನಾನೇ ಗೆದ್ದೆ, ನೀವೆಷ್ಟೇ ಪ್ರಯತ್ನ ಪಟ್ಟರೂ ನಾನ್ಯಾರು ಎಂದು ಗುರುತಿಸಲು ಸಾಧ್ಯವಾಗದಂತೆ ಬುದ್ಧಿವಂತಿಕೆಯಿಂದ ಕೆಲಸ ಮಾಡಿ ಮುಗಿಸಿದ್ದೆ. ಮಾಡಿದ್ದು ಅನ್ಯಾಯದ ಹೇಸಿಗೆ ಕೆಲಸವಾದರೂ ಏನೋ ಸಾಧಿಸಿದವನಂತೆ ಬೀಗಿದೆ.

ಮುಂದಿನ ವಾರ ಮೊದಲೇ ಹೇಳಿದಂತೆ ಅದೇ ಸಮಯ ಅದೇ ಜಾಗದಲ್ಲಿ ನನ್ನನ್ನು ಅಭಿನಂದಿಸಲು ನನ್ನ ಗೆಳೆಯರ ಬಳಗವೇ ಸೇರಿತ್ತು. ಯಾರು ನನ್ನನ್ನು ಅಂದು ಛೇಡಿಸಿದ್ದನೋ ಅವನು ನನ್ನ ಬುದ್ಧಿವಂತಿಕೆಯನ್ನು ಚಾಣಾಕ್ಷತನವನ್ನು ಮೆಚ್ಚಿ ನನಗಾಗಿ ಪಾರ್ಟಿ ಆಯೋಜಿಸಿದ್ದ, ಬಂದವರೆಲ್ಲ ನನ್ನನ್ನು ಬಾಯಿ ತುಂಬ ಹೊಗಳಿ ನಾನು ಮಾಡಿದ ಪಾಪಿ ಕೆಲಸ ಪ್ರಶಂಸಿದರು, ನಾನು ಅವರ ಮಾತಿನ ಅಮಲಿಗೆ ಸೋತು ಹೋದೆ, ಆ ಗುಂಗಿನಲ್ಲೇ ವಿಜಯದ ಆಚರಣೆ ಮಾಡಿ ಕುಣಿದು ಕುಪ್ಪಳಿಸಿದೆ, ನನಗೆ ಒಂದು ಕಿರೀಟವಿಟ್ಟು 'ಸೋಲಿಲ್ಲದ ಸರದಾರ ಸವಾಲುಗಳ ಸರದಾರ ಸಂಜಯ್' ಅಂತೆಲ್ಲಾ ಬಿರುದು ನೀಡಿ ಕೊಂಡಾಡಿದರು, ಅಲ್ಯಾರಿಗೂ ನಾನು ಮಾಡಿದ್ದು ಪಾಪಿ ಕೆಲಸ ಅನಿಸಲಿಲ್ಲ, ಏಕೆಂದರೆ ನಾವೆಲ್ಲಾ ಪಾಪಿಗಳೇ, ಆ ಪಾಪಿಗಳ ಕೂಪದಲ್ಲಿ ಪಾಪ ಪುಣ್ಯದ ಲೆಕ್ಕಾಚಾರವೇ ನನಗೆ ಗೊತ್ತಿರಲಿಲ್ಲ, ಯಾವುದೋ ಅಮಲಿನಲ್ಲಿ ಪ್ರತಿಷ್ಠೆಗಾಗಿ ನಿಮ್ಮ ಜೀವನದಲ್ಲಿ ಆಟವಾಡಿದ ಪಾಪಿ ನಾನೇ ನಾನೇ ಎಂದು ಕಣ್ಣೀರಿಡುತ್ತಾ ಹೇಳಿದ, ತಾನಿಷ್ಟು ಹೇಳಿದರೂ ಸಹನಾ ಏನು ಪ್ರತಿಕ್ರಿಯಿಸದಿರುವುದಕ್ಕೆ ಅವಳ ಕಡೆ ತಿರುಗಿದ, ಆದರೆ ಅವನ ಹಿಂದೆ ಸಹನಾ ಇರಲಿಲ್ಲ ಬದಲಾಗಿ ಮುನಿಯಮ್ಮ ಇದ್ದರು, ಚಟಾರ್ ಎಂದು ಎರಡೂ ಕೆನ್ನೆಗೂ ಬಾರಿಸಿದರು, ಅಯ್ಯೋ ಪಾಪಿಷ್ಟ ಎಂದೂ ಕೋಪ ತೀರುವವರೆಗೂ ಹೊಡೆಯುತ್ತಿದ್ದರು, ಮುನಿಯಮ್ಮ ಬಾಗಿಲಲ್ಲೇ ನಿಂತು ಇವರೆಲ್ಲಾ ಮಾತುಕಥೆ ಆಲಿಸಿದ್ದರು. ಸಹನಾ

ಪಟ್ಟ ನೋವಿಗೆ ಮುನಿಯಮ್ಮ ಬಾಡಿ ಬೆಂಡಾಗಿದ್ದರೆ, ಸಂಜಯ್ ಮೇಲಿನ ಕೋಪಕ್ಕೆ ಕಣ್ಣೆರಡೂ ಕೆಂಪಾಗಿ ಅವನನ್ನು ಕೊಲ್ಲುವಷ್ಟು ಕೋಪ ಮುಖದಲ್ಲಿತ್ತು, ಆದರೆ ಇವನೇಳಿದ ಕಥೆಗೆ ಸಹನಾಳ ಸ್ಪಂದನೆಯೇನೆಂದು ಅವಳನ್ನು ನೋಡಿದರು. ತನ್ನ ಕಥೆ ಹೇಳುತ್ತಾ ಕಣ್ಣೀರಿಟ್ಟಿದ್ದ ಆಕೆ ಸಂಜಯ್ ಇವು ನನ್ನ ಮಕ್ಕಳು ಎಂದದ್ದೇ ಆಘಾತವಾಗಿ ಪ್ರಜ್ಞಾಹೀನಳಾಗಿದ್ದಳು, ತಕ್ಷಣವೇ ಎಲ್ಲಾ ಕಥೆ ಬದಿಗಿಟ್ಟು ಸಹನಾಳಿಗಾಗಿ ಅವಳನ್ನು ಸಂಜಯ್ ಮುನಿಯಮ್ಮ ಸೇರಿ ಆಸ್ಪತ್ರೆಗೆ ಕರೆದೊಯ್ದರು, ಅತ್ತು ಅತ್ತು ನೊಂದಿದ್ದರಿಂದ ಆಕೆಯ ಆರೋಗ್ಯದಲ್ಲಿ ತುಂಬಾ ಏರುಪೇರಾಗಿತ್ತು, ಮುನಿಯಮ್ಮ ಕೋಪದಲ್ಲೇ ನುಂಗುವಂತೆ ಸಂಜಯ್‌ನನ್ನು ನೋಡುತ್ತಾ ಮಕ್ಕಳೊಂದಿದ್ದರು, ಅಮಿತ್‌ನ ಆಗಮನವಾಯ್ತು, ಅಮಿತ್‌ಗೆ ವಿಷಯ ತಿಳಿದಿದ್ದೇ ಸದಾ ತಾಳ್ಮೆಯಿಂದ ಶಾಂತ ಸ್ವರೂಪದಲ್ಲಿದ್ದ ಅಮಿತ್ ಉಗ್ರನರಸಿಂಹನಾದ, ಸಂಜಯ್ ಸ್ನೇಹಿತ ಅನ್ನುವುದನ್ನೂ ಮರೆತು ಕಾಲರ್ ಪಟ್ಟಿ ಹಿಡಿದು ತನ್ನ ಕೋಣೆಗೆ ಕರೆದೊಯ್ದದ್ದೇ ಮನ ಬಂದಂತೆ ಥಳಿಸಿದ, ಕೈಗೆ ಸಿಕ್ಕಿದೆಲ್ಲಾ ತೆಗೆದುಕೊಂಡು ಬಾರಿಸಿ ಕೋಪ ತೀರಿಸಿಕೊಂಡ ಮುನಿಯಮ್ಮ ಮುಂದೇನಾದರೂ ಅನಾಹುತವಾದರೆ ಎಂದು ಅಮಿತ್‌ನನ್ನು ತಡೆದರು, ಯಾರು ಎಷ್ಟೇ ಹೊಡೆದರೂ ಬೈದರೂ ಸಂಜಯ್ ಸುಮ್ಮನಿದ್ದ.

ಅಮಿತ್‌ಗೆ ಅವನಿಗೆ ಎಷ್ಟು ಹೊಡೆದರು ಸಮಾಧಾನವಿರಲಿಲ್ಲ, ಸಹನಾ ಪಟ್ಟ ಹಿಂಸೆ ಯಾತನೆ ತಮಾಷೆಗಾಗಿ ಇವರು ಆಡಿದ ಚೆಲ್ಲಾಟದಿಂದ ಆಕೆಯ ಬದುಕೇ ಕತ್ತಲಾದದ್ದು ಇವನ ಮೇಲೆ ಇನ್ನೂ ಆಕ್ರೋಶ ತರುತ್ತಿತ್ತು, ಎಲ್ಲಿ ನಾನೇದರೂ ಅವನಿಗೆ ಮಾಡಿಬಿಡುತ್ತೇನೋ ಎಂಬ ಭಯದಿಂದ ಮಾಡಿದ್ದೆಲ್ಲಾ ಮಾಡಾಯಿತಲ್ಲಾ ಇನ್ನೂ ಏಕೆ ಇಲ್ಲಿ ನಿಂತಿರುವೆ ತೊಲಗು, ನಾನೇದರೂ ನಿನಗೆ ಮಾಡುವ ಮುನ್ನ ಇಲ್ಲಿಂದ ಹೊರಟು ಹೋಗು ಎಂದು ಕಿರಿಚಿಬಿಟ್ಟ.

ಸಂಜಯ್ ಅಲುಗಾಡಲಿಲ್ಲ, ಬದಲಾಗಿ ಮಂಡಿಯೂರಿ ತಲೆತಗ್ಗಿಸಿ ಅಲ್ಲಿ ಕುಳಿತ, ನನಗೆ ಗೊತ್ತು, ನಾನು ಮಾಡಿರುವುದು ಪಾಪ, ಯಾರು ಕ್ಷಮಿಸಲಾಗದ ಪಾಪ, ನನ್ನ ಮಾತು ಕೇಳುವುದು ನನ್ನ ಮುಖ ನೋಡುವುದು ನಿಮಗೆ ಅಸಹ್ಯ ಎನಿಸುವುದು, ಆದರೆ ದಯಮಾಡಿ ಅವಕಾಶ ಕೊಡಿ, ನಾನು ನಿಮಗೇನೋ ಹೇಳಬೇಕು ಎಂದು ಬೇಡಿದ.

ಮುನಿಯಮ್ಮ ಅವನ ಮಾತೇನು ಕೇಳುತ್ತಿದ್ದೀರಿ ಅಮಿತಪ್ಪ, ಬನ್ನಿ ನೀವು ಒಳ್ಳೆಯವರು ಇಂತಹವರ ಗಾಳಿ ಸೋಕಿದರೂ ಅದು ವಿಷ, ಬನ್ನಿ ಹೋಗೋಣ ಅಂತ ಅಮಿತ್ ಕೈಹಿಡಿದು ಎಳೆದರು. ಇಬ್ಬರೂ ಅಲ್ಲಿಂದ ಹೊರಡಲು ಮುಂದಾದರು. ತಕ್ಷಣ ಸಂಜಯ್, ಇಬ್ಬರ ಕಾಲಿಡಿದು ಬಿಟ್ಟ, ದಯಮಾಡಿ ಹೋಗಬೇಡಿ, ದಯವಿಟ್ಟು ನನ್ನ ಮಾತು ಕೇಳಿ ಎಂದು ಗೋಳಾಡಿದನು. ಅವನ ಕಣ್ಣೀರು ಇವರ ಪಾದಕ್ಕೆ ಬಿದ್ದದ್ದು ಇವರನ್ನು ಅಲ್ಲೇ ನಿಲ್ಲುವಂತೆ ಮಾಡಿತು ಸರಿ ಅದೇನು ಹೇಳಬೇಕೋ ಹೇಳಿ ತೊಲಗಿ ಎಂದರು.

ಸಂಜಯ್ ಹೌದು ನನ್ನಿಂದ ತಪ್ಪಾಗಿತ್ತು, ಅಂದು ರಾತ್ರಿ ಪಾರ್ಟಿ ಮುಗಿಸಿ ಖುಷಿಯಿಂದ ಮನೆಗೆ ಹೋಗಿ ಮಲಗಿದೆ, ಎರಡು ದಿನದ ನಂತರ ನಾನು ಪಾರ್ಕಿನಲ್ಲಿ ಕುಳಿತಿರುವಾಗ ಅಲ್ಲಿ ನಮ್ಮ ಅಮ್ಮನನ್ನು ಕಂಡೆ, ನನ್ನನ್ನು ಹೊರಗೆ ಹಾಕಿದ್ದರೂ ನನಗೆ ಅಮ್ಮನನ್ನು ಕಂಡರೆ ಪ್ರೀತಿ ಅಮ್ಮ ಬೈದರೂ ಅವಳಿಗೂ ನನ್ನ ಬಗೆಗೆ ಮಮಕಾರ, ಹೀಗೆ ಪೋಲಿ ಅಲೆಯುವುದು ಬಿಟ್ಟು ಒಳ್ಳೆಯವನಾಗು, ನಿನ್ನ ಅಣ್ಣನಂತೆ ಮನೆಗೆ ಹೆಸರು ತರುವ ಮಗನಾಗು ಎಂದು ಬುದ್ಧಿ ಹೇಳುತ್ತಿದ್ದರು, ಆದರೆ ಅಮಲಿನಲ್ಲಿದ್ದ ನನಗೆ ಆ ಮಾತೃಹೃದಯದ ಮಾತುಗಳು ಎಂದಿಗೂ ಕಿವಿಗೆ ಬೀಳುತ್ತಿರಲಿಲ್ಲ, ಅಮ್ಮನನ್ನು ಕಂಡಿದ್ದೇ ಅವರನ್ನು ಮಾತನಾಡಿಸಲು ಹೋದೆ. ಮತ್ತೆ ಅಮ್ಮ ಅದನ್ನೇ ಹೇಳಿದಳು, ಆದರೆ ಅದೆಲ್ಲಾ ಕೇಳುವ ತಾಳ್ಮೆ ನನಗಿರಲಿಲ್ಲ, ಹೇಳಿದ್ದೇ ಹೇಳಬೇಡ, ನಿನಗೆ ನನ್ನ ಬದುಕಿನ ಕಲ್ಪನೆಯಿಲ್ಲ ನಾನು ರಾಜ, ಸರದಾರ ಎಂದು ಹುಚ್ಚನಂತೆ ಮಾತನಾಡಿದೆ, ಅಪ್ಪ ಅಣ್ಣನ ಬಗೆಗೆ ಕೇಳಿದಾಗ ಅಣ್ಣನ ಮದುವೆಯ ವಿಷಯ ನನಗೆ ಹೇಳಿದಳು, ನಾನು ಆ ಗಾಂಧಿಗೆ ಹುಡುಗಿ ಬೇರೆ ಹುಡುಕಿದಿರೇ ಎಂದಾಗ, ಅಮ್ಮ ಸಹನಾರ ಬಗೆಗೆ ಬಾಯ್ತುಂಬ ಹೊಗಳಿದರು, ಅವರ ನಯ, ವಿನಯ, ಹಿರಿಯರಿಗೆ ಕೊಡುವ ಗೌರವ, ಕೆಲಸದಲ್ಲಿನ ಶ್ರದ್ಧೆ, ತನ್ನ ತಂದೆ-ತಾಯಿಗೆ, ಆಕೆ ತಂದು ಕೊಟ್ಟಿರುವ ಕೀರುತಿ, ಕೆಲಸದಲ್ಲಿನ ಆಕೆಯ ಸಾಧನೆ, ಅಣ್ಣನಿಗೆ ಅವಳ ಬಗೆಗೆ ಇರುವ ಹುಚ್ಚು ಪ್ರೀತಿ ಎಲ್ಲವನ್ನೂ ಅಮ್ಮ ಹೇಳುತ್ತಾ ಮನತುಂಬಿ ಹೊಗಳಿದರು, ನಾನು ಓಹೋ...... ಕೊನೆಗೂ ಅಣ್ಣನಿಗೆ ಅಣ್ಣನಂತಹ ಗುಣವುಳ್ಳ ಹುಡುಗಿ ಹುಡುಕಿದಿರೋ ಎಂದು ಗೇಲಿ

ಮಾಡುತ್ತಾ ಯಾರಾಕೆ ಸುರಸುಂದರಿಯೇ ಎಂದು ತಮಾಷೆ ಮಾಡಿದೆ. ಆಗ ಅಮ್ಮ ತನ್ನ ಮೊಬೈಲ್‌ನಲ್ಲಿದ್ದ ಆಕೆಯ ಫೋಟೋ ತೋರಿಸಿದ್ದೆ ನಾನು ಬೆಚ್ಚಿಬಿದ್ದೆ, ಇವರೇ ಇವರೇ ಎಂದು ಮತ್ತೆ ಮತ್ತೆ ಪ್ರಶ್ನಿಸಿದೆ. ಅಮ್ಮ ಮತ್ತೆ ಅವರ ಹೆಸರು, ಅವರು ಕೆಲಸ ಮಾಡುವ ಜಾಗವೆಲ್ಲಾ ಹೇಳಿದಾಗ ನನಗೆ ತಲೆಕೆಟ್ಟಂತಾಯಿತು, ಸುಮ್ಮನೆ ಏನೂ ಮಾತನಾಡದೆ ಅಲ್ಲಿಂದ ಹೊರಟು ಬಿಟ್ಟೆ ನನ್ನ ಅಣ್ಣ ಪ್ರೀತಿಸಿದ್ದ ಹುಡುಗಿ, ನಮ್ಮ ಮನೆಗೆ ಸೊಸೆಯಾಗಿ ಬರುವಳೆಂದು ಆಸೆಯಿಂದ ನಮ್ಮ ತಂದೆ-ತಾಯಿ ಕಾಯುತ್ತಿರುವ ಹುಡುಗಿ...... ಅದೇ ಹುಡುಗಿ...... ಅದೇ ಹುಡುಗಿ, ನಾನ್ಯಾರ ಬಾಳನ್ನು ಹಾಳು ಮಾಡಿದ್ದೆನೋ ಅದೇ ಹುಡುಗಿ, ಅದು ನನಗೆ ಸಹಿಸಲಾಗಲಿಲ್ಲ, ನಾನು ತಪ್ಪು ಮಾಡಿದೆ, ನಾನು ಮಾಡಿದ ಕೆಲಸ ನಮ್ಮ ಮನೆಯವರಿಗೇ ನೋವುಂಟು ಮಾಡುವ ಕೆಲಸ, ನಮ್ಮ ಮನೆ ಬೆಳಗಲು ಬರಬೇಕಿದ್ದ ಹುಡುಗಿಯ ಜೀವನವನ್ನು ಕತ್ತಲೆ ಮಾಡಿದ್ದ ಪಾಪಿ ನಾನು, ಏಕೆ ಹೀಗೆ ಮಾಡಿಬಿಟ್ಟೆ, ಏಕೆ ಹೀಗೆ ಮಾಡಿಬಿಟ್ಟೆ ಎಂದು ನನ್ನನ್ನೇ ನಾನು ಕ್ಷಮಿಸಿಕೊಳ್ಳಲಾಗದೆ ಚಿತ್ರಹಿಂಸೆ ಅನುಭವಿಸಿದೆ, ಆಗ ಆ ಹುಡುಗಿಯ ಫೋಟೋ ನೀಡಿ ನನ್ನನ್ನು ಈ ಕಾರ್ಯಕ್ಕೆ ಪ್ರೇರೇಪಿಸಿದವರ ನೆನಪಾಯ್ತು, ಅವರೇಕೆ ನನ್ನಿಂದ ಹೀಗೆ ಮಾಡಿಸಿದರು, ಈ ಸವಾಲಿಗೆ ಅವಳನ್ನೇ ಏಕೆ ಬಲಿಮಾಡಿದರು ತಿಳಿಯಬೇಕೆಂದು ಅವರನ್ನು ಅರಸಿ ಹೋದೆ. ಆದರೆ ಎಲ್ಲಿ ಹುಡುಕಿದರೂ ಅವರು ಸಿಗಲಿಲ್ಲ, ಅಲ್ಲಿದ್ದಾರೆ, ಇಲ್ಲಿದ್ದಾರೆ ಎಂಬ ವದಂತಿಗಳು, ಆ ವದಂತಿಗಳ ಬೆನ್ನತ್ತಿ ಅವರನ್ನೇ ಹುಡುಕಿ ತುಂಬಾ ದಿನಗಳು ಹುಡುಕಾಟದಲ್ಲೇ ಕಳೆದೆ, ಕೊನೆಗೂ ಅವರನ್ನು ಹುಡುಕುವಲ್ಲಿ ನಾನು ಗೆದ್ದೆ, ಚೆನ್ನಾಗಿ ಚೆಚ್ಚಿದೆ, ಮನಬಂದಂತೆ ಹೊಡೆದೆ, ನನ್ನಿಂದ ಪೆಟ್ಟು ತಿಂದ ಅವರು ಯಾಕೀಗೆ ಮಾಡಿದರೆಂದು ಬಾಯಿಬಿಟ್ಟರು.

ಸಹನಾ ಎಲ್ಲರಿಗೂ ತಿಳಿದಂತೆ ಕೆಲಸದಲ್ಲಿ ಶ್ರದ್ಧೆ, ಎಂದೂ ಯಾರಿಗೂ ಅನ್ಯಾಯವಾಗಬಾರದೆಂದು, ನ್ಯಾಯವಾಗಿ ಕೆಲಸ ಮಾಡುತ್ತಿದ್ದ ವೈದ್ಯೆ, ಒಂದು ದಿನ ಆಕೆ ಕೆಲಸ ಮಾಡುವಾಗ ಅವಳಲ್ಲಿಗೆ ಒಂದು 12 ವರ್ಷದ, ಅತ್ಯಾಚಾರಕ್ಕೆ ಒಳಗಾದ ಹುಡುಗಿಯನ್ನು ಚಿಕಿತ್ಸೆಗೆಂದು ಕರೆತಂದಿದ್ದರು, ಅದನ್ನು ಪೋಲೀಸ್ ಕೇಸ್ ಮಾಡಿಸಿ ಆಕೆ ಆ ಹುಡುಗಿಗೆ ಚಿಕಿತ್ಸೆ ನೀಡಿದ್ದರು, ಆ ಹೀನ ಕೃತ್ಯವನ್ನು ನನ್ನ ಸ್ನೇಹಿತನ ತಮ್ಮನೇ ಮಾಡಿದ್ದ,

ಅವನಿಗೆ ಶಿಕ್ಷೆ ಕೊಡಿಸಬೇಕೆಂದು ಅವರ ಮನೆಯವರೊಂದಿಗೆ ಸಹನಾ ಪಣತೊಟ್ಟಿದ್ದಳು. ಅದರಿಂದ ತಪ್ಪಿಸಿಕೊಳ್ಳಲು ನನ್ನ ಸ್ನೇಹಿತ ಹಾಗೂ ಅವನ ತಮ್ಮ ಕೈಲಾದ ಪ್ರಯತ್ನ ಪಟ್ಟಿದ್ದಾರೆ, ಆದರೆ ಮುಖ್ಯ ಸಾಕ್ಷಿಯಾಗಿ ವೈದ್ಯರ ಹೇಳಿಕೆ ಇದ್ದುದರಿಂದ ವೈದ್ಯರ ಬಾಯಿಮುಚ್ಚಿಸಿ ಎಂದು ವಕೀಲರು ಸಲಹೆ ನೀಡಿದ್ದಾರೆ, ಅವರ ಸಲಹೆಯಂತೆ ಸಹನಾಳನ್ನು ಭೇಟಿ ಮಾಡಿ ಅವಳಲ್ಲಿ ವಿನಂತಿಸಿದ್ದಾರೆ, ಯಾವಾಗ ಜಗ್ಗಲಿಲ್ಲ, ಹಣದ ಆಮಿಷ ತೋರಿಸಿದ್ದಾರೆ, ಆ ಹಣ ಅವರ ಮುಖದ ಮೇಲೆಸೆದು ಕಾಮುಕರ ಕಣ್ಣಿಗೆ ಎಷ್ಟು ಚಿಕ್ಕ ಮಕ್ಕಳು ಬಲಿಯಾಗಿ ಹೋಗಿದ್ದಾರೆ, ಇನ್ನೂ ಬುದ್ಧಿಯೂ ಬಂದಿರದ ಹುಡುಗಿಯ ಮೇಲೆ ಪ್ರತಾಪ ತೋರಿಸಿ ಅವಳ ಬಾಳೊಂದಿಗೆ ಚೆಲ್ಲಾಟವಾಡಿದಲ್ಲದೇ, ನನಗೆ ದುಡ್ಡನ್ನು ಕೊಟ್ಟು ನಿಮ್ಮ ಪಾಪ ಕಾರ್ಯದಲ್ಲಿ ನನ್ನನ್ನು ಭಾಗಿ ಮಾಡಿಕೊಳ್ಳಲು ಬಂದಿದ್ದೀರಾ ಎಂದು ನನ್ನ ಸ್ನೇಹಿತನಿಗೆ ಬಾಯಿಗೆ ಬಂದಂತೆ ಬೈದು ಕಳುಹಿಸಿದ್ದಾರೆ, ಅಲ್ಲಿಗೂ ಸುಮ್ಮನಿರದೆ, ಸಹನಾಗೆ ಜೀವ ಬೆದರಿಕೆ ಕರೆ ನೀಡಿ ಹೆದರಿಸಲು ಪ್ರಯತ್ನ ಮಾಡಿದ್ದಾರೆ, ಆದರೆ ಸಹನಾ ಧೈರ್ಯದಿಂದ ಯಾವುದಕ್ಕೂ ಬಗ್ಗದೆ ಕೋರ್ಟ್‌ನಲ್ಲಿ ಧೈರ್ಯವಾಗಿ ಸಾಕ್ಷಿ ನೀಡಿ ಎಲ್ಲಾ ಸಾಕ್ಷಾಧಾರ ಒಟ್ಟುಗೂಡಿಸಿ ಅವನಿಗೆ ಶಿಕ್ಷೆಯಾಗುವಂತೆ ಮಾಡಿದ್ದಾರೆ, ಹೊರಗೆ ಬಂದು ನನ್ನ ಸ್ನೇಹಿತನಿಗೆ ನಿನ್ನ ತಮ್ಮನಂತಹವರನ್ನು ರಕ್ಷಿಸಲು ನೀವೆಷ್ಟೇ ಜನ ನಿಂತರೂ, ನೀವು ಮಾಡಿದ ಕೃತ್ಯದಲ್ಲಿ ಸಾಕ್ಷಾಧಾರ ಹುಡುಕಿ ಅಂತವಹರಿಗೆ ಶಿಕ್ಷೆ ನೀಡಲು ದೇವರು ನನಗೆ ಬುದ್ಧಿ ಕೊಟ್ಟಿದ್ದಾನೆ, ಅಷ್ಟು ಸುಲಭವಾಗಿ ತಪ್ಪಿಸಿಕೊಳ್ಳಲು, ಕಾನೂನಿನ ಕೈನಿಂದ ನುಣುಚಿಕೊಳ್ಳಲು ಬಿಡುವುದಿಲ್ಲ, ಇನ್ನಾದರು ಪಾಠ ಕಲಿತು ಸರಿಯಾದ ದಾರಿಯಲ್ಲಿ ನಡೆಯಿರಿ ಎಂದು ಬುದ್ಧಿ ಹೇಳಿ ಹೋಗಿದ್ದಾರೆ.

ಅವರ ಬುದ್ಧಿ ಮಾತು ಈ ಪಾಪಿಗಳನ್ನು ಕೆಣಕಿಸಿ ಬಿಟ್ಟಿತು, ಹೇಗಾದರೂ ಆ ಸೇಡು ತೀರಿಸಿಕೊಳ್ಳಬೇಕೆಂದು ಪಣತೊಟ್ಟಿದ್ದಾರೆ, ಸಾಕ್ಷಿ ಇದ್ದರೆ ತಾನೇ ಈಕೆ ಹುಡುಕುವುದು, ಯಾವುದೂ ಸಾಕ್ಷಿ ಇಲ್ಲದೆ, ತನ್ನ ಬಾಳು ಯಾರು ಹಾಳು ಮಾಡಿದರೆಂಬ ಒಂದೂ ಸುಳಿವೂ ಇಲ್ಲದೆ ಆಕೆ ನರಳಾಡಿ ನರಳಾಡಿ ಸಾಯಬೇಕು ಎಂದು ದ್ವೇಷ ಸಾಧಿಸಲು ಮುಂದಾಗಿದ್ದಾರೆ, ಅದು ಹೇಗೆ, ಅವಳನ್ನೇಗೆ ಈ ಬಲೆಗೆ ಬೀಳಿಸುವುದು ಎಂದು ಅವರು ಯೋಚಿಸಿಸುತ್ತಿರುವಾಗ ಅವರಲ್ಲಿದ್ದ ನನ್ನ ಗೆಳೆಯ ನನ್ನ

ಬಗ್ಗೆ ಹೇಳಿದ್ದಾನೆ, ಏನೇ ಕಷ್ಟದ ಕೆಲಸವಾದರೂ ನೀರು ಕುಡಿದಂತೆ, ಚಾಲಾಕಿ ಎಂದೆಲ್ಲಾ ನನ್ನ ಬಗೆಗೆ ವರ್ಣಿಸಿದ್ದಾನೆ, ನನ್ನನ್ನು ಈ ಕೆಲಸಕ್ಕೆ ಬಳಸಿಕೊಳ್ಳಲೆಂದೇ ಅವರೆಲ್ಲಾ ನನ್ನ ಸ್ನೇಹ ಮಾಡಿದ್ದರು, ಕೆಲ ದಿನಗಳ ನಂತರ ನನಗೆ ಚೆನ್ನಾಗಿ ಕುಡಿಸಿ, 'ಸವಾಲುಗಳ ಸರದಾರ ಸಂಜಯ್' ಎಂಬ ನನ್ನ ಅಹಂ ಅನ್ನೇ ಮುಂದಿರಿಸಿಕೊಂಡು ನನ್ನನ್ನು ಕೆಣಕಿ, ನನ್ನ ಅಹಂಕಾರವನ್ನು ಪ್ರಶ್ನಿಸಿ ಅವರ ಆ ಉಪಾಯದಲ್ಲಿ ನನ್ನನ್ನು ಉಪಯೋಗಿಸಿಕೊಂಡು ತಮ್ಮ ದ್ವೇಷ ಸಾಧಿಸುವಲ್ಲಿ ಯಶಸ್ವಿಯಾಗಿದ್ದಾರೆ, ನನ್ನನ್ನು ಕಳುಹಿಸಿ, ನಾ ಹೋದ ನಂತರ ಇವನ ಮುಂದೆ ನಾವು ಸೋತೆವು ಎಂದುಕೊಂಡ, ಪೆದ್ದ, ನಿಜವಾಗಿ ಗೆದ್ದದ್ದು ನಾವು, ನಮ್ಮ ಆಟದಲ್ಲಿ ಗಾಳವಾಗಿ ನಮ್ಮ ಕೆಲಸ ಮಾಡಿಕೊಟ್ಟು, ಗೆದ್ದೆಯೆಂದು ಹೇಗೆ ಬೀಗುತ್ತಿದ್ದಾನೆ, ನೋಡಿ ಎಂದು ನನ್ನನ್ನೇ ಗೇಲಿ ಮಾಡಿದ್ದಾರೆ, ಅಂದು ನ್ಯಾಯ ನೀತಿ ಹೆಣ್ಣು ಮಾನ ಪ್ರಾಣ ಅದು ಇದು ಎಂದು ಭಾಷಣ ಬಿಗಿದ ಆ ಸಹನಾ ಈಗ ಹೇಗಿರುತ್ತಾಳೆ, ಬೇರೆಯವರಿಗೆಲ್ಲಾ ನ್ಯಾಯ ಒದಗಿಸಲು ನ್ಯಾಯದೇವತೆಯಂತೆ ಓಡಾಡಿದ ಆಕೆ ಈಗ ತನಗಾದ ಅನ್ಯಾಯಕ್ಕೆ ಯಾರಲ್ಲಿ ನ್ಯಾಯ ಕೇಳುತ್ತಾಳೆ, ಅವಳು ಹೇಳಿದರೂ ಅವಳ ಮಾತನ್ನು ಯಾರು ಕೇಳುತ್ತಾರೆ, ಕ್ಷಣ ಕ್ಷಣಕ್ಕೂ ತನ್ನ ಉಸಿರಿರುವವರೆಗೂ ನನಗ್ಯಾರು ಅನ್ಯಾಯ ಮಾಡಿದರೆಂದು ನನಗೇನಾಯಿತೆಂದು ತಳಮಳದಲ್ಲೇ ಬದುಕಬೇಕು, ಸಾಕ್ಷ್ಯಾಧಾರ ಕೊಟ್ಟು ಕಾನೂನಿನ ಚೌಕಟ್ಟಲ್ಲಿ ಎಲ್ಲಾ ತೂಗುತ್ತೇನೆ ಎಂದಳಲ್ಲಾ ಈಗ ಎಲ್ಲಿಂದ ಸಾಕ್ಷಿ ತರುತ್ತಾಳೆ, ಈ ಚಾಲಾಕಿ ಸಂಜಯ್ ಒಂದೂ ಸಾಕ್ಷಿ ಬಿಡದೆ ಅವಳ ಕಥೆ ಮುಗಿಸಿದ್ದಾನೆ, ಈಗೇನು ಮಾಡುತ್ತಾಳೆ... ವಾಹ್... ವಾಹ್... ಅವಳ ಪರಿಸ್ಥಿತಿ ನೆನಸಿಕೊಂಡರೇ ಒಳ್ಳೆ ಮಜಾ ಬರುತ್ತಿದೆ, ನನ್ನ ತಮ್ಮನನ್ನೇ ಜೈಲಿಗಟ್ಟಿದೆಯೆಲ್ಲಾ, ಇನ್ನು ಮುಂದೆ ಎಲ್ಲೂ ತಲೆಯೆತ್ತಲಾಗದೆ, ಯಾರಲ್ಲೂ ಏನೂ ಹೇಳಲಾಗದೆ ಕೊರಗಿ ಕೊರಗಿ ಸಾಯಬೇಕು, ನೀನು ಎಲ್ಲಿ ಹೋದರೂ ಅದು ನಿನಗೆ ಜೈಲಾಗಬೇಕು, ನಮ್ಮೊಂದಿಗೆ ಸಮರಕ್ಕೆ ನಿಂತೆಯೇ ದುರಂಕಾರಿ ಹೆಣ್ಣೇ, ಹೇಗೆ ಮುರಿದೆವು ನಿನ್ನ ಸೊಕ್ಕು ನೋಡು ಎಂದು ಕೇಕೆಯಾಕಿ ನಕ್ಕಿದ್ದಾರೆ.

ಅವನು ಅಂದಾಡಿದ ಮಾತುಗಳು ನನ್ನ ಕಣ್ತೆರೆಸಿತು. ನನ್ನ ಗೆಲ್ಲಬೇಕೆಂಬ ಛಲ ಸವಾಲನ್ನು ಭೇದಿಸಿ ತೀರಲೇಬೇಕೆಂಬ ಹಠ

ಜನರ ದ್ವೇಷಕ್ಕೆ ನನ್ನನ್ನು ಬಳಸಿಕೊಳ್ಳುವಂತೆ ಮಾಡಿದೆ, ನನ್ನಿಂದ ಪಾಪದ ಕೃತ್ಯಗಳನ್ನು ಮಾಡಿಸಿದೆ. ಅಮಲು ಗೆಲುವು ಹಠ ಸವಾಲು ಇದೇ ಜೀವನೆಂದು ಬದುಕಿದ ನಾನು ಗೆದ್ದೆನೆಂದುಕೊಂಡಿದ್ದ ಸವಾಲು ನನ್ನನ್ನು ನಿಜವಾಗಿ ಸೋಲಿಸಿತ್ತು. ಯಾವುದನ್ನು ಗೆಲುವೆಂದು ನಾನು ಸಂಭ್ರಮಿಸಿದೆನೂ ಅದು ನನ್ನ ಗೆಲುವಲ್ಲ, ಸೋಲು, ಬೇರೆಯುವರ ದುಷ್ಟರ ಗೆಲುವು, ಅವರ ದ್ವೇಷಕ್ಕಾಗಿ ನನ್ನನ್ನು ಬಳಸಿಕೊಂಡಿದ್ದಾರೆ, ಆದರೆ ಅದು ಅವರ ತಪ್ಪಲ್ಲ, ನನ್ನ ತಪ್ಪು, ನನ್ನ ಪಾಪದ ಫಲ, ನನ್ನ ಹಠ, ಇಂದೂ ಮುಂದೂ ಯೋಚಿಸದೆ ಸವಾಲಿಗಾಗಿ ಮುಂದೋಗುವ ಚಟ, ಅಮಲು ಅವರು ನನ್ನನ್ನು ಈ ರೀತಿ ಬಳಸಿಕೊಳ್ಳುವಂತೆ ಮಾಡಿದೆ. ತಪ್ಪು ಅವರದಲ್ಲ ನನ್ನದೇ, ನನ್ನ ದುರ್ನಡತೆಯೇ ಬೇರೆಯುವರು ನನ್ನನ್ನು ಈ ರೀತಿ ಬಳಸಿಕೊಳ್ಳುವಂತೆ ಮಾಡಿದೆ, ಎಂದು ನನಗೆ ನನ್ನ ತಪ್ಪಿನರಿವಾಗಿ ನಾನು ಇಷ್ಟು ದಿನ ನಡೆದು ಬಂದ ದಾರಿ, ನನ್ನ ದುರ್ನಡತೆ ನಾನು ಇಲ್ಲಿಯವರಿಗೂ ನನ್ನ ತಂದೆ ತಾಯಿ ಅಣ್ಣನಿಗೆ ಮಾಡಿದ ಅವಮಾನ, ಮಾಡಿದ ದುಷ್ಕೃತ್ಯಗಳು ಎಲ್ಲಾ ಕಣ್ಮುಂದೆ ಬಂದು ನನಗೆ ಅಂದು ಜ್ಞಾನೋದಯವಾಯಿತು. ಸವಾಲುಗಳ ಸರದಾರನೆಂಬ ಕಿತ್ತೋಗಿರೋ ಬಿರುದಿಗಾಗಿ ಬರೀ ಅನ್ಯಾಯ, ಪೋಲಿತನ, ಪರೋಡಿಯಾಗಿ ನಡೆದ ನನ್ನ ಬಗೆಗೆ ನನಗೇ ಅಸಹ್ಯವಾಯಿತು, ಇದೆಲ್ಲಾ ಸಾಧ್ಯವಾದದ್ದು ಈ ಘಟನೆಯಿಂದ, ನನ್ನಿಂದ ಸಹನಾಗೆ ಆದ ಅನ್ಯಾಯದಿಂದ, ಅವರು ಕೊರಗಬಾರದು, ಅವರಿಗೆ ಅನ್ಯಾಯ ಮಾಡಿದ್ದು ನಾನೇ, ಅದಕ್ಕೆಲ್ಲಾ ಕಾರಣ ಈ ಪಾಪಿಗಳು ಇವೆಲ್ಲಾ ಹೇಳಿ ಕ್ಷಮೆಯಾಚಿಸಿ ಇವರನ್ನೂ ಜೈಲಿಗೆ ಕಳುಹಿಸಿ ನಾನು ಪೋಲಿಸರಿಗೆ ಶರಣಾಗಿ, ಇಷ್ಟು ದಿನ ನಾನು ಮಾಡಿದ ಪಾಪಕ್ಕೆ ನನ್ನ ತಂದೆ-ತಾಯಿಗೂ ಕ್ಷಮೆ ಕೇಳಬೇಕೆಂದು ಸಹನಾಳ ಆಸ್ಪತ್ರೆಗೆ ಬಂದೆ, ಸಹನಾ ಅಲ್ಲಿರಲಿಲ್ಲ, ಮನೆಗೆ ಹೋಗಿ ಮಾತನಾಡಿಸೋಣ ಎಂದು ಅಲ್ಲಿಗೆ ಹೋದೆ, ಎಲ್ಲಾ ತಿಳಿದುಕೊಂಡು ನಾನಲ್ಲಿಗೆ ಹೋಗುವುದರಲ್ಲಿ ತಡವಾಗಿತ್ತು, ನಾನು ಹೋಗುವುದರೊಳಗೆ ಸಹನಾ ಮನೆ ಬಿಟ್ಟು ಹೋಗಿದ್ದರು, ಅದನ್ನು ತಿಳಿದಿದ್ದೇ ಅವರ ತಂದೆ ಹಾಸಿಗೆ ಇಡಿದಿದ್ದರು, ಅವರಮ್ಮ ದಿಕ್ಕೆ ಕಾಣದೆ ಜನ ಕೇಳುವ ಪ್ರಶ್ನೆಗಳಿಗೆ ಉತ್ತರಿಸಲಾಗದೆ ಗಂಡನ ಅನಾರೋಗ್ಯ ಸಹಿಸಲಾಗದೆ ಮಗಳನ್ನು ಹುಡುಕಲು ಯಾವ

ಆಧಾರವೂ ಇಲ್ಲದೆ ಸಾವಿಗೆ ಶರಣಾಗಲು ನಿದ್ದೆ ಮಾತ್ರೆಗಳನ್ನು ಸೇವಿಸಲು ಮುಂದಾಗಿದ್ದರು, ಸರಿಯಾದ ಸಮಯಕ್ಕೆ ನಾನು ಹೋದೆ ಅಷ್ಟು ಮಾತ್ರೆ ಅವರ ಕೈಲಿ ಕಂಡು ಏನೋ ಅನಾಹುತವಾಗಿದೆಯೆಂದು ಭಾವಿಸಿ ಅವನ್ನು ಕೈನಿಂದ ಕಿತ್ತು ಎಸೆದು ಬಿಟ್ಟೆ, ನಂತರ ಅವರಮ್ಮ ಕಣ್ಣೀರಿಡುತ್ತಾ ಸಹನಾ ಕಣ್ಮರೆಯಾದ ವಿಷಯ ಹೇಳಿದರು. ನಿಮ್ಮ ಮನೆಯವರಿಗೆ ಹೇಗೆ ವಿಷಯ ತಿಳಿಸುವುದು, ಆಕೆಯೇ ಪ್ರೀತಿಸಿದ್ದ ಹುಡುಗನನ್ನು ತ್ಯಜಿಸಿ ಅವಳೇಕೆ ಹೋದಳು, ಎಲ್ಲಿ ಏನಾಯಿತು ಎಂದರ್ಥವಾಗಿಲ್ಲ ಎಂದು ಗೋಳಾಡಿದರು. ನಾನು ಮಾಡಿದ ಅನಾಚಾರದಿಂದಲೇ ಅವರು ಹೋಗಿದ್ದಾರೆ ಎಂಬ ಅನುಮಾನ ನನಗೆ ಬಂತು. ಅವರಮ್ಮ ಅವರಪ್ಪನಿಗೆ ಸಮಾಧಾನ ಮಾಡಿ ನಮ್ಮ ಮನೆಗೆ ಕರೆದುಕೊಂಡು ಬಂದೆ, ನನ್ನೊಂದಿಗೆ ಅವರಮ್ಮ ಅವರಪ್ಪನನ್ನು ಕಂಡು ನಮ್ಮ ಮನೆಯವರಿಗೂ ಆಶ್ಚರ್ಯವಾಯಿತು, ಆದರೆ ನಾನು ಮಾಡಿದ ತಪ್ಪು ಹೇಳಲು ಧೈರ್ಯವಿರಲಿಲ್ಲ, ಹೀಗಾಗಲೇ ಕುಗ್ಗಿ ಹೋಗಿದ್ದ ಸಹನಾ ತಂದೆ-ತಾಯಿಗೆ ಆಘಾತವಾಗುವುದು ಎನ್ನುವ ಭಯ ನನ್ನ ಬಾಯಿ ಕಟ್ಟಿಹಾಕಿತು, ಏನೋ ಒಂದು ಹೇಳಿ, ಸಹನಾ ಕಣ್ಮರೆಯಾಗಿರುವ ವಿಷಯ ಕೇಳಿ ಅವರ ಮನೆಗೋದೆ ಅಲ್ಲಿ ಏನೇನೋ ನಡೆದು ಹೋಗಿದೆ ಎಂದು ತಿಳಿದು ನಿಮ್ಮಲ್ಲಿಗೆ ಕರೆ ತಂದೆ ಎಂದೆ.

ನನ್ನ ತಂದೆ-ತಾಯಿ ಬಳಿ ಹೋಗಿ ನಾನು ನಡೆದ ದಾರಿ ತಪ್ಪೆಂದು ನನಗೆ ತಿಳಿಯಿತು, ನಾನು ಇನ್ನೆಂದಿಗೂ ನಿಮ್ಮ ಮನಸ್ಸು ನೋಯಿಸದೆ ನಿಮಗೆ ಅವಮಾನವಾಗದಂತೆ ನಡೆದುಕೊಳ್ಳಲು ಪ್ರಯತ್ನಿಸುವೆ ಎಂದು ಅವರ ಕಾಲಿಗೆ ಬಿದ್ದು ಕ್ಷಮೆಯಾಚಿಸಿದೆ. ನನ್ನ ಬದಲಾವಣೆಗೆ ಕಾರಣ ಕೇಳದಿದ್ದರೂ ಆ ಬದಲಾವಣೆ ಅವರಿಗೆ ಖುಷಿ ತಂದಿತ್ತು, ಕಳೆದು ಹೋದ ಮಗ ಮನೆ ಸೇರಿದ್ದ ಖುಷಿ ಅವರಿಗಿತ್ತು, ಆದರೆ ಏನೂ ಹೇಳದೆ ಕೇಳದೆ ಮರೆಯಾದ ಗೆಳತಿಯ ನಿಲುವು ಅಣ್ಣನಿಗೆ ತುಂಬಾ ಹಿಂಸೆ ನೀಡಿತ್ತು. ಅವಳಿಲ್ಲದ ಬದುಕು ಅವನಿಗೆ ಕಲ್ಪಿಸಲು ಕಷ್ಟವೆನಿಸಿತು, ಅವನು ಅಲ್ಲಿಂದ ಸುಮ್ಮನೆ ವಿದೇಶಕ್ಕೆ ಹಾರಿಬಿಟ್ಟ, ಮತ್ತಿಲ್ಲಿಗೆ ಬರಲು ಅವನಿಗೆ ಆಸಕ್ತಿಯಿಲ್ಲ, ಸಹನಾ ಬರಲಿ, ನನಗೆ ಸಿಗಲಿ, ಕಾಯುವೆ, ಅವಳು ಬಂದಾಗ ಬರುವೆ ಎನ್ನುವ ಹಠ ಅವನದು, ಇವರೆಲ್ಲರ ನಡುವಳಿಕೆ ನನ್ನನ್ನು ಪಾಪಪ್ರಜ್ಞೆಯಲ್ಲಿ ಬೇಯುವಂತೆ ಮಾಡಿತು.

ನಾನು ಕೆಲಸಕ್ಕೆ ಸೇರಿಕೊಂಡು ಒಳ್ಳೆಯ ಜೀವನ ಪ್ರಾರಂಭಿಸಿದೆ, ಆದರೆ ಇತ್ತ ಮಗಳಿಲ್ಲದೇ ಸಹನಾ ತಂದೆ-ತಾಯಿ ಸೊರಗಿ ಹೋದರು, ತಂದೆ ಆರೋಗ್ಯ ಹದಗೆಡುತ್ತಾ ಬಂದಿತು, ಅವರಮ್ಮ ಏಕಾಂಗಿಯಾಗಿ ಎಲ್ಲಾ ನಿಭಾಯಿಸುವುದು ಕಷ್ಟವಾಗಿ ಬಂತು, ಅಂದಿನಿಂದ ನಾನೇ ಅಲ್ಲಿ ಹೋಗಿ ಅವರನ್ನು ನಾನೇ ನೋಡಿಕೊಳ್ಳಲು ಪ್ರಾರಂಭಿಸಿದೆ, ನನ್ನ ಪಾಪಿ ಕೃತ್ಯದಿಂದಲೇ ಹೀಗಾಗಿದ್ದರಿಂದ ಈ ರೀತಿಯಲ್ಲಾದರೂ ಪಾಪ ಕಡಿಮೆ ಮಾಡಿಕೊಳ್ಳುವ ಪ್ರಯತ್ನಕ್ಕೆ ಮುಂದಾದೆ, ಆದರೆ ಅವರ ಹೆತ್ತವರದ್ದೂ ಒಂದೇ ಕೊರಗು, ಮಗಳಿಗೇನಾಯ್ತು, ಮಗಳೇಕೆ ಹೀಗೆ ಹೋದಳು, ಎಲ್ಲಿಗೆ ಹೋದಳು ಎಂದು, ಏಕಿರಬಹುದೆನ್ನುವ ಉತ್ತರವಿದ್ದರೂ, ಎಲ್ಲಿಗೆ ಎನ್ನುವುದು ನನಗೂ ಪ್ರಶ್ನೆಯಾಗಿತ್ತು, ನಾನು ಅವರಮ್ಮನ ಕೊರಗು ನೋಡಲಾಗದೆ ಸಹನಾರನ್ನು ಹುಡುಕಿ ಕರೆತರುವ ಜವಬ್ದಾರಿ ನನ್ನದು ಅವರಿಗೇನಾಗಿದೆ ಎಲ್ಲಿಗೆ ಹೋಗಿದ್ದಾರೆ ಎನ್ನುವುದನ್ನು ಪತ್ತೆ ಹಚ್ಚುತ್ತೇನೆ ಎಂದು ಅವರಮ್ಮನಿಗೆ ಮಾತುಕೊಟ್ಟೆ.

ಆದ ಅವಘಡಕ್ಕೆ ಪ್ರಾಣಕ್ಕೆ ಏನಾದರೂ ಮಾಡಿಕೊಂಡರೇ ಎನ್ನುವ ಅನುಮಾನ ಇಂದಿನವರೆಗೂ ಮನದ ಮೂಲೆಯಲ್ಲಿ ಕಾಡಿತ್ತು ಆದರೆ ಅವರ ಬಗೆಗೆ ತಿಳಿದವರೆಲ್ಲಾ ಅವರ ಧೈರ್ಯ ದಿಟ್ಟತನ ಅವರು ಜೀವನವನ್ನು ನೋಡುವ ದೃಷ್ಠಿಕೋನದ ಬಗೆಗೆ ಹೇಳಿದಾಗ, ಆದದನ್ನು ಮರೆಯಲಾಗದೆ ಇಲ್ಲಿಂದ ಹೋಗಿದ್ದಾರೆ, ಆದರೆ ಎಲ್ಲೋ ಬದುಕಿದ್ದಾರೆ ಎಂದು ಇನ್ನೊಂದು ಮನಸ್ಸು ತಿಳಿಸುತ್ತಿತ್ತು.

ಅದೇ ಭರವಸೆಯಲ್ಲೇ ಅವರ ಜಾಡನ್ನು ಹಿಡಿದು ಹೊರಟೆ, ಇಲ್ಲಿಯವರಿಗೂ ಕೆಟ್ಟ ಕಾರ್ಯಗಳಿಗಾಗಿ ಸವಾಲಾಕಿಕೊಂಡು ಬದುಕುತ್ತಿದ್ದವನು, ಅವರನ್ನು ಹುಡುಕೇ ತೀರುವೆಯೆಂದು ನನಗೆ ನಾನೇ ಸವಾಲಾಕಿಕೊಂಡೆ, ಸುಮ್ಮನೆ ಮಾಧ್ಯಮಕ್ಕೆಲ್ಲಾ ಕೊಟ್ಟು ಸುದ್ಧಿ ಮಾಡಬಾರದೆಂದು ನನ್ನ ಬುದ್ಧಿವಂತಿಕೆಯಲ್ಲೇ ನನ್ನ ಇತಿಮಿತಿಯಲ್ಲೇ ಅವರನ್ನು ಹುಡುಕಲು ಮುಂದಾದೆ, ಅಲೆದೆ ಅಲೆದೆ, ಸಿಕ್ಕ ಸಿಕ್ಕವರೆನ್ನೆಲ್ಲಾ ವಿಚಾರಿಸಿದೆ, ಆದರೆ ಎಲ್ಲಿಯೂ ಅವರ ಸುಳಿವೇ ಸಿಗಲಿಲ್ಲ, ನನಗೆ ಸಿಕ್ಕಿದೆಲ್ಲಾ ನಿರಾಶೆ, ಆದರೆ ನನಗಾಗಿ ನನ್ನಂತಹ ಪಾಪಿಗಾಗಿ ಆಗ ಅವರು ಎಷ್ಟು ಒದ್ದಾಡಿರಬಹುದೆಂದು ಯಾವ ಸುಳಿವಿಲ್ಲದೆ ಹೇಗೆ

ನರಳಾಡಿರಬಹುದೆಂದು ಆಗ ನನಗೆ ಅರ್ಥವಾಯಿತು, ಆದರೆ ನಾನು ನನ್ನ ಪ್ರಯತ್ನ ಬಿಟ್ಟಿರಲಿಲ್ಲ, ಅವರ ಸ್ನೇಹಿತರನ್ನೆಲ್ಲಾ ವಿಚಾರಿಸಿದೆ, ಅವರಿಗಾಗಿ ಎಲ್ಲೆಂದರಲ್ಲಿ ಅಲೆದು ಅಲೆದು ಸುಸ್ತಾಗಿಬಿಟ್ಟೆ, ಅವರಮ್ಮ ನನ್ನನ್ನು ಮಗನಂತೆ ಕಾಣುತ್ತಿದ್ದರು. ಆದರೆ ಅವರ ಕಣ್ಣನ್ನು ನೋಡಿದಾಗಲೆಲ್ಲಾ ನಾ ಮಾಡಿದ ಹೀನ ಕೃತ್ಯ ನನ್ನನ್ನು ಕಾಡುತ್ತಿತ್ತು, ಅವರೆದುರು ಅವರ ಮಗಳನ್ನು ತಂದು ನಿಲ್ಲಿಸಿ ಅವರಿಗೆ ಅವರ ಮಗಳನ್ನು ಕೊಡಬೇಕೆಂಬ ನಿರ್ಧಾರ ನನ್ನನ್ನು ಗಟ್ಟಿ ಮಾಡುತ್ತಿತ್ತು.

ನಿನಗೆ ನೆನಪಿದೆಯಾ? ಕಳೆದ ಬಾರಿ ನೀ ಕರ್ನಾಟಕಕ್ಕೆ ಬಂದಾಗಲೂ ನಾ ದಾರಿಯಲ್ಲಿ ಒಂದು ಮನೆಗೆ ಹೋದೆ, ನೀನಾವಾಗ ಕಾರಲ್ಲೇ ಇದ್ದೆ. ಅದು ಸಹನಾಳ ಸ್ನೇಹಿತೆಯ ಮನೆ, ಹೀಗೆ ಎಲ್ಲರನ್ನು ಕೇಳಿದ್ದೆ, ಆದರೆ ಎಲ್ಲೆಲ್ಲೂ ನಿರುತ್ತರ.

ನಂತರ ನನ್ನ ಸ್ನೇಹಿತನೊಬ್ಬನ ಸಹಾಯದಿಂದ ಅವರು ಹಿಂದೆ ಉಪಯೋಗಿಸುತ್ತಿದ್ದ ಫೋನ್ ನಂ. ಕರೆಗಳನ್ನೆಲ್ಲಾ ತೆಗೆಸಿದೆ, ಅಂದು ನಮಗೆ ಗೊತ್ತಾಯ್ತು ಕೊನೆಯ ಕರೆ ಚೆನ್ನೈನಿಂದ ಪರಮೇಲುರವರಿಗೆ ಹೋಗಿತ್ತು. ಈ ಮುಂಚೆ ನಾನು ಪರಮೇಲು ಅವರನ್ನು ಭೇಟಿ ಮಾಡಿದ್ದರೂ ಅವರು ನನಗೇನು ಹೇಳಿರಲಿಲ್ಲ, ಈಗಲೂ ಏನು ಹೇಳುವುದಿಲ್ಲ ಎಂದು ಗೊತ್ತಿತ್ತು, ಆದರೆ ಕರೆಯಿಂದ ಸಹನಾ ಚೆನ್ನೈಗೆ ಬಂದಿರುವುದು ಧೃಢವಾಯಿತು, ಹಾಗಾಗಿಯೇ ನಾನಿಂದು ಚೆನ್ನೈಗೆ ಬಂದದ್ದು, ಸಹನಾಳ ಹುಡುಕಾಟವೇ ನನ್ನನ್ನು ಇಲ್ಲಿಗೆ ಕರೆತಂದಿತು, ಅವರ ವಿಷಯಕ್ಕಾಗಿಯೇ ನಾನು ನಿನ್ನ ಸಹಾಯ ಕೇಳಿದ್ದು.

ಆದರೆ ಇಲ್ಲಿ ಸಹನಾ ನನ್ನ ಮಕ್ಕಳ ತಾಯಾಗಿ, ಎಷ್ಟೆಲ್ಲಾ ಅನುಭವಿಸಿದ್ದಾರೆ, ಅದನ್ನು ಕೇಳಿದ ಮೇಲೆ ಅಂತವರಿಗೆ ಮೋಸ ಮಾಡಿದ್ದಕ್ಕೆ ನಾನೀಗಾಗಲೇ ಪಾಪಪ್ರಜ್ಞೆಯಲ್ಲಿ ಸತ್ತು ಹೋಗಿದ್ದೇನೆ, ನಾನು ಪಾಪಿ ಪರಮ ಪಾಪಿ ಎನ್ನುತ್ತಾ ತನ್ನ ಕೆನ್ನೆಗೆ ತಾನೇ ಹೊಡೆದುಕೊಂಡು ಪಶ್ಚಾತ್ತಾಪದ ಕಣ್ಣೀರಿಟ್ಟನು.

ಇತ್ತ ಇದೆಲ್ಲಾ ಕೇಳಿದ ಮುನಿಯಮ್ಮ ಅಮಿತ್‌ಗೂ ಹೃದಯ ಒಡೆದಂತಾಯಿತು, ಸಹನಾಳ ಒಳ್ಳೆತನ ದಿಟ್ಟತನ ಆದರ್ಶಗಳೇ ಅವಳ ಬಾಳನ್ನು ಕಿತ್ತು ತಿಂದಿದೆಯೆಲ್ಲಾ ಎಂದು ನೊಂದುಕೊಳ್ಳುತ್ತಿದ್ದರು.

ಸಂಜಯ್, ನನಗೆ ಗೊತ್ತು ಆಕೆ ನನ್ನನ್ನು ಕ್ಷಮಿಸಲ್ಲ, ಕ್ಷಮೆಗೆ ನಾನು ಅರ್ಹನಲ್ಲ, ಆದರೆ ಅವರಿಲ್ಲದೆ ಅವರ ತಂದೆ ತಾಯಿ ಸೊರಗಿಹೋಗಿದ್ದಾರೆ, ಅವರ ತಂದೆಯ ಆರೋಗ್ಯ ಸ್ಥಿತಿ ಬಹಳ ಹದಗೆಟ್ಟಿದೆ, ಅವರಮ್ಮ ಅವರ ದಾರಿ ಕಾದು ಬಾಗಿಲಲ್ಲೇ ನಿಂತಿದ್ದಾರೆ, ನಾನು ಇವರನ್ನು ಹುಡುಕಿ ತರುವೆ ಎಂದು ಅವರಿಗೆ ಭಾಷೆಯಿತ್ತಿರುವೆ. ನನ್ನ ಮಾತು ಉಳಿಸಿಕೊಳ್ಳಬೇಕು, ಅದಕ್ಕಾದರು ನಾನು ಇಲ್ಲಿದ್ದು ಅವರೊಂದಿಗೆ ಮಾತನಾಡಿ, ಅವರನ್ನು ಒಪ್ಪಿಸಿ ಅವರನ್ನು ಕರೆದುಕೊಂಡು ಹೋಗಬೇಕು, ದಯಮಾಡಿ ನನ್ನನ್ನು ಹೋಗು ಎನ್ನಬೇಡಿ, ನನಗೊಂದು ಅವಕಾಶ ಕೊಡಿ, ನನ್ನ ತಪ್ಪಿಗೆ ಪ್ರಾಯಶ್ಚಿತ ಮಾಡಿಕೊಳ್ಳುವ ಅವಕಾಶ ಕಲ್ಪಿಸಿಕೊಡಿ ಎಂದು ಇವರಿಗೆ ಕೈಮುಗಿದು ಬೇಡಿದನು.

ಸಂಜಯ್ ಮಾಡಿದ ಕೆಲಸಕ್ಕೆ ಅವನನ್ನು ಕೊಲ್ಲುವಷ್ಟು ಕೋಪವಿದ್ದರೂ, ಸಹನಾಳಂತೆ ಇವನೂ ಯಾರೋ ಬೀಸಿದ ಮೋಸದ ಬಲೆಯಲ್ಲೇ ಬಿದ್ದು ಹೀಗೆ ಮಾಡಿದ್ದಾನೆ ಎಂದು ಇವರಿಗೆ ಗೊತ್ತಾಗಿತ್ತು, ಅವನ ಪಶ್ಚಾತ್ತಾಪದ ಕಣ್ಣೀರು ಅವನ ಬದಲಾವಣೆಯ ಪ್ರತೀಕವಾಗಿತ್ತು, ಪಶ್ಚಾತ್ತಾಪಕ್ಕಿಂತ ಬೇರೆ ಶಿಕ್ಷೆ ತಪ್ಪಿಗಿಲ್ಲ, ಇನ್ನು ನಾವೇನು ಇವನನ್ನು ಶಿಕ್ಷಿಸುವುದು, ಅವನೇ ಅವನನ್ನು ಶಿಕ್ಷಿಸಿಕೊಂಡಿದ್ದಾನೆ ಎನ್ನುತ್ತಾ ಮುನಿಯಮ್ಮ ಅಮಿತ್ ಒಬ್ಬರಿಗೊಬ್ಬರ ಮುಖ ನೋಡಿಕೊಂಡು ಏನು ಮಾತನಾಡದೆ ಅಲ್ಲಿಂದ ಹೊರಟುಬಿಟ್ಟರು.

ಸಹನಾಳಿಗೆ ಎಚ್ಚರವಾಗಿದೆಯೇ ಎಂದು ಎಲ್ಲರೂ ವಾರ್ಡ್ ಕಡೆ ಬಂದರು, ಸಂಜಯ್ ಮಗುವನ್ನು ಎತ್ತಿಕೊಂಡನು, ತಂದೆಯೆಂಬ ಮಮಕಾರ ಆ ಮಕ್ಕಳಿಗಿತ್ತು, ಅವನನ್ನು ಕಂಡರೆ ಸಾಕು ಅವನೇ ಎತ್ತಿಕೊಳ್ಳಬೇಕಿತ್ತು, ಅಳುತ್ತಿದ್ದವು, ಅವನು ಎತ್ತಿಕೊಂಡರೆ ಸಾಕು ಅವು ಸಮಾಧಾನವಾಗಿ ನಗುತ್ತಾ ಖುಷಿಯಿಂದಿರುತ್ತಿದ್ದವು, ಅದು ಮುನಿಯಮ್ಮ ಅಮಿತ್‌ಗೇ ಇನ್ನೂ ಆಶ್ಚರ್ಯವಾಗಿತ್ತು, ಸಹನಾಳಿಗೆ ಎಚ್ಚರವಾಗಿದೆ, ಹೋಗಿ ನೋಡಿ ಎಂದರು ವೈದ್ಯರು.

ಎಲ್ಲರೂ ಒಳಗೆ ಹೋದರು, ಸಹನಾಗೆ ಸಂಜಯ್ ಹಾಗಾದರೆ ಈ ಮಕ್ಕಳು ನನ್ನವೇ ಎಂಬ ಮಾತು ಬಿಟ್ಟು ಮತ್ತ್ಯಾವ ಕಥೆಯೂ ಅವಳ ಕಿವಿಗೆ ಬಿದ್ದಿರಲಿಲ್ಲ, ಆ ಮಾತಲ್ಲೇ ಅವಳಿಗೆ ತನ್ನ ಬಾಳುಹಾಳು ಮಾಡಿದ ಪಾಪಿ ಸಂಜಯ್ ಎಂಬುದು ಅರ್ಥವಾಗಿತ್ತು, ತಾನು ಯಾರಲ್ಲೂ

ಬಾಯ್ಬಿಡದೆ ಮುಚ್ಚಿಟ್ಟಿದ್ದ ಕಥೆಯನ್ನು ನನಗೆ ಅನ್ಯಾಯ ಮಾಡಿದವನ ಮುಂದೆಯೇ ಹೇಳಿ ಕಣ್ಣೀರಿಡುವಂತಾಯಿತಲ್ಲಾ ಎಂದು ಇನ್ನೂ ನೋವು, ಕೋಪ, ಆಕ್ರೋಶವಿತ್ತು, ಸಾಲದಕ್ಕೆ ಮಗುವನ್ನು ಎತ್ತಿಕೊಂಡೇ ಸಂಜಯ್ ಅಮಿತ್ ಹಾಗೂ ಮುನಿಯಮ್ಮನೊಂದಿಗೆ ವಾರ್ಡ್‌ಗೆ ಬಂದ, ಅದನ್ನು ಕಂಡ ಸಹನಾಳ ಆಕ್ರೋಶ ಇನ್ನೂ ಕೆರಳಿತು, ಚಟಾರ್ ಎಂದು ಅವನ ಕೆನ್ನೆಗೆ ಬಾರಿಸಿದವಳೇ ನನ್ನ ಮಕ್ಕಳನ್ನು ಮುಟ್ಟಲು ನಿನಗೆಷ್ಟು ಧೈರ್ಯ ಎಂದು ಮಗುವನ್ನು ಕಿತ್ತುಕೊಂಡು ಇಷ್ಟೆಲ್ಲಾ ನನ್ನ ಬಾಳಲ್ಲಿ ಆಟವಾಡಿದೆ, ಅತ್ತಿಗೆಯಾಗಬೇಕಿದ್ದವಳ ಜೀವನವನ್ನೇ ಕಿತ್ತುಕೊಂಡೆ, ಈಗ ಮತ್ತೇನು ಅನಾಚಾರ ಅಪಾಯ ಮಾಡಲು ಇಲ್ಲೇ ಇರುವೆ, ನಿನ್ನ ಮುಖ ನೋಡಿದರೂ ಅಸಹ್ಯವಾಗುತ್ತದೆ, ನೀನು ನನಗೆ ಮಾಡಿದ ಅನ್ಯಾಯ, ನಿನ್ನಿಂದ ನಾನು ಅನುಭವಿಸಿದ ನೋವು ನನ್ನನ್ನು ಚುಚ್ಚಿ ಕೊಲ್ಲುತ್ತವೆ, ಹೇಗೋ ಅಮಿತ್ ಮುನಿಯಮ್ಮನಂತಹ ಒಳ್ಳೆಯವರ ನೆರಳಲ್ಲಿ ನಾನು ಜೀವನ ಕಟ್ಟಿಕೊಂಡು ಎಲ್ಲ ಮರೆತು ಬದುಕುತ್ತಿರುವೆ, ಅದಕ್ಕೂ ಕಲ್ಲಾಕಬೇಡ, ಇದ್ದ ಒಂದು ಪ್ರಶ್ನೆಗೂ ನಿನ್ನಿಂದ ಉತ್ತರ ಸಿಕ್ಕಿದೆ, ಸಾಕು, ತೊಲಗು, ನನ್ನ ಕಣ್ಮುಂದೆ ನಿಲ್ಲಬೇಡ, ಹೊರಟು ಹೋಗು ಎಂದು ಕೆಂಪಾದ ಕಣ್ಗಳಲ್ಲಿ ದಿಟ್ಟಿಸಿ ನೋಡಿ ಆಕ್ರೋಶದಿಂದ ಕೂಗಿಬಿಟ್ಟಳು, ಅವಳ ಕೂಗಿಗೆ ಕೋಪಕ್ಕೆ ಮುನಿಯಮ್ಮ ಅಮಿತ್ ಕೂಡ ಬೆದರಿ ಹೋದರು, ಮಕ್ಕಳೂ ಬೆಚ್ಚಿಬಿದ್ದವು, ಆ ಕೂಗಾಟದಿಂದ ಅವಳಿಗೂ ಉಸಿರು ಸಿಕ್ಕಿದಂತಾಗಿ ಆರೋಗ್ಯದಲ್ಲಿ ಮತ್ತೆ ಏರುಪೇರಾಯಿತು, ವೈದ್ಯರನ್ನು ಕರೆಸಿದರು, ಅವರು ಚಿಕಿತ್ಸೆ ಮುಂದುವರೆಸಿದರು.

ಮುನಿಯಮ್ಮ ಸಂಜಯ್ ಕಡೆ ನೋಡಿ, ಸ್ವಲ್ಪ ಹೊತ್ತು ಹೊರಗಿರಿ ಎಂದರು. ಅಮಿತ್ ಸಂಜಯ್‌ನನ್ನು ಕರೆದುಕೊಂಡು ಹೊರಬಂದನು. ಮುನಿಯಮ್ಮ ಸಹನಾಳಿಗೆ ಸ್ವಲ್ಪ ಸಮಾಧಾನದಿಂದಿರಿ, ಮೊದಲಿಗೆ ನಿಮ್ಮ ಆರೋಗ್ಯ ಸರಿಯಾಗಲಿ ನಂತರ ಮುಂದಿನ ನಡೆಯ ಬಗೆಗೆ ಚಿಂತಿಸೋಣ, ಆವೇಶಕ್ಕೆ ಒಳಗಾಗಬೇಡಿ ಎಂದು ಸಮಾಧಾನ ಮಾಡಿದರು.

ಅಮಿತ್ ಸಂಜಯ್‌ಗೆ ಸಮಾಧಾನ ಮಾಡಿದನು, ಯಾರಿಗೂ ಯಾವ ಹೆಣ್ಣಿಗೂ ಆಗಬಾರದ ಅನ್ಯಾಯ ನಿನ್ನಿಂದ ಅವರಿಗಾಗಿದೆ, ಅದನ್ನು ಅರಗಿಸಿಕೊಳ್ಳಲು ಸ್ವಲ್ಪ ಸಮಯ ಬೇಕು, ಈ ಆಕ್ರೋಶ ಸಹಜ, ನೀನಿದನ್ನೆಲ್ಲಾ ಸಹಿಸಿಕೊಳ್ಳಲೇಬೇಕು ಎಂದನು.

ಅಷ್ಟರಲ್ಲಿ ಮುನಿಯಮ್ಮ ಒಳಗಿಂದ ಹೊರಗೆ ಬಂದರು, ಸಂಜಯ್ ಈಗ ಹೇಗಿದ್ದಾರೆ ಸಹನಾ ಎಂದನು. ಮುನಿಯಮ್ಮ ಪರವಾಗಿಲ್ಲ, ಆಕ್ರೋಶ ಆವೇಶ ಆರೋಗ್ಯ ಹಾಳುಮಾಡುತ್ತಿದೆ ಅಷ್ಟೇ, ಸ್ವಲ್ಪ ಸಮಾಧಾನದಿಂದ್ದರೆ ಎಲ್ಲಾ ಸರಿಹೋಗುವುದು ಎನ್ನುತ್ತಾ ಅಮಿತ್‌ಗೆ ನಿಮ್ಮ ಅಮ್ಮನಿಗೆ ಹೇಳಿ, ಅವರೂ ಇದ್ದರೆ ಮಕ್ಕಳನ್ನು ನೋಡಿಕೊಳ್ಳಲು ಸುಲಭವಾಗುವುದು ಎಂದರು. ಅಮ್ಮ... ಹಾ... ಅಂದುಕೊಂಡೆ, ಅಮ್ಮನಿಗೆ ಸಹನಾ ಅಂದರೆ ಪ್ರಾಣ, ಇದೆಲ್ಲಾ ತಿಳಿದರೆ ಅವಳನ್ನು ಹಿಡಿಯುವುದೂ ಕಷ್ಟ, ನೊಂದುಕೊಳ್ಳುತ್ತಾಳೆ, ಅದಕ್ಕೆ ಸುಮ್ಮನಾಗಿದ್ದೆ, ಸರಿ ಕರೆಸುತ್ತೇನೆ ಎಂದು ಕರೆ ಮಾಡಿದ. ಮುನಿಯಮ್ಮ ತಾಯಿ ಮನಸ್ಸೇ ಹಂಗಪ್ಪಾ ಮಕ್ಕಳಿಗೆ ಸ್ವಲ್ಪ ನೋವಾದರೂ ತಡೆಯಲ್ಲ, ಮಗಳೇ ಎಂದು ಬಾಯ್ತುಂಬ ಕರೆಯುವ ನಿಮ್ಮಮ್ಮ ಆಕೆಯನ್ನು ಮಗಳಿಗಿಂತ ಹೆಚ್ಚಾಗಿ ಪ್ರೀತಿಸುತ್ತಾರೆ. ಇನ್ನು ನಿಜವಾಗಿಯೂ ಇವರನ್ನು ದೂರಮಾಡಿಕೊಂಡಿರುವ ಸಹನಾ ತಾಯಿಗೆ? ಅವರ ಹೆತ್ತವರ ನೋವು ಎಷ್ಟಿರಬಹುದು ಎಂದರು.

ತಕ್ಷಣ ಅಮಿತ್‌ಗೊಂದು ವಿಚಾರ ನೆನಪಿಗೆ ಬಂತು, ಸಂಜಯ್ ಕುರಿತು ಸಹನಾ ತಮಗೊಬ್ಬಳು ತಂಗಿಯಿದ್ದಳು ಎಂದಿದ್ದರು, ಅವರ ಬಗ್ಗೆ ನೀನೇನು ಹೇಳಲೇ ಇಲ್ಲ, ಅವರು ಅವರ ತಂದೆ-ತಾಯಿಗೆ ನೆರವಾಗಿಲ್ಲವೇ ಎನ್ನತ್ತಾ, ನಡೆದ ಘಟನೆಯಿಂದ ಅವರಿಗೇನಾದರು ಅವರ ಜೀವನಕ್ಕೆ ಏನಾದರೂ ಅಡಚಣೆಯಾಯ್ತೆ ಎಂದು ಕೇಳಿದನು.

ಸಂಜಯ್ ನಗುತ್ತಾ ತಂಗಿ, ಸಹನಾ ಹೇಳಿದ ಕಥೆಯಲ್ಲಿದ್ದ ತಂಗಿ ಮತ್ತ್ಯಾರೂ ಅಲ್ಲ ಸಹನಾಳೇ ಎಂದನು, ಆ ಮಾತು ಯಾರಿಗೂ ಅರ್ಥವಾಗಲಿಲ್ಲ, ಅದೇನದು ಸರಿಯಾಗಿ ಹೇಳಪ್ಪಾ ಅಂದರು ಮುನಿಯಮ್ಮ,

ಸಹನಾ ನಿಮಗೆಲ್ಲಾ ಒಂದು ಕಥೆ ಹೇಳಿ ನಂಬಿಸಿದರಲ್ಲಾ, ಆ ಕಥೆ ಕಾಲ್ಪನಿಕವಲ್ಲ, ಅದು ನೈಜ ಘಟನೆಯೇ, ಆದರೆ ಕಥಾನಾಯಕಿ ಸಹನಾ ಅಲ್ಲ, ಅವರಕ್ಕ 'ಯಮುನಾ' ಎಂದನು.

ಅಕ್ಕಾನಾ ಯಮುನಾನ ಅಂದನು ಅಮಿತ್ ಸಹನಾ ಹೇಳಿದ ಕಥೆ ಅವರಕ್ಕ ಯಮುನಾದು, ಆಕೆಯೂ ಸಹನಾರಂತೆ ಓಬಿಜಿ ಡಾಕ್ಟರ್ ಓದುವಾಗಲೇ ಒಬ್ಬರನ್ನು ಪ್ರೀತಿಸಿದ್ದರು, ಆದರೆ ಜಾತಿ ರಾಜಕೀಯದಿಂದ

ಎರಡು ಮನೆಯಲ್ಲೂ ಒಪ್ಪದೆ ಅವರು ಮನೆಯವರ ವಿರುದ್ಧ ಹೋಗಿ ಮದುವೆಯಾಗಿದ್ದರು, ಸಹನಾ ಹೇಳಿದ ಪೂರ್ತಿ ಕಥೆ ಅವರಕ್ಕನದೇ, ಸಹನಾ ಭವಿಷ್ಯ ಮುಂದಿಟ್ಟು ಸಹನಾ ತಂದೆ-ತಾಯಿ ಆ ಮದುವೆಗೆ ಒಪ್ಪಿಗೆ ನೀಡಿರಲಿಲ್ಲ, ಆದರೆ ಸಹನಾ ಹೇಳಿದ ಕಥೆಗೂ ಅವರಕ್ಕನ ಕಥೆಗೂ ಒಂದೇ ವ್ಯತ್ಯಾಸ, ಮದುವೆಯಾದ 6 ತಿಂಗಳಿಗೆ ಸುತ್ತಾಡಲು ಹೋದಾಗ ಆದ ಕಾರಿನ ಅಪಘಾತದಲ್ಲಿ ಯಮುನಾ ಹಾಗೂ ಅವಳ ಗಂಡ ಇಬ್ಬರೂ ತೀರಿಹೋಗಿದ್ದರು, ಅದೇ ಕಥೆಯ ಆಧಾರವನ್ನೇ ಇಟ್ಟುಕೊಂಡು ಸಹನಾ ಅದರ ಮುಂದುವರೆದ ಭಾಗದಂತೆ ಇನ್ನೊಂದಷ್ಟು ಸೇರಿಸಿ ಒಂದು ಕಥೆ ಮಾಡಿ ನಿಮ್ಮನ್ನು ನಂಬಿಸಿದ್ದರು. ಆಕೆಯ ಸಂಸಾರ ಅನೇಕ ನೋವನ್ನು ಎದುರಿಸಿದೆ. ಜಾತಿ ವಿಷಯ ಮುಂದಿಟ್ಟು ಅವರ ಮದುವೆಗೆ ತಂದೆ-ತಾಯಿ ಒಪ್ಪದೇ, ಹೋದರು, ನಮ್ಮನ್ನು ತೊರೆದು ಹೋದ ಮಗಳನ್ನು ಶಪಿಸಿದರು, ಆ ಶಾಪ ತಟ್ಟಿಯೇ ಮದುವೆಯಾದ 6 ತಿಂಗಳಿಗೆ ನವದಂಪತಿಗಳು ಅಪಘಾತದಲ್ಲಿ ಬಲಿಯಾದರು ಎಂಬ ಪಾಪಪ್ರಜ್ಞೆ ಅವರನ್ನು ಇಂದು ಕಾಡುತ್ತಿದೆ. ಆ ಕಾರಣಕ್ಕಾಗಿಯೇ ಸಹನಾ ಪ್ರೀತಿ ವಿಷಯ ಬಂದಾಗ ಮೊದಲನೇ ಮಗಳ ವಿಷಯದಲ್ಲಿ ಆದ ತಪ್ಪು ಇವಳಲ್ಲೂ ಆಗಬಾರದೆಂದು ಆ ಮದುವೆಗೆ ಒಂದೂ ಮಾತನಾಡದೆ ಮಗಳ ಸಂತೋಷಕ್ಕಾಗಿ ಒಪ್ಪಿಗೆ ನೀಡಿದ್ದರು, ಆದರೆ ಅವಳೇ ಮೆಚ್ಚಿದ ಗಂಡಿಗೆ ಮದುವೆ ಮಾಡಲು ಮುಂದಾದರೂ ಮನೆಯಿಂದ ಕಣ್ಮರೆಯಾದದ್ದು ಅವರಿಗೆ ಸಹಿಸಲಾಗದ ನೋವುಂಟು ಮಾಡಿದೆ, ಜನರು ತಮ್ಮ ಮಕ್ಕಳ ಬಗೆಗೆ ಆಡಿಕೊಂಡು ನಗುತ್ತಿರುವುದು ತುಂಬಾ ಹಿಂಸೆ ನೀಡಿದೆ, ಆ ಮಗಳು ಹಂಗಾದರೆ, ಈ ಮಗಳ ಗತಿ ಏನಾಯ್ತು ಎಂದು ಅವರು ಸೊರಗಿ ಹೋಗಿದ್ದಾರೆ. ಹಾಗಾಗಿಯೇ ಎಲ್ಲಾ ಸರಿ ಮಾಡಿ ತಾಯಿಯ ಮುಂದೆ ಮಗಳನ್ನು ನಿಲ್ಲಿಸಿ ಸ್ವಲ್ಪವಾದರೂ ನನ್ನ ಪಾಪದ ಹೊರೆ ಕಡಿಮೆ ಮಾಡಿಕೊಳ್ಳುವ ಪ್ರಯತ್ನ ನನ್ನದು ಎಂದನು.

ಇದೆಲ್ಲಾ ಕೇಳಿದ ಅಮಿತ್ ಮುನಿಯಮ್ಮನಿಗೆ ತಲೆ ಸುತ್ತಿದಂತಾಯಿತು, ಒಬ್ಬರ ಜೀವನದಲ್ಲೇ ಆ ವಿಧಿ ಏನೇನು ತಿರುವಿಟ್ಟು ಆಟವಾಡುತ್ತಾನೆ, ಇದೇನವನ ಲೀಲೆ ಎನ್ನುತ್ತಾ ನಡೆದುದನ್ನೆಲ್ಲಾ ನೆನಿಸಿಕೊಂಡು ಅಲ್ಲೇ ಕುಳಿತರು.

ಅಮಿತ್ ಅಮ್ಮನ ಆಗಮನವಾಯ್ತು, ತಾಯಿಯ ಸೂಕ್ಷ್ಮ ಮನಸ್ಸು ಗೊತ್ತಿದ್ದ ಅಮಿತ್, ಅವರನ್ನು ಒಂದು ಕೋಣೆಗೆ ಕರೆದೊಯ್ದು ಸಮಾಧಾನವಾಗಿ ನಡೆದ ದುರಂತವನ್ನು ವಿವರಿಸಿದನು, ಅವರಿಗೆ ಸಹನಾ ತಮ್ಮಲ್ಲಿ ಸುಳ್ಳಾಡಿದನ್ನು ಒಂದೆಡೆ ನಂಬಲಾಗಲಿಲ್ಲ, ಮತ್ತೊಂದೆಡೆ ಆ ಮಗುವಿನ ಜೀವನದಲ್ಲಿ ಈ ಚಿಕ್ಕವಯಸ್ಸಿಗೆ ಏನೆಲ್ಲಾ ನಡೆದು ಹೋಗಿದೆ ಎನ್ನುವುದನ್ನು ಕಲ್ಪಿಸಿಕೊಂಡರೂ ದುಃಖಕ್ಕೆ ಎದೆಭಾರವಾಗಿ ಕಣ್ಣಲ್ಲಿ ನೀರು ಬರಲಾರಂಭಿಸುತ್ತಿತ್ತು, ಅಮಿತ್ ಸಮಾಧಾನ ಮಾಡಿ, ಸಹನಾ ಆರೋಗ್ಯ ಮನಸ್ಥಿತಿ ಸುಧಾರಿಸುವವರೆಗೂ ಮುನಿಯಮ್ಮ ಹಾಗೂ ಮಕ್ಕಳ ಜೊತೆಯಿರು, ತಮ್ಮವರೆಂದೂ ಯಾರಾದರೂ ಇದ್ದರೆ ಅವರಿಗೂ ಸಮಾಧಾನವೆಂದು ಅಮ್ಮನನ್ನು ಒಪ್ಪಿಸಿದನು ಹಾಗೂ ಸಂಜಯ್‌ನನ್ನು ನೋಡಿದರೇ ಕೆರಳುತ್ತಿದ್ದ ಸಹನಾ ಕೋಪ ಮನಸ್ಸಿನಲ್ಲಿಟ್ಟುಕೊಂಡು ಅವನಲ್ಲಿದ್ದರೆ ಇನ್ನೂ ಆಕೆ ಆವೇಶಕ್ಕೆ ಒಳಗಾಗಿ ಅವಳ ಆರೋಗ್ಯ ಹದಗೆಡುತ್ತದೆ ಎಂದು ಅವನನ್ನು ತನ್ನ ಜೊತೆಗೆ ಮನೆಗೆ ಕರೆದುಕೊಂಡು ಹೋದನು. ಆದ ಘಟನೆಯೆಲ್ಲಾ ಸಂಜಯ್‌ನನ್ನೂ ಆಯಾಸ ಗೊಳಿಸಿತ್ತು, ಅವನೂ ನೊಂದು ಎಲ್ಲರ ಕೈಲೂ ಪೆಟ್ಟು ತಿಂದು, ಬಸವಳಿದಿದ್ದನು, ಹಾಗಾಗಿ ಅಮಿತ್ ಸಂಜಯ್‌ಗೆ ವಿಶ್ರಾಂತಿಸಲು ಹೇಳಿ, ಅವನ ಗಾಯಗಳಿಗೆಲ್ಲಾ ಔಷಧಿ ಹಚ್ಚಿ ಚಿಕಿತ್ಸೆ ನೀಡಿದನು.

ಸಹನಾ ಒಂದೆರಡು ದಿನ ಆಸ್ಪತ್ರೆಯಲ್ಲೇ ಇದ್ದಳು. ಅವಳ ಚೆನ್ನೈನ ಇಬ್ಬರೂ ಅಮ್ಮಂದಿರು ಅವಳಿಗೆ ಹಾರೈಕೆ ಮಾಡಿ, ಈ ವಿಷಯದ ಬಗೆಗೆ ಒಂದೂ ಮಾತನಾಡದೆ ಅವಳು ಚೇತರಿಸಿಕೊಳ್ಳಲು ಸಹಕರಿಸಿದರು, ಉಷಾರಾಗಿ ಸಹನಾ ಮನೆಗೆ ಬಂದಳು, ಆದರೆ ಸಂಜಯ್ ವಿಚಾರವಾಗಿ ಏನೂ ಮಾತನಾಡಲು, ಯಾವುದನ್ನೂ ಕೇಳಲು ಅವಳಿಗೆ ಆಸಕ್ತಿಯಿರಲಿಲ್ಲ, ಅದಕ್ಕೆ ಆಸ್ಪದವೂ ಕೊಡಲಿಲ್ಲ. ಮಕ್ಕಳ ಮುಖ ನೋಡಿಕೊಂಡು ಆವೇಶ ಕಡಿಮೆ ಮಾಡಿಕೊಂಡು ಸುಧಾರಿಸಿಕೊಂಡಳು, ಕೆಲಸಕ್ಕೆ ಹೋಗಲು ಪ್ರಾರಂಭಿಸಿದಳು.

ಆದರೆ ಸಹನಾಳನ್ನು ಕರೆದುಕೊಂಡು ಹೋಗಲೆಂದೇ ಬಂದಿದ್ದ ಸಂಜಯ್ ಅವಳಿಲ್ಲದೆ ವಾಪಸ್ ಹೋಗಲು ತಯಾರಿರಲಿಲ್ಲ, ಈ ಬಿಕ್ಕಟ್ಟನ್ನು ಹೇಗೆ ಬಗೆಹರಿಸುವುದು ಎನ್ನುವುದೇ ಸಮಸ್ಯೆಯಿತ್ತು.

ಅವನ ಪರವಾಗಿ ಅಮಿತ್, ಅಮಿತ್ ಅಮ್ಮ ನಡೆದ ಸಂಗತಿಯೆಲ್ಲಾ ಹೇಳಲು ಹೋದರೆ ಸಹನಾ ಯಾವುದನ್ನೂ ಕೇಳಿಸಿಕೊಳ್ಳುತ್ತಿರಲಿಲ್ಲ, ಅವಳಿಗೆ ಅವನು ಆ ಅನಾಹುತಕ್ಕೆ ಕಾರಣ ಎನ್ನುವುದು ಬಿಟ್ಟರೆ ಬೇರೇನು ಗೊತ್ತಿರಲಿಲ್ಲ, ನಾನು ಅವನನ್ನು ಕಾನೂನಿಗೆ ಒಪ್ಪಿಸದೇ ಬಿಟ್ಟಿರುವುದು ಹೆಚ್ಚು, ಸಂತೋಷ್ ತಮ್ಮನೆಂದೂ ಹಾಗೂ ಈಗ ನಾನು ಕೋರ್ಟ್‌ಗೆಲ್ಲಾ ಹೋದರೆ ವಿಷಯ ನಮ್ಮ ಮನೆಯವರಿಗೆಲ್ಲಾ ಮುಟ್ಟಿ ಇನ್ನು ಅನಾಹುತ ಆಗುವುದು, ಈಗಾಗಲೇ ಅವರು ನೊಂದಿರುತ್ತಾರೆ, ನನ್ನ ಜೀವನದಲ್ಲಿ ಹೀಗಾಗಿದೆ ಎಂದರೆ ಅವರ ಹೃದಯ ಹೊಡೆದು ಹೋಗುತ್ತದೆ, ಇವೆಲ್ಲಾ ಮನಸ್ಸಲ್ಲಿಟ್ಟುಕೊಂಡು ಹಾಳಾಗಿ ಹೋಗಲಿ ಎಂದು ಬಿಟ್ಟಿದ್ದೇನೆ. ಅವನ ಬಗೆಗೆ ಮಾತನಾಡುವ ಆಸಕ್ತಿಯಿಲ್ಲ, ಹೇಗೆ ಹಿಂದೆ ಅವನು ನನ್ನ ಜೀವನದಲ್ಲಿ ಇರಲಿಲ್ಲವೋ ಈಗಲೂ ಅಷ್ಟೇ ಎನ್ನುತ್ತಿದ್ದಳು.

ಕಾರಣವಾದರೂ ಗೊತ್ತಾದರೆ ಸರಿ ಹೋಗುವುದು ಎಂದು ಅಮಿತ್‌ಗೆ ಅನಿಸಿದರೂ ಅದನ್ನು ಕೇಳುವ ಸಹನೆ ಸಹನಾಳಿಗಿರಲಿಲ್ಲ. ಏನು ಮಾಡುವುದು ಎಂದು ತೋಚದೆ ಅಮಿತ್ ಇಬ್ಬರು ಹಠಮಾರಿಗಳ ಮಧ್ಯೆ ನಲುಗಿದ.

ಆಗ ಇವರೆಲ್ಲಾ ಸೇರಿ ಒಂದು ಉಪಾಯ ಮಾಡಿದರು, ಇಬ್ಬರು ವ್ಯಕ್ತಿಗಳು ಒಂದೇ ಮನೆಯಲ್ಲಿ ಸದಾ ಇದ್ದರೆ ಏನೇ ಕೋಪವಾದರೂ ಕರಗಿ ಹೋಗುವುದೆಂದು ಆ ಆಲೋಚನೆಯಲ್ಲಿ ಮೊದಲಿಗೆ ಮುನಿಯಮ್ಮ ಹೊರಗೆ ಬರುವಂತೆ ಉಪಾಯ ಮಾಡಿದರು.

ಮುನಿಯಮ್ಮ ಸಹನಾಳ ಬಳಿ ಹೋಗಿ ತನ್ನ ಸ್ವಂತದ ನೆಂಟರಿಗೊಬ್ಬರಿಗೆ ಅಪಘಾತವಾಗಿದೆ. ನಾನು ಅಲ್ಲಿಗೆ ಹೋಗಲೇ ಬೇಕಾದ ಅನಿವಾರ್ಯತೆಯಿದೆ ತಕ್ಷಣ ಹೊರಡಲೇಬೇಕೆಂದು ಹೇಳಿ ಆತುರ ಆತುರವಾಗಿ ಬಟ್ಟೆ ಬರೆ ತೆಗೆದುಕೊಂಡು ಅಲ್ಲಿಂದ ಹೊರಟುಬಿಟ್ಟರು.

ಆ ತಕ್ಷಣಕ್ಕೆ ಸಹನಾಗೆ ಏನು ಮಾಡಲಾಗಲಿಲ್ಲ, ಅಮಿತ್ ಅಮಿತ್ ಅಮ್ಮನೂ ತಾವು ಕೆಲಸದ ಮೇಲೆ ಸೇಲಂಗೆ ಬಂದಿದ್ದೇವೆ, ಅಲ್ಲಿಗೆ ಬರಲು ಸಮಯವಾಗುತ್ತದೆ ಎಂದು ಕರೆ ಮಾಡಿದಾಗ ಹೇಳಿಬಿಟ್ಟರು, ಮನೆಯಲ್ಲಿ ಒಬ್ಬಳೇ ಎಲ್ಲಾ ನೋಡಿಕೊಳ್ಳಲು ಕಷ್ಟವಾಗುತ್ತಿತ್ತು, ಯಾರನ್ನು ವಿಚಾರಿಸಿದರೂ ಯಾರು ಸಹಾಯಕ್ಕೆ ಸಿಗಲಿಲ್ಲ.

ಅದೇ ಸಮಯಕ್ಕೆ ಸಂಜಯ್‌ನ ಗೃಹಪ್ರವೇಶ ಸಹನಾಳ ಮನೆಗಾಯ್ತು, ಅವನನ್ನು ಕಂಡದ್ದೇ ಉರಿದು ಬಿದ್ದು ದುರ್ಗಿ ರೂಪ ತಾಳಿದಳು. ಆದರೆ ಇದೆಲ್ಲಾ ಆಗುವುದೆಂದು ಗೊತ್ತಿದ್ದೇ ಎಲ್ಲಕ್ಕೂ ತಯಾರಾಗಿ ಹೋಗಿದ್ದ ಸಂಜಯ್ ಹೆದರಲಿಲ್ಲ, ತಂತಾನೇ ಮನೆಗೆ ನುಗ್ಗಿದ್ದೇ ಮನೆಯವನಂತೇ ವರ್ತಿಸತೊಡಗಿದ, ಸಹನಾಳ ಕೋಪ ಇನ್ನೂ ಕೆರಳಿತು, ಚೆನ್ನಾಗಿ ಹೊಡೆದಳು, ಬೈದಳು ಆದರೆ ಸಂಜಯ್ ಅಲ್ಲಾಡಲಿಲ್ಲ, ಇದು ನನ್ನ ಮನೆ, ನನ್ನ ಮಕ್ಕಳು ನಾನು ಇಲ್ಲೇ ಇರುತ್ತೇನೆ ಎನ್ನುತ್ತಾ ಅಲ್ಲೇ ಉಳಿದನು. ಇವಳಿಗೆ ಅದು ಸಹಿಸಲಾಗಲಿಲ್ಲ, ಅದು ಸಾಧ್ಯವಿಲ್ಲವೆಂದು ಇವು ನಿನ್ನ ಮಕ್ಕಳಲ್ಲ ನನ್ನವು ಅಷ್ಟೇ ಎಂದೆಲ್ಲಾ ಕಿರುಚಾಡಿದಳು, ಕೊನೆಗೆ ಹೀಗೊಬ್ಬ ಬಂದು ಗಲಾಟೆ ಮಾಡುತ್ತಿದ್ದಾನೆಂದು ಪೋಲಿಸರಿಗೂ ದೂರು ನೀಡಿದಳು, ಪೋಲಿಸರು ಮನೆಗೆ ಬಂದಾಗ ಸಂಜಯ್ ತಾನು ಸಹನಾಳ ಗಂಡ ಎಂದು ಬಿಟ್ಟನು. ಈಕೆ ಕಣ್ಬಿಡುತ್ತಾ ಇಲ್ಲ ಸುಳ್ಳು ಸುಳ್ಳು ಎಂದರೆ ಅವನು ಮದುವೆ ಫೋಟೋ ಎಂದು ಇವರಿಬ್ಬರು ಜೊತೆಗಿದ್ದ ಒಂದು ಫೋಟೋ ತೋರಿಸಿಬಿಟ್ಟನು. ಗಂಡ–ಹೆಂಡತಿ ನಡುವೆ ಪುಟ್ಟ ಜಗಳ ಅದಕ್ಕೆ ನನ್ನನ್ನು ಹೊರಹಾಕಲು ಹೀಗೆಲ್ಲಾ ಮಾಡುತ್ತಿದ್ದಾಳೆ ಎಂದು ಬಿಟ್ಟನು, ಪೋಲಿಸರಿಗೆ ಯಾವುದೇ ಸಾಕ್ಷಿ ಇಲ್ಲದೆ ಅಲ್ಲಿಂದ ಹೊರಟುಬಿಟ್ಟರು, ಸಹನಾ ಇನ್ನೂ ದಾರಿ ಕಾಣದಂತಾದಳು, ಇವನು ತನಗೆ ತನ್ನ ಮಕ್ಕಳಿಗೆ ಏನೋ ಅಪಾಯ ಮಾಡಲೇ ಬಂದಿದ್ದಾನೆ ಎನ್ನತ್ತಾ ಹೆದರಿದಳು, ಅವನ ತಯಾರಿ ಅವಳಿಗೆ ಭಯ ಮೂಡಿಸಿತ್ತು. ತಾನೇ ಬೇರೆ ಕಡೆ ಹೋಗುವೆ ಎಂದು ಹೊರಡಲು ಮುಂದಾದಳು, ಆದರೆ ಇಬ್ಬರು ಮಕ್ಕಳನ್ನು ಒಬ್ಬಳೇ ಎತ್ತಿಕೊಂಡು ಎಲ್ಲಿಗೆ ಹೋಗುವುದು, ಸರಿಯಾದ ಸಮಯಕ್ಕೆ ಎಲ್ಲಾ ಆತ್ಮೀಯರೂ ದೂರಾಗಿದ್ದಾರೆಂದು ದಿಕ್ಕು ತೋಚದೆ ಅಳತೊಡಗಿದಳು.

ಸಂಜಯ್‌ಗೆ ಅವಳ ದುಃಖ ಹಿಂಸೆ ಅರ್ಥವಾದರೂ ಅವಳಿಗೆ ಎಲ್ಲಾ ಕೇಳುವ ಮನಸ್ಥಿತಿ ಬರಬೇಕು, ಎಲ್ಲಾ ತಿಳಿದ ನಂತರ ಅವಳನ್ನು ಅವಳ ಮನೆಗೆ ಸೇರಿಸಬೇಕು, ಅಷ್ಟೇ ಅವನ ಮುಂದಿದ್ದ ಗುರಿ, ಹಾಗಾಗಿ ಅದಾಗುವವರೆಗೂ ಎಲ್ಲಾ ಸಹಿಸಲೇಬೇಕಿತ್ತು.

ಯಾವಾಗ ಇವನು ಹೊರಗೆ ಹೋಗದಂತೆ ಭದ್ರತೆ ಮಾಡಿಕೊಂಡು ಬಂದಿದ್ದಾನೆಂದು ಸಹನಾಳಿಗೆ ತಿಳಿಯಿತೋ ಸಹನಾಳು ಎಚ್ಚೆತ್ತುಕೊಂಡಳು, ಕೆಲಸಕ್ಕೆ ರಜೆಹಾಕಿದಳು, ಮನೆಯಲ್ಲೇ ಇದ್ದು ಮಕ್ಕಳ ಬಳಿ ಅವನು

ಹೋಗದಂತೆ, ತಮಗೇನೂ ಅಪಾಯ ಮಾಡದಂತೆ ನೋಡಿಕೊಳ್ಳಬೇಕು, ಇವನು ಚಾಲಾಕಿ, ಇವನನ್ನು ನನ್ನ ಚುಚ್ಚುಮಾತಿನಿಂದಲೇ ಹಿಂಸಿಸಿ ಹೊರಗೆ ಹಾಕಬೇಕೆಂದು ನಿರ್ಧರಿಸಿದಳು.

24*7 ಎಂಬಂತೆ ಮಕ್ಕಳಿಗೆ ಕಣ್ಗಾವಲಾಗಿರುತ್ತಿದ್ದಳು, ಅವಳ ಆಲೋಚನೆಯಲ್ಲಿ ನಾವು ಬದುಕಿದ್ದರೆ ಎಲ್ಲಿ ಎಂದಾದರೂ ಅವನನ್ನು ಕಾನೂನಿಗೆ ಒಪ್ಪಿಸಿ ಬಿಡುತ್ತೇವೋ ಎಂಬ ಭಯದಲ್ಲಿ ಅವನು ನನ್ನನ್ನು ನನ್ನ ಮಕ್ಕಳನ್ನು ಸಾಯಿಸಲೇ ಏನೋ ಉಪಾಯ ಮಾಡಿಕೊಂಡು ಬಂದಿದ್ದಾನೆ ಎನ್ನುವುದಾಗಿತ್ತು. ಅದಕ್ಕೆ ಅವಕಾಶ ಕೊಡಬಾರದೆಂದು ಸದಾ ಮೈಯೆಲ್ಲಾ ಕಣ್ಣಾಗಿರುತ್ತಿದ್ದಳು.

ಅವನಿಗೆ ಅಡುಗೆ ಮಾಡಿದ್ದರೇ ಏನೂ ಉಳಿಸದೆ ತಿನ್ನುವುದು, ಮನಬಂದಂತೆ ಬೈಯ್ಯುವುದು, ಹೀಯಾಳಿಸಿ ಅವನ ಅಹಂಗೆ ಪೆಟ್ಟಾಗುವಂತೆ ಮಾತನಾಡುವುದು, ತನ್ನ ಕೋಣೆಗೆ ಕಾಲಿಡಲು ಬಿಡದಂತೆ ನೋಡಿಕೊಳ್ಳವುದು, ಮಕ್ಕಳು ಅವನ ಬಳಿ ಹೋಗದಂತೆ ತಡೆಯುವುದು ಇದೆಲ್ಲಾ ಅವನಿಗೆ ಅವಳು ಹಿಂಸೆ ಕೊಡಲು ಮಾಡಿದ ತಂತ್ರಗಳು, ಆದರೆ ಅದನ್ನಾವ್ಯುದನ್ನು ಲೆಕ್ಕಿಸದೆ ಅವಳ ಸಹನೆಗಾಗಿ ಸಂಜಯ್ ಕಾದ.

ಒಂದು ಸಂಜೆ ಹೀಗೆ ಫೋನ್‌ನಲ್ಲಿ ಮಾತನಾಡುತ್ತಾ ಹಾಗೇ ಹೊರಗೆ ಹೋಗಿದ್ದಾಗ ಇವಳು ಒಳಗಡೆಯಿಂದ ಬಾಗಿಲಾಕಿ ಬಿಟ್ಟಳು, ಅವನು ಬಂದು ಎಷ್ಟೇ ಬಾಗಿಲು ಬಡಿದರೂ ತೆಗೆಯಲಿಲ್ಲ, ಅಂದು ರಾತ್ರಿಯೆಲ್ಲಾ ಮಳೆ ಸುರಿದಿತ್ತು, ಈ ಮಳೆ ಚಳಿಗೆ ಹೆದರಿ ನನ್ನ ಸಹವಾಸ ಬೇಡ ಎಂದು ಹೋಗಿರುತ್ತಾನೆ ಎಂದು ಬಾಗಿಲು ತೆರೆದರೆ, ಹಠಮಾರಿ ಸಂಜಯ್ ನಡುಗುತ್ತಾ ಅಲ್ಲೇ ಬಾಗಿಲಲ್ಲೇ ಮಲಗಿದ್ದ, ಭಂಡಜೀವ ಅಂತ ತನ್ನ ಪ್ರಯತ್ನ ವಿಫಲವಾಯ್ತಲ್ಲ ಅಂತ ಇವಳು ಕೈ ಕೈ ಹಿಸುಕಿ ಬಂದಳು, ಅದೇ ಕಾರಣದಿಂದ ಅವನು ಜ್ವರ ಬಂದು ನರಳಾಡಿದ, ವೈದ್ಯೆ ಎನ್ನುವುದನ್ನೂ ಮರೆತು ಸಹನಾ ದ್ವೇಷವನ್ನೇ ಮುಂದಿಟ್ಟುಕೊಂಡು ಸಹನಾ ಅವನ ಕಡೆಗೆ ಗಮನ ಕೊಡಲಿಲ್ಲ. ಆ ಮನೆಯಲ್ಲಿ ಅವನು ಒಂದು ಬೇಡದ ವಸ್ತುವಂತೇ ಇದ್ದ. ಅವನ ಬಗೆಗೆ ಗಮನ ಹರಿಸಲು ಯಾರೂ ಇರಲಿಲ್ಲ, ಪಾಪ ಜ್ವರದಲ್ಲೇ ನರಳಿ ನರಳಿ ಒದ್ದಾಡಿದ, ತಂದೆಯ ನರಳಾಟ ಮಗುವಿಗೆ ಅರ್ಥವಾಯ್ತೇನೋ ಎಂಬಂತೆ ಅವನು

ಜ್ವರದಲ್ಲಿದ್ದಾಗ ಮಗು ತೆವಳುತ್ತಾ ಬಂದು ಅದರಪ್ಪನ ಮೇಲೆ ಕೈಯಿಟ್ಟು ಮುದ್ದು ಮಾಡುತ್ತಿತ್ತು, ಅದನ್ನು ಕಂಡ ಸಹನಾಳಿಗೆ ಇನ್ನೂ ಕೆರಳಿ ಹೋಯ್ತು, ನಾನಷ್ಟು ಪ್ರೀತಿಯಿಂದ ನೋಡಿಕೊಂಡರೂ ಅವರಪ್ಪ ಎಂದು ಮಕ್ಕಳು ಅವನೆಡೆಗೆ ಹೋಗುತ್ತವಲ್ಲಾ ಎಂದು ಮಕ್ಕಳ ಮೇಲೂ ತುಸು ಮುನಿಸಿಕೊಂಡಳು, ಆದರೆ ಮಗು ಸ್ಪರ್ಶ ಸಂಜಯ್‌ಗೆ ಆನೆಬಲ ತುಂಬಿತು, ಜ್ವರದಿಂದ ಚೇತರಿಸಿಕೊಂಡ, ಆದರೆ ಅವನೆಷ್ಟೇ ಪ್ರಯತ್ನ ಪಟ್ಟರೂ ಅವಳು ಮುಖ ಕೊಟ್ಟು ಮಾತಾಡಲು ಮನಸ್ಸು ಮಾಡಲಿಲ್ಲ, ಅವನಿಗೆ ಹೆಜ್ಜೆ ಹೆಜ್ಜೆಗೂ ಸಿಕ್ಕಿದ್ದು ನಿರಾಶೆ, ಹತಾಶೆ, ಅವಮಾನ, ನೋವು, ಆದರೆ ಮರಳಿ ಮರಳಿ ಯತ್ನವ ಮಾಡುತ್ತಲೇ ಇದ್ದ, ಎಲ್ಲಾ ಒಂದು ಕಾಗದದಲ್ಲಿ ಬರೆದು ಇಟ್ಟ, ಅವನ ಕಾಗದ ಎಂದು ತಿಳಿದದ್ದೇ ಹರಿದು ಬಿಸಾಡಿದಳು, ಇನ್ನೇಗೆ ಹೇಳುವುದು ಎಂದು ತಿಳಿಯದೇ ಸೋತು ಹೋದ, ಹೀಗೆ ಹಗ್ಗ ಜಗ್ಗಾಟದಲ್ಲಿ ಕೆಲವು ದಿನ ಕಳೆಯಿತು.

ಒಮ್ಮೆ ಸಹನಾ ಸ್ನಾನಕ್ಕೋಗಿದ್ದಾಗ ಮಗು ಶೌಚ ಮಾಡಿ ಬಟ್ಟೆಯೆಲ್ಲಾ ಗಲೀಜಾಗಿ ಜೋರಾಗಿ ಅಳತೊಡಗಿತು, ಸಹನಾ ಆಗ ತಾನೇ ಸ್ನಾನಕ್ಕೋದ್ದರಿಂದ ಸಂಜಯ್ ತಾನೇ ಬಂದು ಮಗುವಿನ ಬಟ್ಟೆ ಬದಲಾಯಿಸಲು ಮುಂದಾದ, ಮಗು ಅಳು ಶಬ್ದ ಕೇಳೇ ಇವಳು ಬೇಗ ಸ್ನಾನ ಮುಗಿಸಿ ಬಂದಳು, ಮಗುವಿನ ಬಟ್ಟೆ ಬದಲಾಯಿಸುತ್ತಿದ್ದ ಸಂಜಯ್‌ನನ್ನು ಕಂಡು ಕೆಂಡಾಮುಂಡಲವಾದಳು. ಹೇ, ಕಾಮುಕ, ನಿನ್ನ ಕಾಮದಾಸೆಗೆ ಮಕ್ಕಳು ಎನ್ನುವ ಭೇದವೂ ಇಲ್ಲವೇ, ನಾನು ಇಲ್ಲದಿದ್ದು ನೋಡಿ... ಥೂ...... ಛೀ.... ಅಂದು ನನ್ನ ಜೊತೆ ಅನ್ಯಾಯ ಮಾಡಿದೆ, ಇಂದು ನಿನ್ನ ಪೌರುಷ, ಮಗುವಿನ ಮೇಲೆ ತೀರಸಲು ಬಂದೆಯಾ?? ನಿನ್ನ ಮುಖ ಕಂಡರೆ ಅಸಹ್ಯ ಆಗುತ್ತದೆ ಎಂದು ಅವನನ್ನು ರೂಂನಿಂದ ಹೊರಗೆ ಹಾಕಿ ಬಾಗಿಲಾಕಿಬಿಟ್ಟಳು.

ಇಷ್ಟು ದಿನ ಅವಳು ಅನ್ನಬಾರದನ್ನೆಲ್ಲಾ ಅಂದಿದ್ದಳು, ಅದನ್ನೆಲ್ಲಾ ಸಂಜಯ್ ಸಹಿಸಿದ್ದ, ಆದರೆ ಇಂದು ಅವಳಾಡಿದ ಮಾತು ಅವನ ಮನಸ್ಸನ್ನು ನೇರವಾಗಿ ನೆಟ್ಟಿತ್ತು, ಅವನಿಗೆ ಸಹಿಸಲಾಗಲಿಲ್ಲ, ಅಲ್ಲೇ ಕುಸಿದು ಬಿದ್ದ, ಅಂದು ಅವನು ಅಸಹ್ಯವಾದ ಕೆಲಸವನ್ನೇ ಮಾಡಿದ್ದ, ಆದರೆ ಇಂದು ತನ್ನ ತಪ್ಪು ತಿದ್ದುಕೊಂಡು ಬದಲಾಗಿದ್ದ, ಇಂದು ಅವಳು ಕಾಮುಕ ಅಂದದ್ದು, ಮಕ್ಕಳೊಡನೆ ತಪ್ಪಾಗಿ ನಡೆದುಕೊಳ್ಳಲು

ಬಂದೆಯಾ ಎಂದದ್ದು, ಅವಳ ಆಲೋಚನೆ, ಅವನ ಬಗೆಯ ಭಾವನೆ, ಅವಳ ದೃಷ್ಟಿಯಲ್ಲಿ ಅವನ ಸ್ಥಾನವನ್ನು ತಿಳಿಸಿತ್ತು, ಇನ್ನು ಅವಳು ಎಲ್ಲಾ ಅರ್ಥ ಮಾಡಿಕೊಂಡು ತನ್ನೊಂದಿಗೆ ಬರುತ್ತಾಳೆಂಬ ನಂಬಿಕೆಯೂ ಅವನಿಂದ ಮರೆಯಾಗತೊಡಗಿತು. ಅಲ್ಲೇ ಅಳುತ್ತಾ ಅಳುತ್ತಾ ತನ್ನ ಬಗ್ಗೆಯೇ ಅಸಹ್ಯ ಪಟ್ಟುಕೊಂಡು ತುಂಬಾ ಕೊರಗಿದ.

ಸಂಜೆಯಾಗಿ ಕತ್ತಲಾಗುತ್ತಾ ಬಂದಿತು, ಸಹನಾ ಕೋಣೆಯಿಂದ ಬಾಗಿಲು ತೆಗೆದು ಬಂದಿದ್ದಳು. ಇವನು ಸೋಫಾ ಮೇಲೆ ಕುಳಿತು, ತನ್ನ ಬಳಿಯಿದ್ದ ಮೊಬೈಲ್‌ನಲ್ಲಿ ಸೆರೆಯಾಗಿದ್ದ ಮಕ್ಕಳ, ಸಹನಾಳ ಫೋಟೋ ಎಲ್ಲಾ ಒಂದೊಂದಾಗಿ ನೋಡುತ್ತಾ ಕಣ್ಣೀರಿಡುತ್ತಿದ್ದ, ಒಂದಾದ ಮೇಲೆ ಒಂದಂತೆ ಬರುತ್ತಿದ್ದ ಫೋಟೋದಲ್ಲಿ ಅವನು ಸಹನಾ ತಂದೆ–ತಾಯಿಯೊಂದಿಗಿದ್ದ ಫೋಟೋ ಬಂತು, ಅದು ಬಂದದ್ದೇ ಅವನು ನನ್ನ ಕೈಯನ್ನು ಅಲ್ಲಿಗೆ ನಿಲ್ಲಿಸಿದ, ಅದನ್ನು ನೋಡಿ ಅಮ್ಮಾ, ನನ್ನನ್ನು ಕ್ಷಮಿಸಿ, ನಾನು ನಿಮಗೆ ಕೊಟ್ಟ ಮಾತು ನೆರವೇರಿಸಲಾಗುತ್ತಿಲ್ಲ, ಅದು ಅಸಾಧ್ಯವಾದ ಮಾತಾಗಿದೆ, ನಾನೆಷ್ಟೇ ಪ್ರಯತ್ನಿಸಿದರೂ, ನಿಮ್ಮ ಮಗಳು ನನ್ನ ಮಾತು ಕೇಳಲು ತಯಾರಿಲ್ಲ, ಅದೂ ಸರಿಯೇ ನಾನು ಮಾಡಿದ ತಪ್ಪು ಅಂತಹುದೇ, ಆದರೆ ಆಗ ನಾನು ಮೃಗ, ತಪ್ಪು–ಸರಿ ಅರಿಯದ ಮೃಗ, ಅವರಿಂದಲೇ ನಾನು ಬದಲಾದೆ, ಆದರೆ ಆ ಬದಲಾವಣೆ ನಿಮ್ಮ ಮಗಳಿಗೆ ಕಾಣಿಸುತ್ತಿಲ್ಲ, ಅವರ ಪ್ರಕಾರ ನಾನೊಬ್ಬ ಪಾಪಿ, ಕ್ರೂರಿ, ಕಾಮುಕ, ನಾನೇನೋ ಮಾಡಲು ಬಂದಿರುವೆ ಎಂದೇ ಇನ್ನೂ ಅನುಮಾನ, ಅವರಿಗೆ ನನ್ನ ಪಶ್ಚಾತ್ತಾಪದ ಕಣ್ಣೀರು ತಲುಪಿಲ್ಲ, ನಾನೊಬ್ಬ ನಾಟಕ ಆಡುವ ನಟನಂತೆ ಅವರ ಕಲ್ಪನೆ, ನನಗೆ ಮಕ್ಕಳೆಂದರೆ ಪ್ರಾಣ, ಅವು ನನ್ನ ಮಕ್ಕಳು ಎಂದು ತಿಳಿದೊಡನೇ ನಾನು ಎಷ್ಟು ಖುಷಿ ಪಟ್ಟಿರುವೆ, ನನ್ನ ಮಕ್ಕಳ ಉಳಿವಿಗಾಗಿ ನಿಮ್ಮ ಮಗಳ ತ್ಯಾಗ ನನಗೆ ಅವರ ಬಗೆಗೆ ಪೂಜನೀಯ ಭಾವನೆ ತಂದಿದೆ, ಆದರೆ ಇದ್ಯಾವುದೂ ಅವರಿಗೆ ಅರ್ಥವಾಗಿಲ್ಲ, ಅರ್ಥವಾಗುವುದು ಎಂಬ ನಂಬಿಕೆಯೂ ಇಲ್ಲ, ನಿಮಗೆ ಕೊಟ್ಟ ಮಾತು ನೆರವೇರಿಸಲಾಗದೆ ಬರಿಗೈಲಿ ನಾನು ವಾಪಸ್ಸಾಗುತ್ತಿರುವೆ, ನನ್ನನ್ನು ಕ್ಷಮಿಸಿ, ಅವರಿಗೆ ನನ್ನ ಬಗೆಗೆ ಇರುವ ಭಾವನೆ ತಿಳಿದ ಮೇಲೂ ಇಲ್ಲೇ ಇದ್ದು ಅವರಿಗೆ ಇನ್ನು ಹೆಚ್ಚು ಹಿಂಸೆ ನೀಡಲಾರೆ, ಅವರು ನನ್ನ ಮಕ್ಕಳನ್ನು ಚೆನ್ನಾಗಿ ನೋಡಿಕೊಳ್ಳುತ್ತಾರೆ,

ಆ ನಂಬಿಕೆ ನನಗಿದೆ, ಅವರು ಎಲ್ಲಿಯಾದರೂ ಚೆನ್ನಾಗಿರಲಿ, ನಾನಿನ್ನು ಅವರ ಖುಷಿಗೆ ಅಡ್ಡವಾಗಲಾರೆ, ನಾನು ನಿಮಗೆ ಮಗನಾಗೇ ಇದ್ದು ಬಿಡುತ್ತೇನೆ ಎಂದು ಬಿಕ್ಕಿ ಬಿಕ್ಕಿ ಕಣ್ಣೀರಿಟ್ಟನು.

ಅವನ ಮಾತು ಕೇಳಿ ಸಹನಾ ಅಲ್ಲೇ ಕುಸಿದು ಬಿಟ್ಟಳು, ಆ ಸದ್ದಿಗೆ ಸಂಜಯ್ ತಿರುಗಿ ನೋಡಿದ, ಸಹನಾ ಏಕೆ ಹೀಗೆಲ್ಲಾ ಮಾಡುತ್ತಿರುವೆ, ಏಕೀಗೆ ಹಿಂಸಿಸುತ್ತಿರುವೆ, ಆಗ ಅನಾಮಿಕನಾಗಿ ಬಂದೆ, ಅನಾಹುತ ಮಾಡಿ ಕಣ್ಮರೆಯಾದೆ, ನಿನ್ನರಿಸಿ ಅಲೆಯುವಂತೆ ಮಾಡಿದೆ, ಎಲ್ಲಾ ಮರೆತು ಇಲ್ಲೊಂದು ಬದುಕು ಕಟ್ಟಿಕೊಳ್ಳಲು ಬಂದೆ, ಹಾಗೇ ಇದ್ದೆ, ಮತ್ತೆ ನೀನು ಬಂದೆ, ಬಿರುಗಾಳಿಯನ್ನೇ ಎಬ್ಬಿಸಿದೆ, ಯಾಕೀಗೆ ಮಾಡುತ್ತಿರುವೆ, ಯಾಕೀಗೆ ನನ್ನನೇ ಕಾಡುತ್ತಿರುವೆ ಎಲ್ಲಾ ನನಗೇ ಯಾಕೀಗಾಗ್ತಿದೆ ಎಂದು ಗೋಳಾಡಿದಳು.

ಸಂಜಯ್‌ಗೆ ಏನು ಹೇಳಬೇಕೋ ಗೊತ್ತಾಗಲಿಲ್ಲ, ಇಲ್ಲ... ಇಲ್ಲ... ಇನ್ನೇನು ಇಲ್ಲ... ನೀವು ಆರಮಾಗಿರಿ, ನಾನು ನಿಮಗೆ ಹಿಂಸೆ ನೀಡಲ್ಲ, ನೀವು ನನ್ನ ಅಲ್ಲ ಅಲ್ಲ ನಿಮ್ಮ ಮಕ್ಕಳೊಂದಿಗೆ ಆರಾಮಾಗಿರಿ ಎಂದು ಹೊರಡಲು ಮುಂದಾದ.

ಸಹನಾ ಎಲ್ಲಿಗೆ ಹೊರಟೆ, ಈವಾಗ ಹೊರಟೇನು ಪ್ರಯೋಜನ ನಿಲ್ಲು ಎಂದಳು, ಅವಳ ಮಾತಿಗೆ ಸಂಜಯ್ ಆಶ್ಚರ್ಯವಾಗಿ ನಿಂತ, ಮತ್ತೆ ತಿರುಗಿ ನೋಡಿದ, ಅವಳ ಕಣ್ಣಿಟ್ಟು ನೋಡಿದ, ಅವನಿಗೆ ಎಲ್ಲಾ ಹೇಳಬೇಕೆನಿಸಿತು, ಅದು ಅದೂ ಏನಾಯ್ತುಂದೆರೆ ಅಂದ, ಸಹನಾ ಅಲ್ಲಿಗೆ ನಿಲ್ಲಿಸಿದಳು. ಅಮಿತ್‌ನಿಂದ ವಿಷಯ ಡಾ॥ಪರಮೇಲುಗೆ ತಿಳಿದು, ಆ ವಿಷಯವಿಂದು ಸಹನಾಳ ಕಿವಿಸೇರಿತ್ತು, ಯಾರೋ ಮಾಡಿದ್ದ ಕುತಂತ್ರದಲ್ಲಿ ತಾನು ಸಂಜಯ್ ಬಲಿಯಾಗಿರುವುದು ತಿಳಿದಿತ್ತು, ಎಲ್ಲವನ್ನೂ ಪರಮೇಲು ಸವಿವರವಾಗಿ ಹೇಳಿದ್ದಳು, ನಂತರ ಫೋಟೋ ನೋಡಿ ಕಣ್ಣೀರಿಡುತ್ತಿದ್ದ ಸಂಜಯ್‌ನ ಕಣ್ಣೀರು ಕಂಡ ಮೇಲೆ ಅವನ ಬಗೆಗೆ ಇನ್ಯಾವ ಅನುಮಾನ ಬೇಸರ ಉಳಿದಿರಲಿಲ್ಲ, ತಾನು ಕೊಟ್ಟ ಎಲ್ಲಾ ಹಿಂಸೆಗಳನ್ನು ಸಹಿಸಿ ತನ್ನ ಅಮ್ಮನಿಗೆ ಕೊಟ್ಟ ಮಾತಿಗಾಗಿ ನನಗಾಗಿ ಕಾದಿರುವನೆಂದು ಅರಿವಾಗಿತ್ತು. ಒಳಗೆ ಹೋದವಳೇ ಮಕ್ಕಳನ್ನು ತಂದಳು, ಅವನ್ನು ಸಂಜಯ್ ಕೈಲಿ ಕೊಟ್ಟು ನಿನ್ನ ಮಕ್ಕಳು ಅಪ್ಪಾ ಬೇಕೆಂದು ನನ್ನನ್ನು ಹಿಂಸಿಸುತ್ತಿವೆ, ತಗೋ ನೀನೇ ನೋಡಿಕೋ ಎಂದಳು, ಸಂಜಯ್‌ಗೆ ನಂಬಲೇ ಆಗಲಿಲ್ಲ,

ಆಶ್ಚರ್ಯವಾಗಿ ನೋಡಿದ, ನನಗೆಲ್ಲಾ ಗೊತ್ತಾಯ್ತು, ಪರಮೇಲು ಎಲ್ಲಾ ಹೇಳಿದಳು, ನನಗೆ ವಿಷಯವೆಲ್ಲಾ ಹೇಳಲು ಮುನಿಯಮ್ಮ ಅಮಿತ್ ಅವರಮ್ಮ ಎಲ್ಲಾ ಎಷ್ಟೇ ಪ್ರಯತ್ನಿಸಿದರೂ ನಾನೇ ಕೇಳುವ ಸಹನೆ ತೋರಲಿಲ್ಲ, ನಿನ್ನನ್ನು ದ್ವೇಷಿಸಿಬಿಟ್ಟೆ, ಅವರಿಗೂ ನೋವುಕೊಟ್ಟೆ, ಆಗಲೇ ಕೇಳಿದ್ದರೆ ನಿನಗೆ ಈ ರೀತಿ ಚಿತ್ರಹಿಂಸೆ ನೀಡುತ್ತಿರಲಿಲ್ಲ, ನೀನು ನನ್ನಂತೇ ಯಾರದೋ ಮೋಸಕ್ಕೆ ಬಲಿಯಾಗಿರುವೆ, ಹೋಗಲಿ ಬಿಡು, ಎಲ್ಲಾ ವಿಧಿಯ ಲೀಲೆ, ನನ್ನ ತಂದೆ–ತಾಯಿಯನ್ನು ನಾನು ಬಂದ ಮೇಲೆ ಮಗನಂತೆ ನೋಡಿಕೊಂಡಿರುವೆ, ನಿನ್ನನ್ನು ವಂದಿಸುವ ಬದಲು ಚಿತ್ರಹಿಂಸೆ ಕೊಟ್ಟೆ, ಅನ್ನಬಾರದ ಮಾತನಾಡಿದೆ, ನನ್ನ ಆದರ್ಶಕ್ಕಾಗಿ ನನ್ನ ತಂದೆ–ತಾಯಿಯನ್ನು ನೋಯಿಸಿ ನಾನು ಬಂದೆ, ಆದರೆ ತಪ್ಪು ಮಾಡಿದ್ದರೂ ಅವರ ಜೊತೆಗೆ ಆಸರೆಯಾಗಿ ನಿಂತು ಅವರನ್ನು ರಕ್ಷಿಸಿರುವೆ, ನನ್ನನ್ನು ಕ್ಷಮಿಸು ಎಂದು ಕಣ್ಣೀರಿಟ್ಟಳು.

ಸಂಜಯ್ ಅಯ್ಯೋ ರಾಮ, ನಾನು ನಿಮ್ಮನ್ನು ಕ್ಷಮಿಸುವುದಾ, ತಪ್ಪು ತಪ್ಪು, ತಪ್ಪು ಮಾಡಿರುವುದು ನಾನು, ಎಂದೂ ಕ್ಷಮಿಸಲಾಗದ ತಪ್ಪು, ಸಾಧ್ಯವಾದರೆ ನೀವು ನನ್ನನ್ನು ಕ್ಷಮಿಸಿ ಎಂದು ಆನಂದ ಭಾಷ್ಪದೊಡನೆಯೇ ಅವಳ ಕಾಲಿಗೆ ಬೀಳಲು ಮುಂದಾದನು, ಸಹನಾ ಅಲ್ಲಿಗೆ ನಿಲ್ಲಿಸಿದಳು, ಯಾರಿಂದಲೋ ತಪ್ಪಾಗಿ ಅದು ನಮ್ಮಿಂದ ತಪ್ಪು ಮಾಡಿಸಿ ಎಲ್ಲಾ ತಪ್ಪು ತಪ್ಪಾಗಿ ಹೋಗಿದೆ, ನಡೆದದೆಲ್ಲಾ ನೋಡಿದರೆ ಇಲ್ಲಿ ಯಾರದು ತಪ್ಪೆಂದೇ ಗೊತ್ತಾಗಲ್ಲ, ಎಲ್ಲಾ ತಪ್ಪುಗಳು ಸರಿಯಾಗುವ ಸಮಯವಾಗಿದೆ, ಎಲ್ಲವನ್ನೂ ಮರೆಯೋಣ, ಎಲ್ಲವನ್ನೂ ಸರಿಮಾಡೋಣ ಎಂದು ಭರವಸೆಯ ಮಾತನ್ನಾಡಿದಳು, ಅಲ್ಲಿಗೆ ಸಂಜಯ್ ತನ್ನ ಯುದ್ಧದಲ್ಲಿ ಗೆದ್ದಿದ್ದ, ಸಹನಾ ಮನಸ್ಸಲ್ಲಿ ಕಾಮುಕನೆಂದಿದ್ದ ಸಂಜಯ್ ಬದಲಾಗಿದ್ದ ಸಂಜಯ್ ಎನ್ನವುದನ್ನು ಅರ್ಥ ಮಾಡಿಸುವಲ್ಲಿ ಗೆದ್ದಿದ್ದ, ಇಬ್ಬರೂ ಹಾಗೇ ಮಾತನಾಡುತ್ತಾ ಕುಳಿತರು.

ಮರುದಿನ ಬೆಳಗಾಗುವುದರೊಳಗೆ ಅಮಿತ್ ಮುನಿಯಮ್ಮ ಅಮಿತ್ ಅವರ ಅಮ್ಮ ಎಲ್ಲಾ ಸಹನಾ ಮನೆಗೆ ಬಂದರು, ಸಹನಾ ಬಾಗಿಲು ತೆಗೆದು ಏನಿದು ಎಲ್ಲಾ ಒಟ್ಟಿಗೆ ಬಂದಿರಿ, ಎಲ್ಲಿ ಹೋಗಿದ್ದಿರಿ ಎಂದು ಪ್ರಶ್ನೆಗಳನ್ನು ಕೇಳತೊಡಗಿದಳು, ಅಮಿತ್ ಅವರ ಅಮ್ಮ ಎಲ್ಲಾ

ಬಾಗಿಲಲ್ಲೇ ಹೇಳಬೇಕಾ ಒಳಗೆ ಬರಬಹುದಾ ಎಂದು ನಕ್ಕರು, ಅಮಿತ್ ಬಂದವನೇ ಸಂಜಯ್‌ನನ್ನು ಅಪ್ಪಿದನು. ಕೊನೆಗೂ ನೀವು 'ಸವಾಲುಗಳ, ಸೋಲಿಲ್ಲದ ಸರದಾರ' ಎಂದು ನಿರೂಪಿಸಿ ಬಿಟ್ಟಿರಿ, ಕೊನೆಗೂ ಸಹನಾ ಮನಗೆಲ್ಲುವ ಸವಾಲನ್ನು ಸಮರ್ಥವಾಗಿ ಎದುರಿಸಿ ಗೆದ್ದು ಬಿಟ್ಟಿರಿ ಎಂದು ಹೊಗಳತೊಡಗಿದನು.

ಮುನಿಯಮ್ಮ ತಾವೆಲ್ಲಾ ಸೇರಿ ಮಾಡಿದ ಉಪಾಯವನ್ನು ಸಹನಾಗೆ ಹೇಳಿ ನಗತೊಡಗಿದರು. ಪರಮೇಲು ಅವರು ಅಮಿತ್ ಅವರಿಗೆ ನೀವಿಬ್ಬರು ಒಂದಾದ ವಿಷಯ ಹೇಳಿದರು, ಅದಕ್ಕೇ ಖುಷಿಯಾಗಿ ನಿಮ್ಮನ್ನು ನೋಡಲು ಬಂದೆವು, ಹೌದು, ಮಕ್ಕಳೆಲ್ಲಿ, ನಾನಂತೂ ಅವಿಲ್ಲದೆ ಬೇಸರಗೊಂಡಿದ್ದೇನೆ ಎನ್ನುತ್ತಾ ಮಕ್ಕಳಲ್ಲಿಗೆ ಓಡಿಹೋದರು. ಸಹನಾ ಆನಂದಭಾಷ್ಪ ಸುರಿಸಿ ಅಂದು ಏನೂ ದಾರಿಯಿಲ್ಲದೆ ಕತ್ತಲಲ್ಲಿ ಇದ್ದಾಗ ನನ್ನೊಂದಿಗೆ ಜೊತೆಯಾಗಿ ನನಗೆ ಬೆಳಕಿನಡೆಗೆ ದಾರಿ ತೋರಿದಿರಿ, ಇಂದು ಸತ್ಯ ತಿಳಿಯದೇ ಕತ್ತಲಲ್ಲಿದ್ದಾಗಲೂ ತಪ್ಪು ಮಾಡಲು ಮುಂದಾದಗಲೂ ನೀವೇ ಸತ್ಯ ತಿಳಿಯಲು ಬೆಳಕು ನೀಡಿ ಮತ್ತೆ ನನ್ನ ಬಾಳಿಗೆ ಬೆಳಕಾದಿರಿ, ಸದಾ ನನ್ನ ಸಹಾಯಕ್ಕೆ ನಿಂತಿರುವ ನಿಮ್ಮಗಳ ಋಣ ಹೇಗೆ ತೀರಿಸಲಿ ಎಂದು ಕೈಮುಗಿದಳು, ಅದೇ ಮಾತನ್ನು ಸಂಜಯ್ ಕೂಡ ಹೇಳಿದ, ಸಹನಾಗೆ ತನಗೆ ಸಹಕರಿಸಿದ್ದಕ್ಕೆ ವಂದಿಸಿದ, ಇವರು ತಾಯಿ–ಮಕ್ಕಳಿಗೇನು ಋಣ, ನಾವು ಸದಾ ನಿನ್ನನ್ನು ಮಗಳೆಂದೇ ಕಂಡದ್ದು, ಈಗ ಕದಡಿದ್ದ ಮಗಳ ಜೀವನ ಸರಿಹೋಗಿ ಒಂದು ಹಂತಕ್ಕೆ ಬಂದು ನಿಂತಿದೆ, ಅದಕ್ಕಿಂತ ಖುಷಿ ಬೇಕಾ ಎಂದು ಖುಷಿಯಿಂದ ಮಾತನಾಡಿದರು. ಮುನಿಯಮ್ಮ ಇನ್ನು ತಡಮಾಡ ಬೇಡಿ, ಮೊದಲು ನಿಮ್ಮ ಮನೆಗೆ ಹೋಗಿ, ನಿಮ್ಮ ದಾರಿ ಕಾಯುತ್ತಿರುವ ನಿಮ್ಮ ತಂದೆ–ತಾಯಿಯನ್ನು ಕಾಣಬೇಕು, ಹೊರಡಿ ಎಂದರು, ಅಮಿತ್ ಅವರ ಅಮ್ಮ ಬರೀ ನೀವೇಕೆ ಎಲ್ಲಾ ಹೋಗೋಣ, ಅವರ ತಂದೆ–ತಾಯಿಯನ್ನು ನಾವು ಎಲ್ಲರೂ ಭೇಟಿ ಮಾಡೋಣ ಎಂದರು. ಅಮಿತ್‌ಗೂ ಅದು ಸರಿ ಎನಿಸಿತು, ಮಕ್ಕಳೊಂದಿಗೆ ಎಲ್ಲರೂ ಕರ್ನಾಟಕಕ್ಕೆ ಬಂದರು.

ಮಗಳನ್ನು ಕಂಡದ್ದೇ ಸಹನಾ ತಾಯಿ ಭಾವುಕರಾದರು ಕಣ್ಣೀರಿಟ್ಟರು. ಸಹನಾಳು ಮನೆಗೆ ಬಂದದ್ದು ತಾಯಿಯನ್ನು ಕಂಡದ್ದು ಇವಳನ್ನೂ ಭಾವುಕಳನ್ನಾಗಿ ಮಾಡಿತು. ಬಹಳ ದಿನದ ನಂತರ ತಾಯಿ–ಮಗಳ

ಸಮ್ಮಿಲನವಾಗಿತ್ತು, ಇಬ್ಬರೂ ಮಾತನಾಡಲು ಒಳಗೆ ಹೋದರು, ಸಹನಾ ನಡೆದ ಎಲ್ಲವನ್ನು ತಾಯಿಗೆ ಹೇಳಿದಳು. ತಾಯಿ ಹೃದಯಕ್ಕೆ ಮಗಳಿಗಾದ ಅನ್ಯಾಯ ಅವಳ ಜೀವನದಲ್ಲಾದ ಘಟನೆಗಳು ಆಘಾತವುಂಟುಮಾಡಿತು.

ತಾಯಿ-ಮಗಳು ಕೋಣೆಯಲ್ಲಿ ಮಾತನಾಡುತ್ತಿದ್ದರೆ ಉಳಿದವರೆಲ್ಲಾ ಕುಳಿತು ಮಕ್ಕಳೊಂದಿಗೆ ಸುಧಾರಿಸಿ ಕೊಳ್ಳುತ್ತಿದ್ದರು, ಸಹನಾ ತಾಯಿ ಕೋಣೆಯಿಂದ ಹೊರಬಂದರು, ಅವರನ್ನು ಕಂಡದ್ದೇ ಸಂಜಯ್ ತಲೆ ತಗ್ಗಿಸಿ ಅವರೆದುರು ಎದ್ದುನಿಂತ, ಅವಳಮ್ಮ ಮಗನಂತೆ ನಮಗ್ಯಾರೂ ಇಲ್ಲದ ಸಮಯದಲ್ಲಿ ನಮ್ಮನ್ನು ನೋಡಿಕೊಂಡೆ, ಆದ ನೋವು ಮರೆಸಲು ಪ್ರಯತ್ನಿಸಿದೆ, ನಮ್ಮ ಮಗಳನ್ನು ಹುಡುಕಿ ತರುವೆಯೆಂದು ಭರವಸೆ ನೀಡಿ ನಮ್ಮೊಂದಿಗೇ ಇದ್ದು ನಮ್ಮ ಕಷ್ಟಗಳಿಗೆ ಜೊತೆಯಾದೆ, ಆದರೆ ಇವೆಲ್ಲಾ ಕಷ್ಟ ನೋವಿಗೂ ನೀನೇ ಕಾರಣ ಎನ್ನುವುದು ನಂಬಲಾಗುತ್ತಿಲ್ಲಪ್ಪ, ನನ್ನ ಮಗಳ ಜೀವನದೊಂದಿಗೆ ಚೆಲ್ಲಾಟವಾಡಿ ನಮ್ಮನ್ನು ಅವಳನ್ನು ದುಃಖದ ಕೂಪಕ್ಕೆ ದೂಕಿದೆ, ಅದನ್ನೆಲ್ಲಾ ನೆನಸಿಕೊಂಡರೆ ನಿನ್ನನ್ನು ಇಲ್ಲೇ ಕತ್ತರಿಸಬೇಕೆಂಬ ಕೋಪ ಬರುತ್ತಿದೆ, ಆದರೆ ಶಿಕ್ಷಿಸಬೇಕಾದ ನನ್ನ ಮಗಳೇ ನಿನ್ನನ್ನು ಕ್ಷಮಿಸಿರುವಾಗ, ನಿನ್ನಿಂದಾದ ತಪ್ಪಿಗೆ ನೀನೇ ಪಶ್ಚಾತ್ತಾಪ ಪಟ್ಟು ತಿದ್ದುಕೊಂಡಿರುವಾಗ ನಿನಗೊಂದು ಅವಕಾಶ ನೀಡದಿದ್ದರೆ ಮತ್ತೆ ನಮ್ಮಿಂದ ತಪ್ಪಾಗಿಬಿಡುತ್ತದೆ, ಅದೊಂದೇ ಕಾರಣಕ್ಕೆ ನಾನು ನಿನ್ನನ್ನು ಶಿಕ್ಷಿಸದೇ ಸುಮ್ಮನೆ ಬಿಡುತ್ತಿರುವೆ, ಆದರೆ ನಿನ್ನಿಂದಾಗಿ ಈಗಾಗಲೇ ನನ್ನ ಮಗಳು ಕಣ್ಣೀರಲ್ಲಿ ಕೈತೊಳೆದು ಬಿಟ್ಟಿದ್ದಾಳೆ, ಇನ್ನು ಮುಂದೆಯಾದರೂ ಮತ್ತೆ ಹಳೇ ದಾರಿ ತುಳಿಯದೆ, ನನ್ನ ಮಗಳಲ್ಲಿ ಒಂದು ಹನಿ ಕಣ್ಣೀರು ಬರದಂತೆ ನೋಡಿಕೊಳ್ಳುವೆ ಎಂಬ ನಂಬಿಕೆಯಲ್ಲಿ ನನ್ನ ಮಗಳನ್ನು ನಿನ್ನ ಕೈಗೊಪ್ಪಿಸುತ್ತಿರುವೆ, ನನ್ನ ನಂಬಿಕೆಗೆ ಮೋಸ ಮಾಡುವುದಿಲ್ಲ ಎಂಬ ವಿಶ್ವಾಸದಲ್ಲೇ ಈ ನಿರ್ಧಾರಕ್ಕೆ ಬಂದಿರುವೆ, ಮುಂದೆ ಏನು ಮಾಡುವೆ, ಹೇಗೆ ನಡೆದುಕೊಳ್ಳುವೆ ನೀನೇ ನಿರ್ಧರಿಸಿಕೋ ಎಂದು ಮಗಳ ಕೈಯನ್ನು ಸಂಜಯ್ ಕೈಗೆ ಇಟ್ಟರು, ಸಂಜಯ್ ಮತ್ತೊಮ್ಮೆ ಅವರ ಕಾಲಿಗೆ ಬಿದ್ದು ಕ್ಷಮೆಯಾಚಿಸಿದ, ಇಬ್ಬರೂ ಹೋಗಿ ಸಹನಾ ತಂದೆಯನ್ನು ಕಂಡು ಆಶೀರ್ವಾದ ಪಡೆದರು.

ಅಮಿತ್ ಅಮ್ಮ, ಮುನಿಯಮ್ಮ ತಮ್ಮ ಪರಿಚಯ ಮಾಡಿಕೊಂಡು ಅವರ ಮೊಮ್ಮಕ್ಕಳನ್ನು ಅಜ್ಜಿ-ತಾತನಿಗೆ ಕೊಟ್ಟರು, ಮಕ್ಕಳನ್ನು ಕಂಡದ್ದೇ

ಇವರಿಬ್ಬರಿಗೂ ವರುಷದ ದುಃಖವೆಲ್ಲಾ ಮರೆಯಾಗಿ ಹೋಯ್ತು, ಮುನಿಯಮ್ಮ ಎಲ್ಲಾ ಸುಖಾಂತ್ಯ ಕಂಡಿತು, ಎಲ್ಲಾ ತಿಮ್ಮಪ್ಪನ ದಯೆಯೆಂದು ಕೈಮುಗಿದರು. ಅಮಿತ್ ಅಮ್ಮ, ಎಲ್ಲಾ ಮುಗಿದಿಲ್ಲ ಇನ್ನೂ ಒಂದು ಕೆಲಸ ಬಾಕಿಯಿದೆ, ಸಂಜಯ್-ಸಹನಾ ಎಲ್ಲರ ಆಶೀರ್ವಾದದೊಂದಿಗೆ ದಂಪತಿಗಳಾಗಬೇಕು; ಆಗಲೇ ಇದಕ್ಕೊಂದು ಸುಖಾಂತ್ಯ ಎಂದರು, ಮುನಿಯಮ್ಮ ಹಾ... ಹಾ... ಹೌದು ಅದೇನು ಈಗಲೇ ಎಲ್ಲಾ ಸಿದ್ಧತೆ ಮಾಡಿದರಾಯ್ತು ಎಂದರು, ಸಹನಾ ಅಮ್ಮ ಸಂಜಯ್ ತಂದೆ-ತಾಯಿಯೊಂದಿಗೆ ಮಾತನಾಡಿ ಈ ಬಗೆಗೆ ನಿರ್ಧಾರ ಮಾಡಿದರಾಯ್ತು ಎಂದರು. ಅಮಿತ್ ಅದು ಸರಿ, ಆದರೆ ನನಗೊಂದು ಆಲೋಚನೆ ಬಂದಿದೆ, ಇನ್ನೇನು ಕೆಲವು ತಿಂಗಳಲ್ಲಿ ಮಕ್ಕಳ ಹುಟ್ಟು-ಹಬ್ಬವಿದೆ, ಅವಕ್ಕೆ ನಾವಿನ್ನು ನಾಮಕರಣವೂ ಮಾಡಿಲ್ಲ, ನಾವೇಕೆ ಅಂದೇ ನಾಮಕಾರಣ ಮದುವೆ ಶಾಸ್ತ್ರ ಒಟ್ಟಿಗೆ ಮಾಡಿಮುಗಿಸಬಾರದು ಎಂದನು, ಆ ಯೋಚನೆ ಎಲ್ಲರಿಗೂ ಸರಿಯೆನಿಸಿತು, ಸರಿ ಹಾಗೇ ಮಾಡೋಣ ಅಷ್ಟರಲ್ಲಿ ಸಹನಾ ಚೆನ್ನೈನ ಎಲ್ಲಾ ಕೆಲಸ ಮುಗಿಸಿ ಇಲ್ಲಿಗೆ ಬರಲೂ ಸರಿಹೋಗುವುದು ಎಂದರು ಸಹನಾ ಅಪ್ಪ.

ಅವರ ಮಾತು ಕೇಳಿದ್ದೇ ಅಮಿತ್, ಅಮಿತ್ ಅಮ್ಮ, ಮುನಿಯಮ್ಮನ ಮುಖದಲ್ಲಿ ಬೇಸರ ಮೂಡಿತು, ಅವರಿಗೆ ಸಹನಾ ಮಕ್ಕಳು ಜೀವನದ ಭಾಗವಾಗಿದ್ದರು, ಅವರು ಇಲ್ಲಿಗೆ ಬಂದುಬಿಡ್ತಾರಾ ಎನ್ನುವ ಪ್ರಶ್ನೆ ಕಾಡಿತು, ಮುನಿಯಮ್ಮ ಇಲ್ಲ, ಇಲ್ಲ ಸಹನಮ್ಮ ಇಲ್ಲಿಗೆ ಬರೋದಾ, ಇಲ್ಲ ಅವರು ಅಲ್ಲೇ ಇರುತ್ತಾರೆ ಎಂದರು. ಸಹನಾ ಅಮ್ಮ, ನೀವು ನಮ್ಮ ಮಗಳ ಮೇಲಿಟ್ಟಿರುವ ಅಭಿಮಾನಕ್ಕೆ ನಾವು ಋಣಿ, ಆದರೆ ನಮಗೂ ಮಗಳೊಂದಿಗೆ ಇರುವ ಆಸೆ ಅಲ್ಲದೇ ಸಂಜಯ್ ಕೆಲಸವಿಲ್ಲಿಯೇ ಇದೆ, ಹಾಗಾಗಿ ಅವಳು ಇಲ್ಲಿ ಬರಲೇಬೇಕೆಂದರು. ಅವರ ಮಾತಿನಲ್ಲಿ ವಾಸ್ತವವಿತ್ತು, ಎಲ್ಲರೂ ಸುಮ್ಮನಾದರು, ಆದರೆ ಅಮಿತ್ ಅಮ್ಮ, ಸಂಜಯ್ ತಾನೇ, ಅವನು ಬಂದು ನಮ್ಮ ಟ್ರ್ಯಾನ್ಸ್‌ಪೋರ್ಟ್ ಏಜೆನ್ಸಿಯಲ್ಲಿ ಕೆಲಸ ಮಾಡಲಿ, ಎಷ್ಟೋ ಜನಕ್ಕೆ ನಾವು ಕೆಲಸ ನೀಡಿದ್ದೇವೆ, ಹೀಗಾಗಲೇ ಇವನೂ ನಮ್ಮ ಕೆಲಸದ ಭಾಗ ಆಗಿದ್ದಾನೆ, ನಾವು ಅವನಿಗೆ ಕೆಲಸ ನೀಡುತ್ತೇವೆ. ಮತ್ತೆ ನಿಮ್ಮ ವಿಚಾರ, ನೀವು, ಸಂಜಯ್ ತಂದೆ-ತಾಯಿ ಎಲ್ಲಾ ಅಲ್ಲಿಗೇ ಬನ್ನಿ,

ನಮಗೆ ಗೊತ್ತು ಈ ವಯಸ್ಸಲ್ಲಿ ನಿಮಗೆ ಮಕ್ಕಳ ಆಶ್ರಯ ಬೇಕು, ಹಾಗೆಯೇ ಮಕ್ಕಳನ್ನು ಸುಧಾರಿಸಲು ಅವಳಿಗೂ ನಿಮ್ಮ ಸಹಕಾರ ಬೇಕು, ಎಲ್ಲರೂ ಒಟ್ಟಾಗಿದ್ದ ಖುಷಿ ನಿಮಗೂ ಇರುತ್ತದೆ, ನಮ್ಮವೇ ಬೇಕಾದಷ್ಟು ದೊಡ್ಡ ಮನೆಗಳಿವೆ, ನಿಮಗೆ ಯಾವುದು ಅನುಕೂಲವೋ ಅಲ್ಲಿಗೆ ಬನ್ನಿ, ಬಾಡಿಗೆಗೇ ಬನ್ನಿ, ಎಲ್ಲಾ ಒಂದೇ ಕಡೆಯಿದ್ದರೆ ನಮಗೂ ಖುಷಿ, ನನಗೂ ಹೆಣ್ಣು ಮಕ್ಕಳಿಲ್ಲ ಸಹನಾಳನ್ನು ಕಂಡ ದಿನದಿಂದಲೂ ಮಗಳೇ ಎಂದು ಕರೆದಿದ್ದೇನೆ, ಅವಳನ್ನೇ ಮಗಳೆಂದು ಕೊಂಡು, ಮೊಮ್ಮಕ್ಕಳೆಂದುಕೊಂಡು ಈ ಮಕ್ಕಳನ್ನು ತುಂಬಾ ಹಚ್ಚಿಕೊಂಡಿರುವೆ, ಇವರನ್ನು ಬಿಟ್ಟಿರುವುದು ಅಸಾಧ್ಯ, ದಯಮಾಡಿ ಬನ್ನಿ ಎಂದರು. ಸಹನಾ ನಿಮ್ಮ ಆಲೋಚನೆ ಸರಿಯಾಗಿದೆ, ಸಂಜಯ್ ತಂದೆ–ತಾಯಿಯೊಂದಿಗೆ ಮಾತನಾಡುತ್ತೇವೆ, ಅವರು ಒಪ್ಪಿದರೆ ನಾವು ಖಂಡಿತ ಹಾಗೆಯೇ ಮಾಡುತ್ತೇವೆ, ನನಗೂ ನಿಮ್ಮಿಂದ ದೂರವಿರುವುದು ಕಷ್ಟ ಎಂದು ಅಮಿತ್ ಅಮ್ಮನನ್ನು ಅಪ್ಪಿದಳು.

ನಾವು ಸಂಜಯ್ ತಂದೆ–ತಾಯಿಯನ್ನು ಭೇಟಿ ಮಾಡಿ ಅವರ ಒಪ್ಪಿಗೆಯನ್ನು ಪಡೆದೇ ಊರಿಗೆ ಹೋದರೆ ಸಮಾಧಾನ ನನಗೆ ಎಂದರು ಅಮಿತ್ ಅವರ ಅಮ್ಮ ಸರಿ ಅಮ್ಮನ ಹಠ ಗೊತ್ತಿದ್ದ ಅಮಿತ್ ಆಯ್ತು, ಹಾಗೇ ಮಾಡೋಣ ಎಂದ, ಎಲ್ಲರೂ ಸಂಜಯ್ ಮನೆಯತ್ತ ಹೊರಟರು.

ಸಂಜಯ್ ತಂದೆ–ತಾಯಿ ಸಹನಾಳನ್ನು ಕಂಡಿದ್ದೇ ಆಶ್ಚರ್ಯಗೊಂಡರು, ಸಹನಾಳ ತಾಯಿಯೇ ನಡೆದದನ್ನೆಲ್ಲಾ ವಿವರಿಸಿದರು, ಸಹನಾಳ ಜೀವನದಲ್ಲಿ ತಮ್ಮ ಮಗನಿಂದ ಬೀಸಿದ ಅಲೆ ಇವರಿಗೂ ನೋವು ಉಂಟುಮಾಡಿತು, ಆದರೂ ಅವರಿಗೆ ಇದರಲ್ಲಿ ಖುಷಿಯಿತ್ತು, ಬಂದದ್ದೇ ಸಹನಾಳ ಕೈಹಿಡಿದುಕೊಂಡು, ನೀನು ನಮ್ಮ ಸೊಸೆಯಾಗಿ ಬರುತ್ತೀಯಾ ಎಂದು ಕಾದಿದ್ದ ನಮಗೆ ನೀನು ಕಣ್ಮರೆಯಾದದ್ದು ತುಂಬಾ ದುಃಖವುಂಟು ಮಾಡಿತು, ಆದರೆ ನೀನು ಮತ್ತೆ ನಮ್ಮ ಸೊಸೆಯಾಗಿಯೇ ಬರುತ್ತಿದ್ದೀಯಾ, ಮೊದಲನೇ ಮಗನ ಬದಲು, ಎರಡನೇ ಮಗನ ಹೆಂಡತಿಯಾಗಿ, ನಿನ್ನ ಬಗೆಗೆ ಸಂತೋಷ್ ತುಂಬಾ ಹೇಳಿದ್ದ, ನಾನು ನಿನ್ನ ಒಳ್ಳೆತನ ಕಂಡಿದ್ದೆ ಕೇಳಿದ್ದೆ, ಆದರೆ ಇಂದು ನಮ್ಮ ಸಂಜಯ್‌ನಲ್ಲಾದ ಬದಲಾವಣೆಗೆ ನೀನೇ ಕಾರಣ ಎಂದು ಗೊತ್ತಾದ ಮೇಲೆ ನೀನು ನನಗೆ

ದೇವತೆಯಂತೇ ಕಾಣುತ್ತಿದ್ದೀಯಾ, ಒಳ್ಳೆಯವರ ಗಾಳಿ ಸೋಕಿದರೆ ಸಾಕು ಎಂತಹ ದುಷ್ಟನೂ ಸಂತನಾಗುತ್ತಾನೆ ಎಂಬ ಮಾತಿನಂತೆ, ನಾವು ಎಷ್ಟೇ ಪ್ರಯತ್ನಿಸಿದರೂ ಅವನನ್ನು ಚಿಕ್ಕಂದಿನಿಂದಲೂ ತಿದ್ದಲಾಗಿರಲಿಲ್ಲ, ಅವನನ್ನು ಹೊರಗೆ ಹಾಕಿ ಅವನ ನಡುವಳಿಕೆಗೆ ನಾವು ಸೋತು ಹೋಗಿದ್ದೆವು. ಆದರೆ ನಿನ್ನೊಂದಿಗೆ ಅವನು ಮಾಡಿದ ತಪ್ಪಿನಿಂದ ಅವನು ತನ್ನ ತಪ್ಪನ್ನು ಅರ್ಥಮಾಡಿಕೊಂಡು, ತನ್ನ ನಡೆಯಿಂದ ಹೊರಬಂದು ಹೊಸ ಮನುಷ್ಯನಾದ, ಬರುವ ಸೊಸೆ ಮನೆಗೆ ಮಗನ ಬಾಳಿಗೆ ಬೆಳಕಾಗಲಿ ಎಂದು ಬಯಸುತ್ತಾರೆ, ನೀನು ಬರುವ ಮುನ್ನವೇ ಅವನ ಬಾಳಿನ ಶನಿ ಹೊಡೆದು ಓಡಿಸಿ, ಅವನ ಹಾಗೂ ನಮ್ಮ ಮನೆಯ ಪಾಲಿಗೆ ಬೆಳಕಾಗಿದೇಯಾ... ನಿನಗಿಂತ ಭಾಗ್ಯ ನಮಗೆ ಸಿಗಲು ಸಾಧ್ಯವೇ, ನೀನು ಸಂತೋಷ್‌ನ ಹೆಂಡತಿಯಾಗಿ ಬರುವುದಕ್ಕಿಂತ ಸಂಜಯ್‌ನ ಬದುಕಲ್ಲಿ ಬದಲಾವಣೆ ತಂದು ಅವನ ಸತಿಯಾಗಿ ಬರುತ್ತಿರುವುದೇ ನಮಗೆ ಬಹಳ ಖುಷಿ ತಂದಿದೆ ಎನ್ನುತ್ತಾ ಅವಳನ್ನು ಅಪ್ಪಿ, ಮಕ್ಕಳನ್ನೂ ಅಪ್ಪಿಕೊಂಡು ಮುದ್ದಾಡಿದರು ಮಕ್ಕಳ ಜೊತೆಯಿರುವುದಕ್ಕಿಂತ ಬೇರೆ ಭಾಗ್ಯವುಂಟೇ ಎನ್ನುತ್ತಾ, ನೀವು ಎಲ್ಲಿಗೆ ಕರೆದರು ಬರುತ್ತೇವೆ ಎಂದರು, ಆ ಮಾತು ಕೇಳಿದ್ದೇ ಎಲ್ಲರಿಗಿಂತ ಜಾಸ್ತಿ ಖುಷಿಪಟ್ಟಿದ್ದು ಅಮಿತ್, ಅವರ ಅಮ್ಮ, ಮುನಿಯಮ್ಮ, ಅವರಿಗೆ ಮಕ್ಕಳು, ಸಹನಾ ನಮ್ಮ ಕಣ್ಣೆದುರು ಇರುತ್ತಾರೆ ಎನ್ನುವುದೇ ತುಂಬಾ ಸಂತೋಷ ಉಂಟುಮಾಡಿತು. ಎಲ್ಲವೂ ಅಂದುಕೊಂಡಂತೆ ಆಯಿತು, ಇಲ್ಲಿನ ಕೆಲಸ ಕಾರ್ಯಗಳನ್ನು ಮುಗಿಸಿ ಸಂಜಯ್ ಅವನ ತಂದೆ-ತಾಯಿ, ಸಹನಾ ತಂದೆ-ತಾಯಿ ಎಲ್ಲರೂ ಹೊರಡಲು ಸಿದ್ಧರಾದರು.

ಅವರು ಅಂದುಕೊಂಡಂತೆ ಮಕ್ಕಳ ಹುಟ್ಟುಹಬ್ಬದ ದಿನದಂದೇ ಮಕ್ಕಳಿಗೆ 'ಕಾರುಣ್ಯ-ತಾರುಣ್ಯ' ಎಂದು ನಾಮಕರಣ ಮಾಡಿದರು, ಅಂದೇ ಗುರು-ಹಿರಿಯರ ಸಮ್ಮುಖದಲ್ಲಿ ಸಂಜಯ್-ಸಹನಾ ದಾಂಪತ್ಯ ಜೀವನಕ್ಕೆ ಕಾಲಿರಿಸಿದರು, ತಂದೆ-ತಾಯಿ ಮದುವೆ ಫೋಟೋದಲ್ಲಿ ಭಾಗವಾಗುವ ಪುಣ್ಯ/ಅವಕಾಶ ಕಾರುಣ್ಯ, ತಾರುಣ್ಯರ ಪಾಲಾಗಿತ್ತು, ಅದನ್ನೇ ಹೇಳಿ ಛೇಡಿಸಿಕೊಂಡು ಸಂಭ್ರಮದಿಂದ ನಾಮಕಾರಣ, ಮದುವೆ ಶಾಸ್ತ್ರ ಮುಗಿಸಿದರು, ಹೊಸ ಮನೆಗೆ ಗೃಹಪ್ರವೇಶ ಮಾಡಿ ಎಲ್ಲರೂ ಹೊಸ ಜೀವನ ಪ್ರಾರಂಭಿಸಿದರು, ಸಹನಾ ಅಂದು ಬಲವಂತವಾಗಿ

ನನ್ನರಿವಿಲ್ಲದಂತೆ ನನ್ನನ್ನು ನಿನ್ನವಳಾಗಿಸಿಕೊಂಡೆ, ಇಂದು ಮನಸಾರೆ ನಿನ್ನನೊಪ್ಪಿ ಬಂದಿರುವೆ ಎಂದು ಸಂಪೂರ್ಣವಾಗಿ ತನ್ನನ್ನು ಸಂಜಯ್‌ಗೆ ಅರ್ಪಿಸಿದಳು. ಹೊಸಜೀವನ ಮೊದಲಾಯ್ತು, ಸಹನಾ ಸೆಂಥಿಲ್ ನರ್ಸಿಂಗ ಹೋಂನ ಭಾಗವಾಗಿ, ಸಂಜಯ್ ಷಣ್ಮುಖ ಟ್ರ್ಯಾನ್ಸ್‌ಪೋರ್ಟ್ ಏಜೆನ್ಸಿ ಭಾಗವಾಗಿ ಕೆಲಸ ಮಾಡಿಕೊಂಡು ಹೋದರು, ಅಜ್ಜಿ-ತಾತರು ಮಕ್ಕಳೊಂದಿಗೆ ಕಾಲ ಕಳೆಯುತ್ತಿದ್ದರು, ಮುನಿಯಮ್ಮ, ಅಮಿತ್ ಕುಟುಂಬದವರು ಆಗಾಗ್ಗೆ ಬಂದು ಇವರ ಜೀವನದ ಭಾಗವಾಗಿ ಮುಂದುವರೆದರು, ಖುಷಿಯಾಗಿ ಒಂದು ಸಂಸಾರ ಸಾಗಿತು, ಹೀಗೆ ಕೆಲವು ತಿಂಗಳುಗಳು ಕಳೆಯಿತು.

ಒಂದು ಅದ್ದೂರಿ ಮದುವೆ, ಅದ್ದೂರಿ ವೇದಿಕೆ, ಸಮಾರಂಭ, ತಮಿಳುನಾಡಿನ ಗಣ್ಯಾತಿ ಗಣ್ಯರೆಲ್ಲಾ ಆಗಮಿಸುತ್ತಿದ್ದರು, ಶ್ರೀಮಂತಿಕೆ ಎಲ್ಲೆಲೂ ತಾಂಡವವಾಡುತ್ತಿತ್ತು, ಜರಿ ರೇಷ್ಮೆ ಸೀರೆಯುಟ್ಟು, ಮಲ್ಲಿಗೆ ಮುಡಿದು ಮುನಿಯಮ್ಮ ಝುಗ ಝುಗ ಓಡಾಡುತ್ತಿದ್ದರೆ, ಅಮಿತ್ ತಾಯಿ ಸಂಜಯ್ ಕರೆದು ಅದೇನಾಯ್ತು ನೋಡು ಇಲ್ಲಿ ಏನಾದರೂ ಬೇಕಾ ಕೇಳು, ಎಂದು ಗಡಿಬಿಡಿಯಾಗಿ ಓಡಾಡುತ್ತಿದ್ದರು, ಸಹನಾ ಬಂದ ಎಲ್ಲಾ ತನ್ನ ಸಹೋದ್ಯೋಗಿಗಳನ್ನು ಸಂಬಾಲಿಸುತ್ತಿದ್ದರೆ ಸಹನಾ-ಸಂಜಯ್ ತಂದೆ-ತಾಯಿ ಮಕ್ಕಳನ್ನು ಮುದ್ದಾಗಿ ತಯಾರಿಮಾಡಿ ಆಟವಾಡಿಸುತ್ತಿದ್ದರು, ಎಲ್ಲೆಲ್ಲೂ ಸಂತೋಷ ಸಂಭ್ರಮ ಮನೆಮಾಡಿತ್ತು, ಝುಗಮಗಿಸುವ ವಸ್ತ್ರಧರಿಸಿ ಮದುಮಗನ ಕಳೆಯಲ್ಲಿ ಮಿಂಚುತ್ತಿದ್ದವನು ನಮ್ಮ ಅಮಿತ್, ಅವರಮ್ಮನ ಆಸೆಯಂತೇ, ಅವನಿಗೊಂದು ಅಪ್ಪಟ ಕನ್ನಡತಿ, ಬಡಕುಟುಂಬದಲೇ ಬಂದಿದ್ದ ಹುಡುಗಿ ಸಂಗಾತಿಯಾಗಿದ್ದಳು, ಚೆನ್ನಾಗಿ ಓದಿ ವೈದ್ಯೆಯಾಗಿದ್ದ ಆಕೆ ಸುಂದರಿಯೂ, ಸುಗುಣಶಾಲಿಯೂ ಆಗಿದ್ದಳು, ಅಮಿತ್ ಸತಿಯಾಗಿ ಬರಲು ಸಿದ್ದವಾಗಿ ನಿಂತಿದ್ದಳು 'ಅಂಜಲಿ,' ಮನೆ ಮದುವೆ ಎಂಬಂತೆ ಎಲ್ಲರ ಓಡಾಟ ಜೋರಾಗಿ ನಡೆದಿತ್ತು, ಗಡಿಬಿಡಿ ಓಡಾಟ ಸಾಗುತ್ತಿತ್ತು, ಅದರ ಮಧ್ಯೆ ಬಂದ ವ್ಯಕ್ತಿ ಕಂಡು ಸಂಜಯ್ ಆಶ್ಚರ್ಯಗೊಂಡ, ಅವನಲ್ಲಿಗೆ ಓಡಿದ, ಏನಿಲ್ಲಿ ನೀನಿಲ್ಲಿ ಹೇಗೆ ಎಂದು ಬಹುವರ್ಷದ ಬಳಿಕ ಕಂಡ ನನ್ನ ಅಣ್ಣಿ ಸಂತೋಷ್‌ನನ್ನು ಕಂಡು ಆಶ್ಚರ್ಯದಿಂದ ಭಾವುಕನಾಗಿ ಕೇಳಿದ,. ಸಂತೋಷ್‌ಗೆ ಫೋನ್‌ನಲ್ಲಿ ಇಲ್ಲಿ ನಡೆದುದೆಲ್ಲಾ ಗೊತ್ತಾಗಿತ್ತು, ಆದರೆ

ವಿದೇಶದಿಂದ ಅವನು ಬರಲಾಗಿರಲಿಲ್ಲ, ಯಾರನ್ನೂ ಕಾಣಲಾಗಿರಲಿಲ್ಲ, ಅಷ್ಟೊತ್ತಿಗೆ ಅವನ ತಂದೆ- ತಾಯಿಯೂ ಬಂದರು, ಬಹಳ ದಿನದ ನಂತರ ಮಗನನ್ನು ಕಂಡು ಕಣ್ಣೀರಿಟ್ಟರು, ಅಪ್ಪಿ ಮುದ್ದಾಡಿದರು, ಸಂತೋಷ್ ಕಣ್ಣಿಗೆ ಸಹನಾ ಬಿದ್ದಳು, ಅವನು ಅವಳಲ್ಲಿಗೆ ನಡೆದ, ಇವರೆಲ್ಲರಿಗೂ ಆತಂಕವಾಯ್ತು.

ಅವಳೊಡನೆ ಏಕಾಂತದಲ್ಲಿ ಮಾತನಾಡಬೇಕೆಂದು ಅವಳನ್ನು ಕರೆದುಕೊಂಡು ಹೋದ, ಅವಳ ಕಣ್ಣಂಚಲ್ಲಿ ನೀರು ಬಂದಿತು, ಹಳೇ ನೆನಪುಗಳೆಲ್ಲಾ ಒಂದೊಂದಾಗಿ ಬಂದು ತುಂಬಾ ಮುಜುಗರವೂ ದುಃಖವೂ ಆಯಿತು. ಸಂತೋಷ್ ಮಾತು ಮೊದಲು ಮಾಡಿದ, ನಾನು ನಿನ್ನನ್ನು ಮನಸಾರೆ ಪ್ರೀತಿಸಿದೆ, ನೀನೇ ನನ್ನ ಸಂಗಾತಿಯೆಂದು ನಿನ್ನ ಪರಿಚಯವಾದ ದಿನದಿಂದಲೇ ಭಾವಿಸಿಕೊಂಡು ಬದುಕಿದೆ, ಆದರೆ ನೀನು ಕಣ್ಮರೆಯಾಗಿ ಬಿಟ್ಟೆ, ಏನೂ ಹೇಳದೆ ಕೇವಲ ಪ್ರಶ್ನೆಗಳನ್ನು ಅನುಮಾನಗಳನ್ನು ನೋವನ್ನು ನನ್ನ ಪಾಲಿಗೆ ಬಿಟ್ಟು ನನ್ನಿಂದ ದೂರಾದೆ, ನಿನ್ನ ನೆನಪಲ್ಲೇ ಬಳಲಿದೆ, ನೀನಿಲ್ಲದೆ ನಾನು ಇಲ್ಲಿ ಇರಲಾಗದೆ ವಿದೇಶಕ್ಕೆ ಹಾರಿದೆ, ಆದರೆ ನಿನ್ನ ನೆನಪುಗಳೊಂದಿಗೇ ಬದುಕಿದೆ, ನೀನೇ ನನ್ನ ಸಂಗಾತಿಯಾಗಿದ್ದೆ....... ಈ ರೀತಿ ಅವನು ಮಾತು ಪ್ರಾರಂಭಿಸಿದ್ದೇ ಸಹನಾ ಹೆದರಿ ಹೋದಳು, ಇವನೇನು ಹೇಳುತ್ತಿದ್ದಾನೆ, ಇವನ್ಯಾಕೆ ಈಗ ಬಂದನು ಎಂಬ ಪ್ರಶ್ನೆಗಳ ಗೊಂದಲಕ್ಕೆ ಬೆಚ್ಚಿದಳು, ಆದರೆ ಸಂತೋಷ್ ಮುಂದುವರೆಸಿ, ಆದರೆ ಅಮ್ಮ ನಡೆದುದೆಲ್ಲಾ ಫೋನ್‌ನಲ್ಲಿ ತಿಳಿಸಿದಳು, ನನ್ನ ತಮ್ಮನಿಂದ ನೀನು ಅನುಭವಿಸಿದ ನರಕ, ಅವನಿಂದ ನಿನಗಾದ ಅನ್ಯಾಯ, ನನ್ನನ್ನೂ ನೀನು ಬಿಟ್ಟುಹೋಗಲು ಮಾಡಿದ ನಿರ್ಧಾರ ಎಲ್ಲಾ ತುಂಬಾ ನೋವು ಉಂಟಾಯಿತು, ಅದಕ್ಕೇ ಕೊರಗಿದೆ, ತುಂಬಾ ನರಳಾಡಿದೆ, ನೀನು ಅವನ ಮಕ್ಕಳಿಗೆ ತಾಯಾಗಿ ಅವನನ್ನು ಕೈಹಿಡಿಯುತ್ತಿರುವುದು ನನ್ನಿಂದ ದೂರವಾಗುತ್ತಿರುವುದು ತುಂಬಾ ಹಿಂಸೆ ನೀಡಿತು, ಆದರೆ, ಮರುದಿನ ಮತ್ತೆ ಅಮ್ಮನೊಂದಿಗೆ ಮಾತನಾಡಿದಾಗ ನನಗೆ ಎಲ್ಲವೂ ಸ್ಪಷ್ಟವಾಯಿತು, ನೀನು ನನ್ನ ಪಾಲಿಗಿರಲಿಲ್ಲ, ಕೇವಲ ನನ್ನ ತಮ್ಮನಿಗೆ ಅವನ ತಪ್ಪಿನ ಅರಿವಾಗಲು ನಮ್ಮ ಸಂಬಂಧವಾಗಿತ್ತು. ಈ ಸಂಬಂಧಕ್ಕೆ ಅದು ಮೊದಲ ಮೆಟ್ಟಿಲಾಯಿತು, ಅತ್ತಿಗೆಯಾಗಬೇಕಿದ್ದವರ ಜೀವನದಲ್ಲಿ ಆಟ ಆಡಿದನೇ ಎಂದು ಆಲೋಚಿಸಿ ಹೊರಟ ಅವನಿಗೆ ಅವನ ಜೀವನದ

ಸತ್ಯ ಅರಿವಾಗಿ ತಪ್ಪು ಮನವರಿಕೆಯಾಗಿ ಒಳ್ಳೆ ಮನುಷ್ಯನಾಗಲು ಮನೆಗೆ ಒಳ್ಳೆ ಮಗನಾಗಲು ಸಾಧ್ಯವಾಯಿತು, ಬಹುಶಃ ಅದೊಂದೇ ಕಾರಣಕ್ಕೆ ಆ ದೇವರು ನಮ್ಮಲ್ಲೊಂದು ಸಂಬಂಧ ತಂದಿದ್ದ, ಆ ಜಾಗದಲ್ಲಿ ಬೇರೆ ಯಾವುದೇ ಹುಡುಗಿಯಿದ್ದರೂ ಅವನು ಹಾಗೆ ಯೋಚಿಸುತ್ತಿದ್ದನೋ ಇಲ್ಲವೋ, ಆ ಯೋಚನೆ ಬರಲೆಂದೇ ನಮ್ಮ ಬೆಸುಗೆಯಾಗಿದೆ ಅಷ್ಟೇ... ನಿನ್ನ ಜೀವನದಲ್ಲಿ ಅವನು ಮಾಡಿದ ಅನಾಹುತ ಅವನಲ್ಲಿ ಬಹಳ ಬದಲಾವಣೆ ಜವಾಬ್ದಾರಿ ಭಾವನೆಗಳ ಮಹತ್ವ ಎಲ್ಲಾ ತಂದಿದೆ ಎಂದು ಅಮ್ಮ ಹೇಳುವಾಗ ನೀನು ಅವನ ಪಾಲಿನವಳು, ನನ್ನವಳಲ್ಲ ಎಂದು ನನಗೆ ಅರ್ಥವಾಗಿ ಹೋಯಿತು, ನೀನು ಅವನಲ್ಲಿ ಹೊಸಜೀವನ ತರಲೆಂದೇ ಜನ್ಮತಳೆದವಳು, ಈ ಒಂದು ಮಹತ್ ಕಾರ್ಯದ ಹಾದಿಯಲ್ಲಿ ನಾವೆಲ್ಲಾ ಪಾತ್ರದಾರಿಗಳಾಗಿ ಬಂದು ಹೋಗಿದ್ದೇವೆ ಅನೇಕ ಅನಾಹುತಗಳೆಲ್ಲಾ ಆಗಿಹೋಗಿದೆ, ಆದರೆ ಆದುದೆಲ್ಲಾ ಅವನನ್ನು ಮನುಷ್ಯನ್ನಾಗಿ ಮಾಡಲೇ ಆಗಿದೆ ಎಂದು ಹೇಳುತ್ತಾ, ಅದಕ್ಕಾಗಿಯೇ ಇದೆಲ್ಲಾ ಒಪ್ಪಿದೆ, ನೀನು ಅವನೊಂದಿಗೆ ನನ್ನ-ನಿಮ್ಮ ತಂದೆ-ತಾಯಿಯೊಂದಿಗೆ ಮಕ್ಕಳೊಂದಿಗೆ ಖುಷಿಯಾಗಿರು. ನಾನು ಇಲ್ಲೇ ಇದ್ದರೆ ಸುಮ್ಮನೆ ನನಗೂ ನಿನಗೂ ಮುಜುಗರ, ಮುಂದೆ ಸಂಜಯ್‌ನಲ್ಲೂ ಅನುಮಾನಗಳನ್ನು ತಂದು ಬಿಡಬಹುದೆಂದು ಯೋಚಿಸಿ, ನಾನೊಂದು ನಿರ್ಧಾರಕ್ಕೆ ಬಂದಿರುವೆ, ಅದನ್ನು ಹೇಳಲೇ ನಿನ್ನನ್ನು ಕರೆದಿದ್ದು, ನಾನು ವಿದೇಶದಲ್ಲಿದ್ದಾಗ ನನ್ನ ಹಿಂದೆ ಒಬ್ಬ ಕನ್ನಡದ ಹುಡುಗಿ ಬಿದ್ದಿದ್ದಳು, ಆದರೆ ನಿನಗಾಗಿ ಅವಳನ್ನು ಬೇಡವೆಂದೇ ತಿರಸ್ಕರಿಸಿದೆ, ಆದರೆ ಈಗ ಅವಳನ್ನೇ ಮದುವೆಯಾಗಿ ಅಲ್ಲೇ ಇರುವ ನಿರ್ಧಾರ ಮಾಡಿದ್ದೇನೆ. ನಾನು ಅಲ್ಲೇ ಇರುತ್ತೇನೆ ಅವಳೊಂದಿಗೆ, ನೀನು ನಮ್ಮ ಮನೆಯವರೊಂದಿಗೆ ಇಲ್ಲಿ ಖುಷಿಯಾಗಿರು, ಇನ್ನು ಮುಂದೆ ನಾವಿಬ್ಬರು ಹಿಂದಿನದ್ದನ್ನೆಲ್ಲಾ ಮರೆತು ಸ್ನೇಹಿತರಾಗಿರೋಣ ಎಂದನು. ಅವನ ಮಾತು ಸಹನಾಳಿಗೆ ಸಮಾಧಾನ ತಂದಿತು, ಖುಷಿಯೂ ಆಯ್ತು, ಸರಿ, ಸ್ನೇಹಕ್ಕಿಂತ ಮತ್ತೊಂದು ಪವಿತ್ರ ಬಂಧವಿಲ್ಲ, ಅದೇ ಭಾಂಧವ್ಯವಿದ್ದರೆ ಸಾಕು ಸಂತೋಷ್ ಭಾವ ಎಂದು ಹೊಸ ಸಂಬಂಧವನ್ನು ಒಪ್ಪಿಕೊಂಡಳು.

ಸಂತೋಷ್ ತಾನು ಮೆಚ್ಚಿದ್ದ ಹುಡುಗಿಯನ್ನೂ ಕರೆತಂದಿದ್ದ. ಅಮಿತ್ ಮದುವೆಯಾಗುತ್ತಿರುವ ಹುಡುಗಿ ಈ ಹುಡುಗಿ ಸ್ನೇಹಿತೆಯರು.

ಹಾಗಾಗೇ ಆಕೆಯೂ ಬಂದಿದ್ದಳು, ಎಲ್ಲರಿಗೂ ಆಕೆಯ ಪರಿಚಯವಾಯ್ತು, ಎಲ್ಲರೂ ಖುಷಿ ಖುಷಿಯಾಗಿ ಮಾತನಾಡಿಕೊಂಡು ಮಕ್ಕಳೊಂದಿಗೆ ಕಾಲಕಳೆಯುತ್ತಿದ್ದರು, ಕೊನೆಗೂ ಸಂತೋಷ್, ಸಂಜಯ್ ಬಾಳಲ್ಲಿ ಅವರ ಸಂಗಾತಿಯರು ಜೊತೆಯಾದರು. ಮಕ್ಕಳಿಬ್ಬರ ಜೀವನದಲ್ಲಿ ಇದ್ದ ಎಲ್ಲಾ ಸಮಸ್ಯೆಗಳು ಬಗೆಹರಿದು ಎಲ್ಲಾ ಸರಿಹೋಗಿತ್ತು, ಅವರಲ್ಲಿ ಸಂತಸ ಮನೆಮಾಡಿತು.

ಅಮಿತ್ ಅವರ ಅಮ್ಮ ಬಂದು ಏನು ಎಲ್ಲಾ ಇಲ್ಲೇ ಇದ್ದೀರಾ, ಹೋಗಿ ವೇದಿಕೆ ಮೇಲೆ ಹೋಗಿ, ನೀವು ಫೋಟೋಗೆ ಬಂದಿಲ್ಲ ಅಂತ ಅಮಿತ್‌ನದು ಒಂದೇ ಬೊಂಬಡ ಹೋಗಿ ಬೇಗ ಹೋಗಿ ಅಂದರು, ಇವರು ನಗುತ್ತಾ ವೇದಿಕೆಯೇರಿದರು, ಅಮಿತ್ ಅಮಿತ್ ಸಂಗಾತಿ, ಸಂಜಯ್–ಸಹನಾ, ಸಂತೋಷ್ ಸಂತೋಷ್ ಸಂಗಾತಿ ವಿಧವಿಧವಾಗಿ ಅನೇಕ ಭಂಗಿಗಳಲ್ಲಿ ಫೋಟೋಗೆ ನಗೆಬೀರಿನಿಂತರು, ಅಲ್ಲಿ ಸಂತೋಷ ಸಂಭ್ರಮ ನೆಮ್ಮದಿ ಎಲ್ಲವೂ ಮನೆಮಾಡಿತ್ತು, ಆ ಮೂರು ಜೋಡಿ ನೋಡುವುದೇ ಕಣ್ಣಿಗೆ ಹಬ್ಬವಾಗಿತ್ತು.

ಅವರನ್ನು ಕಂಡ ಮುನಿಯಮ್ಮ ಅಲ್ಲೇ ಕುಳಿತು ಖುಷಿಯಿಂದ ಅವರನ್ನೇ ನೋಡುತ್ತಾ ಹೀಗೆಂದುಕೊಂಡರು. ಎಲ್ಲಿಯವರೆಗೂ ನಮ್ಮ ಉದ್ದೇಶ ಒಳ್ಳೆಯದಾಗಿರುತ್ತೋ, ನಾವು ಮಾಡುವ ಕೆಲಸಗಳು ಒಳ್ಳೆಯದಾಗಿರುತ್ತೋ ಅಲ್ಲಿಯವರಿಗೂ ಎಲ್ಲಾ ಒಳ್ಳೆಯದಾಗುತ್ತದೆ, ಆಗುವ ಕೆಟ್ಟ ಘಟನೆಗಳೂ ಒಳ್ಳೆಯದಕ್ಕಾಗೇ ಆಗುತ್ತದೆ, ಕೆಟ್ಟವರೂ ಒಳ್ಳೆಯವರಾಗಿ, ಕೆಟ್ಟ ಕೆಲಸಗಳೂ ಒಳ್ಳೆಯ ಕಾರಣಕ್ಕಾಗಿಯೇ ಆಗಿರುತ್ತದೆ, ಎಲ್ಲಿಯವರೆಗೂ ನಾವು ಒಳ್ಳೆಯವರಾಗಿರುತ್ತವೆಯೋ ಅಲ್ಲಿಯವರೆಗೂ ನಾವು ಏನೇ ನಿರ್ಧಾರ ಮಾಡಿದರೂ, ಅದಕ್ಕೆ ಒಳ್ಳೆಯವರ ಸಹಕಾರ ದೊರೆತು, ಒಳ್ಳೆಯ ಕಾರ್ಯಗಳೇ ಆಗುತ್ತವೆ, ಒಳ್ಳೆಯ ಮನಸ್ಸುಗಳನ್ನೇ ಆ ಭಗವಂತ ಒಟ್ಟುಗೂಡಿಸಿ ಒಳ್ಳೆಯ ಯೋಜನೆಗಳನ್ನು ರೂಪಿಸಿ ಬೇರೆಯವರಿಗೆ ಒಳ್ಳೆಯದನ್ನೇ ಮಾಡಿಸುತ್ತಾನೆ. ಒಳ್ಳೆತನ ಎನ್ನುವುದು ಯೋಚಿಸಿದಷ್ಟು ಬೆಳೆಯುತ್ತಾ ಹೋಗಿ, ಒಳ್ಳೆತನ ಹರಡಿ ಕೆಟ್ಟವರಲ್ಲೂ ಒಳ್ಳೆತನ ಮೂಡಿಸುತ್ತದೆ, ಒಳ್ಳೆಯವರಿಗೆ ಅವರ ಒಳ್ಳೆಯ ತನವೇ ಕಾಯುತ್ತದೆ, ಕಾಯಲೇ ಬೇಕು, ಕಾದಿದೆ ಅಲ್ಲವೇ ಈ ಮೂರು ಜೋಡಿಯೇ ಅದಕ್ಕೆ ಸಾಕ್ಷಿ, ಅಯ್ಯೋ

ನನ್ನ ಕಣ್ಣೇ ಬೀಳುವುದೇನೋ... ಅಷ್ಟು ಮುದ್ದಾಗಿದ್ದಾರೆ, ತಿಮ್ಮಪ್ಪ ಈ ಜೋಡಿಗಳ ಮೇಲೆ ಯಾವ ಕೆಟ್ಟ ದೃಷ್ಟಿಯೂ ಬೀಳದಂತೆ ಈ ನಗೆ ಸದಾ ಅವರ ಮೊಗದಿಂದ ಮರೆಯಾಗದಂತೆ ಕಾಪಾಡಪ್ಪ ಎಂದು ಬೇಡಿದರು. ಅಷ್ಟರಲ್ಲಿ ಆಟವಾಡಿಕೊಂಡು ಕಾರುಣ್ಯ-ತಾರಣ್ಯ ಬಂದರು, ಅವರನ್ನು ಹಿಡಿದುಕೊಂಡು ಮುನಿಯಮ್ಮ ನಿಮ್ಮ ತಾಯಿಯಂತೇ ಒಳ್ಳೆತನವನ್ನು ನೀವು ಮುಂದುವರೆಸಬೇಕು ಕಂದಮ್ಮಗಳೇ, ಅದೇ ನಿಮ್ಮನ್ನು ಕಾಯುವುದು ಎಂದು ಮುತ್ತಿಕ್ಕಿ, ಮತ್ತೆ ತಿಮ್ಮಪ್ಪನಿಗೆ ಈ ಎಲ್ಲರನ್ನೂ ಕಾಪಾಡು, ಅವರ ಜೀವನಕ್ಕೆ ನೆರವಾಗು, ಎಲ್ಲರಿಗೂ ಒಳ್ಳೆಯದಾಗಲಿ ಎಂದು ಹರಸುತ್ತಾ ಆ ಸಂಭ್ರಮದಲ್ಲಿ ಎಲ್ಲರೊಂದಿಗೆ ಬೆರತರು, ಎಲ್ಲರೂ ಖುಷಿಯಿಂದ ಸಂಭ್ರಮದಿಂದ ಕಲೆತು ಹೊಸ ಜೀವನಕ್ಕೆ ಒಗ್ಗಟ್ಟಾಗಿ ಹೊಸ ನಿರ್ಧಾರಗಳೊಂದಿಗೆ ಕಾಲಿಟ್ಟರು.

‘ಶುಭಂ’

www.ingramcontent.com/pod-product-compliance
Lightning Source LLC
La Vergne TN
LVHW100032051026
849525LV00001B/65
* 9 7 9 8 8 9 5 1 9 2 0 4 7 *